பரமஹம்ஸ யோகானந்தர்

(ஜனவரி 5, 1893-மார்ச் 7, 1952)

ஒளி உள்ள இடத்தினில்

வாழ்க்கையின் சவால்களை சந்திப்பதற்கான
உள்நோக்கு மற்றும் உள்ளெழுச்சி

ஸ்ரீ ஸ்ரீ பரமஹம்ஸ யோகானந்தரின்
போதனைகளிலிருந்து தேர்ந்தெடுக்கப்பட்டவை

Yogoda Satsanga Society of India
FOUNDED 1917
Paramahansa Yogananda

First Tamil Edition, 2016

யோகதா சத்சங்க சொஸைடி ஆஃப் இந்தியா/ஸெல்ஃப்-ரியலைசேஷன் ஃபெலோஷிப்-பின் அதிகாரம் பெற்ற வெளியீடு

இந்தியாவில் வெளியிட்டோர்
YOGODA SATSANGA SOCIETY OF INDIA
Yogoda Satsanga Math
21, U. N. Mukherjee Road
Dakshineswar, Kolkata 700 076

இந்தியாவில் அச்சிட்டோர்
Kailash Paper Conversion Pvt. Ltd.
Ranchi 834 001

ISBN 978-93-83203-40-6

விநியோகிப்பவர்கள்.

ஜெய்கோ பப்ளிஷிங் ஹௌஸ் மணிவாசகர் பதிப்பகம்

இப்புத்தகம் இந்தியா முழுவதிலும் உள்ள யோகதா சத்சங்க சொஸைடி ஆஃப் இந்தியா, பரமஹம்ஸ யோகானந்தர் பாதை, ராஞ்சி 834 001, ஜார்கண்ட் மற்றும் யோகதா சத்சங்க ஆசிரமங்களிலும், தியானக் கேந்திரங்களிலும், மண்டலிகளிலும் கிடைக்கும்.

பொருளடக்கம்

ஸ்ரீ ஸ்ரீ பரமஹம்ஸ யோகானந்தரின் தெய்வீகப் பரம்பரைச் செல்வம்

அவரது அனைத்து நூல்கள், சொற்பொழிவுகள் மற்றும் தனிமுறையான உரையாடல்கள்

பரமஹம்ஸ யோகானந்தர் தனது போதனைகளை உலகம் முழுதும் பரப்பவும், எதிர்கால சந்ததிகளுக்காக அவற்றின் பரிசுத்தத்தையும் முழுமையையும் பாதுகாக்கவும் 1917-ல் யோகதா சத்சங்க சொஸைடி ஆஃப் இந்தியா (YSS)வையும் 1920-ல் ஸெல்ஃப்-ரியலைசேஷன் ஃபெலோஷிப் (SRF)பையும் நிறுவினார். அமெரிக்காவில் வந்த ஆரம்ப ஆண்டுகள் முதலே ஏராளமாகப் படைத்தளிக்கும் எழுத்தாளராகவும் சொற்பொழிவாளராகவும் விளங்கிய அவர், யோக விஞ்ஞானமான தியானம், சமநிலையாக வாழும் கலை மற்றும் அனைத்து சமயங்களின் உள்ளார்ந்த ஒற்றுமை இவற்றைப் பற்றி கீர்த்திமிகு மற்றும் விரிவான படைப்புகளின் திரட்டை அளித்தார். இன்று இந்த ஒப்பற்ற மற்றும் பரந்த செயல் விளைவுடைய ஆன்மீகப் பரம்பரைச் செல்வம், உலகம் முழுவதும் லட்சக்கணக்கான உண்மை நாடுபவர்களுக்கு மனவெழுச்சியை அளித்துக் கொண்டு தொடர்கின்றது.

மகா குருதேவரின் தெளிவான விருப்பங்களுக்கு ஏற்ப, யோகதா சத்சங்க சொஸைடி ஆஃப் இந்தியா/ஸெல்ஃப்-ரியலைசேஷன் ஃபெலோஷிப் *பரமஹம்ஸ யோகானந்தரின் படைப்புகள் முழுவதும்* பிரசுரிக்கும் மற்றும் அச்சு வடிவில் நிரந்தரமாக வைத்துக்கொள்ளும், தற்பொழுதும் நடக்கும் பணியைத் தொடர்ந்து வருகின்றது. இவைகளுள் அவர் தனது வாழ்நாளில் பிரசுரித்த அனைத்துப் புத்தகங்களின் இறுதிப் பதிப்புகள் மட்டுமன்றி, பல புதிய நூல்களும் அடங்கும்—அவர் 1952-ல் மகாசமாதி அடைந்த போது பிரசுரிக்கப் படாமல் இருந்த படைப்புகள், அல்லது யோகதா

சத்சங்க சொசைடி ஆப் இந்தியா/ ஸெல்ஃப்-ரியலைசேஷன் ஃபெலோஷிப்-இன் பத்திரிகையில் முழுமைபெறா வடிவில் பல வருடங்களாகத் தொடர்ந்தவை, அத்துடன் அவர் மகாசமாதியடையுமுன் அச்சில் ஏறாத நூற்றுக்கணக்கான ஆழ்ந்த மனவெழுச்சியளிக்கும் சொற்பொழிவுகள் மற்றும் தனிமுறையான உரையாடல்கள்.

யோகதா சத்சங்க சொஸைடி ஆஃப் இந்தியா/ஸெல்ஃப்-ரியலைசேஷன் ஃபெலோஷிப் வெளியீடுகள் குழுவிற்குத் தலைமை வகிக்கும் நெருங்கிய சீடர்களைத் தனிப்பட்ட முறையில் தேர்ந்தெடுத்து பயிற்சியளித்தார், மேலும் அவர்களுக்குத் தனது போதனைகளைத் தயார் செய்யவும் பிரசுரிக்கவும் திட்டவட்டமான வழிமுறைகளை வகுத்துக் கொடுத்தார். இந்த அன்பிற்குரிய உலக ஆசிரியரின் அனைவருக்கும் ஏற்ற உபதேசங்கள், மூல சக்தியுடனும் உண்மையுடனும் இருக்க YSS/SRF வெளியீடுகள் குழுவின் அங்கத்தினர்கள் (வாழ்நாள் முழுதும் சன்னியாசம் மற்றும் தன்னலமற்ற சேவைக்கு சங்கல்பம் எடுத்துக்கொண்ட சன்யாசிகள் மற்றும் சன்யாசினிகள்) இவ்வழிமுறைகளைப் புனிதப் பொறுப்பாக மதிக்கின்றனர்.

யோகதா சத்சங்க சொஸைடி ஆஃப் இந்தியா/ஸெல்ஃப்-ரியலைசேஷன் ஃபெலோஷிப் சின்னம் (முந்தைய பக்கத்தில் காண்பிக்கப்பட்டுள்ளது), அவர் நிறுவிய இலாப நோக்கமற்ற ஸ்தாபனமே அவரது போதனைகளின் அங்கீகாரம் பெற்ற இடம் என்று அடையாளம் காட்ட பரமஹம்ஸ யோகானந்தரால் வடிவமைக்கப்பட்டது. YSS/SRF பெயரும் சின்னமும், ஸ்ரீ ஸ்ரீ பரமஹம்ஸ யோகானந்தரால் நிறுவப்பட்ட ஸ்தாபனத்தில் இப்பணி ஆரம்பிக்கின்றது என்பதையும் அவரது போதனைகள் அவர் எண்ணியபடி சரியாகக் கொடுக்கப்படுகின்றன என்பதையும் வாசகர்களுக்கு உறுதி செய்யும் வண்ணம் YSS/SRF-ன் அனைத்து வெளியீடுகள் மற்றும் பதிவுகளின் மீது காணப்படுகின்றன.

—யோகதா சத்சங்க சொஸைடி ஆஃப் இந்தியா/
ஸெல்ஃப்-ரியலைசேஷன் ஃபெலோஷிப்

முகவுரை

ஸ்ரீ தயா மாதா

தலைவி மற்றும் சங்கமாதா (1955-2010)
யோகதா சத்சங்க சொஸைடி ஆஃப் இந்தியா /
ஸெல்ஃப்-ரியலைசேஷன் ஃபெலோஷிப்

பரமஹம்ஸ யோகானந்தரின்* ஆன்மீகப் பயிற்சியைப் பெறுவதற்கு நான் ஆசிர்வதிக்கப்பட்டிருந்த ஆண்டுகளில், உண்மையான ஞானத்தின் அடையாளம் இரட்டிப்பாக உள்ளதை நான் கண்டேன்: முதலில், அது நம் இருப்பின் ஒவ்வொரு அம்சத்தையும்—உடல், மனம் மற்றும் ஆன்மாவைச் சூழ்கிறது; நம் தனிப்பட்ட வாழ்க்கைகள் மற்றும் குடும்பம், சமுதாயம் மற்றும் உலகத்துடனான நமது உறவுகள். அதே சமயம், "ஆமாம், நிச்சயமாக! எனக்கு எப்பொழுதுமே அது தெரியும்," என்று உள்ளூற உணரும் அளவிற்கு அது மிகவும் எளிமையானதும் நேரடியானதும் ஆகும். ஏற்கெனவே அகத்தே இருந்த ஒரு புரிதல் மறுவிழிப்படைகிறது. இந்த ஆழ்ந்த தளத்தில் நாம் தொடப்படும் பொழுது சத்தியமானது, வெறும் தத்துவ அறிவிலிருந்து நமது சிக்கல்களுக்கான செயல்திறமுடைய, சாத்தியமான தீர்வுகளாக உடனடியாக மாற்றப்படுகிறது.

* ஸ்ரீ தயா மாதா, ஒரு சன்னியாசினியாக 1931-ல் ஸெல்ஃப்-ரியலைசேஷன் ஃபெலோஷிப் ஆசிரமத்தில் பிரவேசித்தார். மற்றும் அவர் பரமஹம்ஸ யோகானந்தரிடமிருந்து இருபது வருடங்களுக்கும் மேலாக ஆன்மீகப் பயிற்சியை நேரடியாகப் பெற்றார். அவர் தனது குருதேவரால் அவரது உலகளாவிய சொஸைடியின் மூன்றாவது தலைவராகவும், ஆன்மீகத் தலைமைப் பிரதிநிதியாகவும் தேர்ந்தெடுக்கப்பட்டார். அவர் இந்தப் பதவியை 1955-லிருந்து 2010-ல் அவர் மறையும் வரை வகித்தார்.

இப்படிப்பட்ட உண்மைகள்தான் எனது குரு பரமஹம்ஸ யோகானந்தரிடமிருந்து முடிவற்ற நீரோட்டமென பாய்ந்தன—வெறும் சமயக் கோட்பாடுகளோ அல்லது அறிவுரைகளோ அல்ல—ஆனால் வாழ்க்கையின் எல்லா சூழ்நிலைகளிலும் வெற்றி, ஆரோக்கியம், நிலைத்த மகிழ்ச்சி மற்றும் இறையன்பு ஆகியவற்றைக் கொணரும் பரம ஞானத்தின் செயல்முறை போதனைகளாகப் பாய்ந்தன. பரமஹம்ஸ யோகானந்தருடைய போதனைகளின் அளவும் ஆழமும் பல ஏடுகளை நிறைத்தாலும், இத்தொகுப்பில் அவருடைய நூல்கள் மற்றும் சொற்பொழிவுகள் முழுதூடாகவும் மிளிரும் தனிப்பட்ட சிற்சில சிந்தனை இரத்தினங்களை அளிப்பதில் நாங்கள் மகிழ்ச்சி அடைகின்றோம்—இவை நமது அளவற்ற அக ஆதாரங்களைப் பற்றிய மிக ஆழ்ந்த உண்மைகளாகும். ஒரு புதுப்பிக்கப்பட்ட விழிப்புணர்வைத் தூண்டுகின்ற சில ஆற்றல் மிக்க வார்த்தைகளில் இவை தெரிவிக்கப்பட்டுள்ளன. மேலும் இவை ஐயப்பாடான அல்லது நெருக்கடியான சமயங்களில் திரும்பவும் நம்பிக்கையூட்டப்பட்ட வழிகாட்டும் உணர்வை அளிக்கின்றன.

சக்தி மற்றும் உள்ளுணர்வால் அறியப்பட்ட ஞானம் ஆகிய இந்த உள்ளார்ந்த திறமைகளைத்தான், தன் பயிற்சியை நாடி வந்தவர்களிடத்தில் விழிப்பூட்டுவதற்குப் பரமஹம்ஸ யோகானந்தர் பெருமுயற்சி எடுத்தார். எங்களுடைய தனிப்பட்ட வாழ்க்கைகளிலோ அல்லது அவரது உலகளாவிய சொஸைடியின் விஷயங்களிலோ இன்னல்கள் எழுந்த பொழுது, நாங்கள் ஒரு தீர்வு காண அவரிடம் விரைவோம். இருந்தாலும்,

பெரும்பாலும் நிகழ்ந்தது என்னவெனில், நாங்கள் ஏதாவது கூறுவதற்கு எங்களுக்கு ஒரு சந்தர்ப்பம் கிடைக்குமுன்னரே, அவர் எங்களை அமர்ந்து, தியானிக்குமாறு சைகை செய்வார். அவருடைய முன்னிலையில், எங்கள் மனங்கள் அமைதியாகி, இறைவனில் மையம் கொண்டு விடும்; எங்களுடைய பிரச்சனைகளால் ஏற்பட்ட படபடப்பும், குழப்பமும் முழுமையாகக் கரைந்துவிடும். எங்களுடைய வினாக் களுக்கு அவர் விடை எதுவும் கூறாவிட்டாலும்கூட, எங்கள் கடமைகளுக்கு நாங்கள் திரும்பும் பொழுது, எங்கள் சிந்தனைகள் மிகத் தெளிவாகிவிடும். மேலும் நாங்கள் தொடர்வதற்கான சரியான வழியை எங்களுக்குள் ஏதோ ஒன்று கண்டறிந்து விட்டது என்பதை நாங்கள் தெரிந்து கொள்வோம்.

பரமஹம்ஸர் எங்களது சிந்தனைகளையும் செயல்களையும் விவேகம், தைரியம், மற்றும் விசு வாசத்துடன் வழிநடத்தத் தேவையான கோட்பாடுகளில் ஒரு திடமான அடிப்படையை அமைத்துக் கொடுத்தார். ஆனால் எங்களுக்காக எங்கள் சிந்தித்தலை அவர் செய்யவில்லை; நாங்கள் இறைவனுடன் எங்களது இணக்கத்தை ஆழமாக்குவதன் மூலம் எங்களுடைய சொந்த பகுத்தறிவை மேம்படுத்துவதை வற்புறுத்தினார். அதனால் எந்தக் குறிப்பிட்ட சந்தர்ப்பத்திலும் செயற் படுவதற்கான மிகச் சிறந்த வழியை நாங்களே உணர்ந்தறிய முடிந்தது.

என்னுடைய ஆழ்ந்த அவா என்னவெனில், ஒவ் வொரு வாசகரும், பரமஹம்ஸ யோகானந்தருடைய இந்த வார்த்தைகளின் உதாரணத்தில், தனது சொந்த வாழ்க்

கையின் சவால்கள் நிறைந்த சூழ்நிலைகளின் ஊடாக ஒரு வெற்றிகரமான பாதையை உருவாக்குவதற்கான விவேகத்தையும் மனவெழுச்சியையும் பெறுவார்கள் என்பதாகும். எல்லாவற்றுக்கும் மேலாக, இந்த உண்மைகள், இறைவனுடனான நம்முடைய உறவிலிருந்து எழுகின்ற சக்தி, ஆனந்தம் மற்றும் அன்பு ஆகிய அக ஆதாரங்களைத் தேடுவதற்கான நீடித்த ஊக்கத்தை அருளட்டும். ஏனெனில் அந்தக் கண்டுபிடிப்பில்தான் வாழ்க்கை அளிக்கக்கூடிய மிக உயர்ந்த முழுமை அடங்கியுள்ளது.

தயா மாதா

லாஸ் ஏஞ்ஜலீஸ், கலிஃபோர்னியா
டிசம்பர் 1988

முன்னுரை

“வெற்றிட வெளியாகத் தோன்றுவதில் ஒரு பேரிணைப்பு, ஒரு நிரந்தரப் பேருயிர், பிரபஞ் சத்தில் அனைத்தையும்—உயிருள்ளவை மற்றும் உயிரற்றவை—ஒன்றுசேர்க்கின்ற, அனைத்தின் ஊடாகவும் பாய்கின்ற ஒரு பேருயிர் அலை உள்ளது.”

—பரமஹம்ஸ யோகானந்தர்

உலக நாகரீகம் வளர வளர, நமது நன்னம்பிக்கைக் கான தலையாய காரணம், வாழ்க்கையின் அடிப்படை ஒருமைத்தன்மை பற்றிப் பரவலாக ஒப்புக் கொள்ளப் படுவதுதான். மனித இனத்தின் உன்னத ஆன்மீகப் பாரம்பரியங்கள் நூற்றாண்டுகளாகப் போதித்து வருவது என்னவெனில், நமது வாழ்க்கைகள் ஒரு பேரண்ட முழுமையின் அவசியமான பகுதிகள் என்பதாகும்; இன்று அவற்றுடன் நவீன தீர்க்கதரிசிகளான இயற்பியல் வல்லுனர்களும் சேர்ந்து கொண்டு, தொலைதூர நட்சத்திர மண்டலங்களையும், நம் உடலின் சின்னஞ்சிறிய செல் களையும் ஒற்றுமை எனும் கயிறு இணைக்கிறது எனப் பறைசாற்றுகின்றனர். அவர்களுடைய கண்டுபிடிப்புகள் உயிரியல், மருத்துவம், உளவியல், சுற்றுச் சூழல் இயல் மற்றும் இதரத் துறைகளுடன் இணையத் துவங்கி யிருக்கும் போது, நாம் மனித அறிவுப் புரட்சியின் விளிம் பில் ஒரு தயாரான நிலையில் நிற்பதாக நம்மைக் காண் கின்றோம்—மிகப் பரந்த, திகைக்கும்படியான முழுமை யுடைய ஒற்றுமை மற்றும் இணக்கத்தின் கணநேரக் காட்சிகளைக் கண்டு, நம்மைக் குறித்தும், நமது

உள்ளார்ந்த ஆற்றல்களைக் குறித்தும் அடிப்படையிலேயே வேறுமாதிரியான நோக்குதான் நமக்கு எஞ்சுகிறது.

நம் உலகம் இன்று ஆழ்ந்த சவால்களை எதிர்கொண்டிருக்கும் போதிலும், இந்தப் புதிய மனக்காட்சி மறுநம்பிக்கையூட்டும் ஓர் உள்ளார்ந்த உணர்வை அளிக்கிறது. நாம் ஒழுங்கற்ற குழப்பமான பிரபஞ்சத்தின் ஆதரவற்ற பலிகள் அல்ல என்பதைக் காணத் துவங்குகிறோம். உடல் மற்றும் மன நலமின்மை; அதே அளவு அச்சந்தருகிற நம் குடும்பம், சமூகம் மற்றும் பொருளாதார நிலைத்தன்மையைப் பாதிக்கும் "நலம்-இன்மை"; இப்பூவுலகிற்கே சுற்றுச் சூழல் பயமுறுத்தல்கள்—இவை அனைத்தும் பிரபஞ்சத்தின் இன்றியமையாத இணக்கம் மற்றும் ஒற்றுமையைக் குலைப்பதால் எழுகின்றன. இது தனிப்பட்ட அளவிலோ, சமுதாய அளவிலோ, தேச அளவிலோ அல்லது கிரகங்களின் தளத்திலோ இருந்தாலும் எழும். இந்தப் பிரபஞ்ச இணக்கத்துடன் நம் வாழ்க்கைகளை ஒன்று சேர்க்க நாம் கற்பதன் மூலம், நமது நல்-வாழ்வைப் பாதிக்கும் எவ்வித சவாலையும் நாம் வெற்றிகரமாக எதிர்கொள்ள இயலும்.*

* பரமஹம்ஸ யோகானந்தர் எழுதினார்: "பேரண்டத்தைத் தாங்கியுள்ள பிரபஞ்ச ஒழுங்குமுறை, மனிதனின் விதியை ஆளும் அறநெறி முறையிலிருந்து வேறுபட்டதல்ல. நவீன விஞ்ஞானம், மனித உணர்வு நிலையை பிரபஞ்ச விதிமுறைகளுடன் சமநிலையான இணக்கத்திற்குக் கொணரும் இந்தியாவின் புராதன வழிமுறைகளை வெகுவாக உறுதிப்படுத்துகிறது. இது இயற்பியலில் நோபல் பரிசு பெற்ற பேராசிரியர் ப்ரையன் டி.ஜோஸஃப்ஸன் சமீபத்தில் கூறிய விளக்கத்தில் சான்றளிக்கப்பட்டுள்ளது: "வேதாந்தம் மற்றும் சாங்கியம் [யோகத்தை நடைமுறைப் பயன்பாடாகக் கொண்டுள்ள இந்து தத்துவம்], மனம் மற்றும் எண்ண வழிமுறைகளின் விதிமுறைகளுக்கான திறவுகோலை வைத்துள்ளன. இவை நுண்துகள்

நமது யுகம், அந்த நல்வாழ்வை எய்துவதற்கான, முன்னென்றும் இல்லாதபடியான எண்ணிக்கையில் கோட்பாடுகளையும், வழிமுறைகளையும் பெற்று வந்திருக்கிறது. மருத்துவம், உளவியல் மற்றும் வேகமாக வளரத் தொடங்கியுள்ள கணக்கற்ற பரதத்துவ அணுகு முறைகள் ஆகிய அனைத்தும், தம்முடைய தனிச் சிறப்பு நோக்கிலிருந்து தீர்வுகளை அளிக்கின்றன; ஆனால் அதன் விளைவாகிய செய்திகளினுடைய பெரும் தாக்கத்தின் பெரும் பகுதி, முரண்பட்டதாகத் தோன்றுகிறது. எனவே நமக்கும் மற்றவர்களுக்கும் தொடர்ந்து உதவி புரிவதற்கான நமது முயற்சிகளை ஒருமுனைப்படுத்துவதற்கான ஒழுங்கு முறையை பகுத்துணர இயலாதபடி நம்மைப் பெரும்பாலும் தவிக்க விடுகின்றது. நாம் அதைவிடப் பெரும் நோக்கிற்காக, அதாவது நமது யுகத்தின் மிதமிஞ்சிய நிபுணத்துவத்திலிருந்து விளையும் பாரபட்சமான கருத்துக்களை இணக்கமாக்கித் தாண்டிச் செல்கின்ற ஏதோ ஒரு வழிக்காக நாம் ஏங்குவதைக் காண்கின்றோம்.

அந்தப் பெரும் நோக்கு—உலகத்தின் தலைச்சிறந்த ஆன்மீகப் பாரம்பரியங்களை நிர்மாணித்தவர்களால் கண்டுபிடிக்கப்பட்டவை மற்றும் நவீன காலங்களின் முன்னோடி விஞ்ஞானிகளால் புதிதாக அறியப்படத் துவங்கியவை—வெளிப்படுத்துவது என்னவெனில், முழு படைப்பையும் ஆளுகின்ற உலகப் பொது சித்தாந்தங்கள்தான், விஞ்ஞானம் மற்றும் மதம் ஆகிய இரண்டிற்கும் அடிப்படையாக உள்ளன என்பதாகும்.

தளத்துடன் (quantum field)—அதாவது அணு மற்றும் மூலக்கூறுகளின் தளத்தில் துகள்களின் இயக்கம் மற்றும் பகிர்வுடன்—தொடர்புடையவை.

பரமஹம்ஸ யோகானந்தர் கூறினார்: "விஞ்ஞானம் மெய்ஞ்ஞானத்தை புறத்திலிருந்து மட்டுமே காண்கிறது. ஆனால் பர தத்துவஞானி, மெய்ஞ்ஞானத்தை அகத்தி லிருந்து புறத்தே காண்கிறான். அதனால் தான் அவர்கள் மோதிக்கொள்கின்றனர். ஆனால் விஞ்ஞானத்தையும், பர தத்துவத்தையும் அறிந்து கொள்ளும் அனுபூதி அடைந்த ஆன்மாக்கள் எந்த வித்தியாசத்தையும் காண்பதே இல்லை. அவர்கள் முழுக் காட்சியையும் காண்பதால் அவர்கள் விஞ்ஞானத்திற்கும் மெய்ஞ்ஞானத்திற்கும் இடையேயான ஒப்புமையைக் காண்கிறார்கள்."

பரமஹம்ஸ யோகானந்தருடைய வாழ்நாள் பணி யானது* எங்ஙனம் நாம் ஒவ்வொருவரும் அந்த இணக் கத்தின் இலக்கை வெறும் ஏட்டறிவிலிருந்து நமது தினசரி வாழ்க்கையில் உபயோகிக்கக் கூடிய நேரடியான தனிப் பட்ட அனுபவமாக மாற்ற முடியும் என்பதைக் காட்டு வதாகும். புராதன விஞ்ஞானமாகிய தியான யோகத்தை† 1920-ல் மேலை நாடுகளுக்குக் கொண்டு சென்று, கிழக்கையும் மேற்கையும் நீடித்த ஆன்மீக அறிவுப் பந்தத்தில் இணைப்பதற்காகவும் மற்றும் ஒவ்வொரு மனிதனுக்குள்ளும் நிலவும் அமைதி, அன்பு மற்றும் ஆனந்தம் ஆகிய முடிவற்ற ஆதாரங்களைப் பற்றி உணர்வதற்காக மற்றவர்களுக்கு உதவி புரிவதற்காகவும் தனது வாழ்க்கையை அர்ப்பணித்த அவர், ஒரு ஜகத்குரு ஆவார்.

ஒளி உள்ள இடத்தினில், அவரது போதனைகளின் சில துளிகளை மட்டுமே கொண்டுள்ளது. அதனுள்

* பார்க்க "ஆசிரியரைப் பற்றி" பின்புற அட்டை உட்பக்க மடிப்பில்.

† பார்க்க சொல்லகராதியில் *யோகம்.*

அடங்கிய விஷயங்களின் பல்வகைப்பட்ட சுவைத் திறம், அவை எங்கேயிருந்து எடுக்கப்பட்டனவோ, அந்த ஆதாரங்களின் பரந்த வண்ணத் தொகுப்பை பிரதிபலிக்கின்றது: சில பகுதிகள் பொதுச் சொற்பொழிவுகள் மற்றும் வகுப்புகளிலிருந்து எடுக்கப்பட்டுள்ளன; மற்றவை சீடர்கள் மற்றும் நண்பர்களின் சிறு குழுக் களுக்கு அளித்த யதேச்சையான பேச்சுகளிலிருந்து எடுக்கப்பட்டவை; கூடுதலாகத் தேர்ந்தெடுக்கப்பட்டவை அவரது நூல்களிலிருப்பவை.

இப்புத்தகத்தில் குறிப்பிடப்பட்டுள்ள சித்தாந்தங்களின் வெகு விரிவான விளக்கம் 309 பக்கத்தில் அட்டவணைப்படுத்தப்பட்டுள்ள வெளியீடுகளில் காணக் கிடைக்கும். பரமஹம்ஸ யோகானந்தருடைய தத்துவம் மற்றும் ஆன்மீக இலட்சியங்களுடன் பரிச்சயமில்லாத வாசகர்களுக்கு, ***ஒளி உள்ள இடத்தினில்***, ஒரு பயன்படத்தக்க அறிமுகமாக விளங்கும். அந்த ஒளியின் மூலத்தை நோக்கிய அகப் பயணத்தை தொடங்கி விட்ட அந்த அனைவருக்கும் இந்தத் தொகுப்பு, ஆன்மீக அறிவுரை அடங்கிய ஒரு கையேடாக வழங்கப்படுகிறது— தினசரி வாழ்க்கைக்கான உள்நோக்கும் உள்ளெழுச்சியும் கொண்ட ஓர் அபூர்வ உதவியாதாரம்.

யோகதா சத்சங்க சொஸைடி ஆஃப் இந்தியா /
ஸெல்ஃப்-ரியலைசேஷன் ஃபெலோஷிப்

ஒளி உள்ள இடத்தினில்

அத்தியாயம் 1

நம் எல்லையற்ற உள்ளுறை ஆற்றல்

மனிதன் என்பவனின் முழுமையான இருப்பை நாம் புரிந்து கொள்ளத் துவங்கும் பொழுது, அவன் சாதாரண ஸ்தூல உயிர்ப்பொருள் அல்ல என்பதை நாம் உணர்கின்றோம். இந்த உலகத்தின் சூழ்நிலைகளுக்கேற்ப தன்னைப் பொருத்திக் கொள்ள, அவனுள் இருக்கும் அனேக சக்திகளின் உள்ளுறை ஆற்றலை பெருமள விலோ அல்லது குறைந்த அளவிலோ அவன் பயன் படுத்துகின்றான். அவற்றின் உள்ளுறை ஆற்றல் சராசரி மனிதன் நினைப்பதை விட மிகவும் வல்லமை வாய்ந்ததாகும்.

❖❖❖

ஒவ்வொரு சிறிய மின் பல்பின் வெளிச்சத்திற்குப் பின்னாலும், ஒரு மாபெரும் இயக்கும் சக்தி வாய்ந்த மின்னோட்டம் உள்ளது; ஒவ்வொரு சிறிய அலையின் கீழேயும் அனேக அலைகளாக மாறியுள்ள பரந்தகன்ற மகாசமுத்திரம் உள்ளது. மனிதர்களுடனும் இவ்வாறே தான். இறைவன், ஒவ்வொரு மனிதனையும் தன் பிரதிபிம்பமாகப் படைத்து,* ஒவ்வொருவருக்கும் சுதந் திரத்தையும் அளித்தான். ஆனால் நீங்கள் உங்களுடைய இருப்பின் மூலாதாரத்தையும், உங்களுடைய ஓர் உள் ளார்ந்த அம்சமான இறைவனின் ஈடில்லா சக்தியையும்

* *ஆதியாகமம்* (1: 27, பைபிள்).

மறந்து விடுகிறீர்கள். இவ்வுலகின் சாத்தியக்கூறுகள் எல்லையற்றவை; மனித வளர்ச்சியின் சாத்தியங்களும் எல்லையற்றவை.

❖ ❖ ❖

ஒவ்வொரு மனிதனும் மிக உயர்ந்த, பரந்தகன்ற பரம்பொருளின் ஒரு வெளிப்பாடு. நீங்கள் பரம் பொருளின் உருவெளிப்பாடாக இருப்பதால், நீங்கள் உங்களுடைய எல்லையற்ற உள்ளுறை ஆற்றல்களை வெளிப்படுத்துவதற்கான ஒரு முயற்சியை எடுக்க வேண்டும்.

❖ ❖ ❖

நீங்கள் என்னவாக இருக்கிறீர்களோ, அது நீங்கள் எப்பொழுதும் மிகவும் ஏங்கிய எதையும் விட அல்லது எவரையும் விட மிக உயர்ந்ததாகும். இறைவன் உங்களில் தன்னை வெளிப்படுத்தியுள்ள முறையில் வேறு எந்த மனிதனிலும் வெளிப்படுத்தவில்லை, உங்கள் முகம், மற்ற எவருடையதையும் போன்று இல்லை, உங்கள் ஆன்மா மற்ற எவருடையதையும் போன்று இல்லை, நீங்கள் உங்களுக்கே நிறைவுற்றவராய் இருக்கிறீர்கள்; ஏனெனில் எல்லாவற்றையும் விட மகத்தான பொக்கிஷமாக உங்கள் ஆன்மாவினுள் உறைவது—இறைவன்.

❖ ❖ ❖

எல்லாவற்றையும் தாங்கி நிற்கும் பரம்பொருளின் ஒரு பொறியான அழிவற்ற ஆன்மா இந்த தேகத்தினுள் உள்ளது என்று எல்லா பெரிய மகான்களும் பறைச் சாற்றுகின்றனர்.

❖ ❖ ❖

எங்கிருந்து நமது உண்மையான தனித்துவம் பெறப் படுகின்றது? அது இறைவனிடமிருந்து வருகிறது. அவன் முழுமையான பேருணர்வுநிலை, முழுமையான பேரிருப்பு மற்றும் முழுமையான பேரானந்தம்....அகத் துள் ஒருமுகப்படுவதன் மூலம், நீங்கள் உங்களுடைய ஆன்மாவின் தெய்வீக ஆனந்தத்தை அகத்தினுள்ளும், மேலும் புறத்திலும் கூட நேரடியாக உணர முடியும். அந்த உணர்வு நிலையில் உங்களை நீங்கள் நிலைநிறுத்திக் கொள்ள முடியுமானால், உங்களது வெளிப்புற சிறப்பி யல்பு விருத்தியடைந்து அனைத்து ஜீவன்களையும் கவரும் வண்ணம் மாறும். ஆன்மாவானது இறைவனது பிரதிபிம்பத்தில் உருவாக்கப்பட்டுள்ளது மற்றும் நாம் ஆன்ம விழிப்புணர்வில் நிலைபெறும் பொழுது, நமது தனித்துவம் அவனது நற்குணங்களையும் அழகையும் பிரதிபலிக்கத் தொடங்குகிறது. அதுதான் உங்களுடைய உண்மையான தனித்துவம். நீங்கள் வெளிக்காட்டும் வேறு எந்த குணாதிசயங்களும் கிட்டத்தட்ட ஒட்ட வைத்தவையே—அவை உங்களது உண்மையான "நீங்கள்" அல்ல.

❖❖❖

உங்களையே ஆராய்ந்து பாருங்கள்: உங்களுக் குள்ளேயே உள்ள ஏதோ ஒன்று உங்கள் வாழ்க்கையில் விட்டுப்போன "வேறு ஏதோ ஒன்றை" தேடுவதற்கு உங்களை எப்பொழுதுமே தூண்டிக் கொண்டிருக்கிறது. எல்லா மனிதர்களுடைய அகத்தினுள்ளேயும் சாதனைக் கான ஓர் ஆழ-பதிந்துள்ள தேவை உள்ளது. ஏன்? ஏனெனில் நாம் பரமபிதாவின் நெஞ்சகத்திலிருந்து வீழ்ந்துவிட்டுள்ளோம். இறைவனில் உள்ள நமது

சாசுவத இல்லத்திலிருந்து விலகி அலைந்துவிட்டோம், மேலும் அந்த இழந்த பரிபூரணத்தை மீண்டும் பெற ஏங்குகின்றோம்.

❖❖❖

ஆன்மா முற்றிலும் முழுமையானது, ஆனால் உடலுடன் அது அகந்தை* யாக அடையாளம் காணப் படும் பொழுது, அதன் தோற்றம் மனிதக் குறைபாடு களால் சிதைவுபடுகிறது....யோகம் நம்மிடத்திலும், மற்ற வர்களிடத்திலும் உள்ள தெய்வீகத் தன்மையை அறிந்து கொள்ள நமக்குக் கற்பிக்கின்றது. யோக தியானத்தின் மூலம் நாம் தெய்வங்களே† என்பதை நம்மால் அறிந்து கொள்ள முடியும்.

❖❖❖

நீர் சலசலக்கும் பொழுது சந்திரனின் பிரதிபலிப்பை தெளிவாக அதில் காணமுடியாது. ஆனால் நீரின் மேற் பரப்பு சலனமற்று இருக்கும் பொழுது சந்திரனின் முழுமையான பிரதிபலிப்பு தெளிவாகக் காணப்படு கின்றது. இதுபோலவேதான் மனத்துடனும்: அது அசை வின்றி அமைதியாக இருக்கும் பொழுது ஆன்மாவின் சந்திரன் போன்ற முகம் தெளிவாகப் பிரதிபலிப்பதை நீங்கள் காண்கின்றீர்கள். ஆன்மாக்கள் என்ற முறையில் நாம் இறைவனின் பிரதிபலிப்புகள் ஆவோம். மனமெனும்

* பார்க்க சொல்லகராதியில் *அகந்தை.*

† "நீங்கள் தேவர்கள் என்றும், நீங்களெல்லோரும் உன்னதமானவரின் மக்கள் என்றும் நான் சொல்லியிருந்தேன்" *(சங்கீதம்* 82:6, பைபிள்). "தேவர்களாயிருக்கிறீர்கள் என்று நான் சொன்னேன் என்பதாய் உங்கள் வேதத்தில் எழுதியிருக்கவில்லையா?" *(யோவான்* 10:34, பைபிள்).

தடாகத்தில் அமைதியற்ற எண்ணங்களைத் தியான உத்திகளால்* நாம் உள்ளிழுத்துக் கொள்ளும்பொழுது நமது ஆன்மாவை, பரமாத்மாவின் ஒரு பூரண பிரதிபலிப்பை நாம் காண்கின்றோம். மேலும் ஆன்மாவும் இறைவனும் ஒன்றென்பதை உணர்கின்றோம்.

❖❖❖

ஆன்ம–அனுபூதி† என்பது—உடலிலும், மனத்திலும் மற்றும் ஆன்மாவிலும்—இறைவனின் எங்கும் நிறைந் திருக்கும் தன்மையுடன் நாம் ஒன்றுபட்டவர் என்றும், அது நம்மிடம் வருவதற்கு நாம் பிரார்த்தனை செய்ய வேண்டியதில்லை என்றும், நாம் எல்லா நேரங்களிலும் வெறுமனே அதன் அருகாமையில் இருப்பது மட்டு மல்லாமல், இறைவனது எங்கும் நிறைந்த தன்மையே நம்முடைய எங்கும் நிறைந்த தன்மை ஆகும் என்றும், நாம் அவனுடைய ஓர் அம்சமாக இப்பொழுது இருப்பது போலவே எப்பொழுதும் இருப்போம் என்றும்—உணர்ந்து கொள்வதே ஆகும். நமது அறிதலை செம்மைப்படுத்திக் கொள்வதே நாம் செய்ய வேண்டிய அனைத்துமாகும்.

❖❖❖

* "நீங்கள் சும்மாயிருந்து, நானே தேவன் என்று அறிந்து கொள்ளுங்கள்" (*சங்கீதம்* 46:10, பைபிள்). ஒருவரது உணர்வுநிலையை அமைதிப்படுத்தி, உள்முகமாகச் செலுத்தி, இறைவனின் இருப்பை அகத்துள் கண்டுணர ஏதுவாக்கும் யோக தியானத்தின் விஞ்ஞானரீதியான உத்திகள், பரமஹம்ஸ யோகானந்தரால் *யோகதா சத்சங்கப் பாடங்களில்* போதிக் கப்படுகின்றன. இவை அவரது வகுப்புகள் மற்றும் சொற்பொழி வுகளிலிருந்து தொகுக்கப்பட்டு வீட்டிலிருந்தே படிக்கக்கூடிய விரிவான பாடத் தொகுப்பாகும் மற்றும் இது யோகதா சத்சங்க சொஸைடி ஆஃப் இந்தியா—விடமிருந்து கிடைக்கப்பெறும்.

† பார்க்க சொல்லகராதியில் *ஆன்மா.*

உங்களது கவனத்தை உள்ளுக்குள்* குவியுங்கள். உடலிலும், மனத்திலும், ஆன்மாவிலும்—ஒரு புதிய சக்தி, ஒரு புதிய வலிமை, ஒரு புதிய அமைதியை நீங்கள் உணர்வீர்கள்....இறைவனுடன் தொடர்பு கொள்வதன் மூலம் உங்களது தகுதியை ஓர் அழிகின்ற மனிதனிலிருந்து ஓர் அழிவற்ற மனிதனாக நீங்கள் மாற்றுகிறீர்கள். நீங்கள் இதைச் செய்யும் பொழுது, உங்களை வரம்பிற்குட்படுத்தும் அனைத்துத் தளைகளும் உடைத்தெறியப்படும்.

❖ ❖ ❖

உங்களுக்குள் சக்தி-சுரங்கங்கள் கண்டுபிடிக்கப் படாமல் கிடக்கின்றன. நீங்கள் புரியும் அனைத்துச் செயல்களிலும் உங்களுக்குத் தெரியாமலேயே இந்த சக்தியைப் பயன்படுத்தி, நீங்கள் ஒரு சில பயன்களை அடைகின்றீர்கள்; ஆனால் உங்களுக்குள் இருக்கும் சக்திகளை எவ்வாறு உணர்வுப்பூர்வமாகக் கட்டுப்படுத்திப் பயன்படுத்துவது என்பதை நீங்கள் கற்றுக் கொண்டால், உங்களால் மேலும் அதிகமாகச் சாதிக்க முடியும்.

❖ ❖ ❖

இந்த உலகத்தில் சில மனிதர்களே உடல், மனம் மற்றும் ஆன்மா ஆகியவற்றின் உள்ளுறை ஆற்றலை மேம்படுத்துவதற்கு உணர்வுபூர்வமாக முயற்சி செய்கின் றனர். மற்றவர்கள் கடந்த காலத்தின் சூழ்நிலைகளுக்குப் பலியாகி விடுகின்றனர். அவர்கள் “நான் ஓர் அமைதியற்ற

* “இதோ இங்கே! என்றும், அதோ அங்கே! என்றும் சொல்லப்படுகிறதற்கும் ஏதுவிராது; இதோ தேவனுடைய இராஜ்ஜியம் உங்களுக்குள் இருக்கிறதே என்றார்” (*லூக்கா*, 17 : 21, பைபிள்).

மனிதன்” அல்லது “நான் பலவீனமானவன்” அல்லது “நான் ஒரு பாவி” என்றெல்லாம் மட்டுமே ஞாபகத்தில் வைத்துக் கொண்டு, கடந்தகால தவறான பழக்கங்களால் உந்தப்பட்டு, அவற்றினுடைய தாக்கத்திற்கு நிராதரவாக தாழ்ந்து, சிரமப்பட்டுக் கொண்டே இருக்கின்றனர்.

விவேகம் என்னும் வாளைக் கொண்டு நம்முடைய அடிமைத்தளைகளை வெட்டுவதோ அல்லது கட்டுண்ட நிலையிலேயே கிடப்பதோ நம் ஒவ்வொருவர் கையிலேயே உள்ளது.

❖❖❖

வாழ்க்கையின் மனமயக்கங்களில் ஒன்று, சகாயமற்று வாழ்வதைத் தொடர்வதாகும். “இதனால் எந்தப் பயனும் இல்லை,” என்று நீங்கள் சொல்கின்ற உடனேயே அது அவ்வாறே ஆகிவிடுகிறது....நீங்கள் விரும்பும் பொழுது உங்களால் மாற முடியாது என எண்ணுவது மனப்பிரமை ஆகும்.

❖❖❖

நமது சிறிய மனங்கள் இறைவனது சர்வ வல்லமை வாய்ந்த மனத்தின் அம்சமாகும். நமது உணர்வுநிலை எனும் அலையின் அடியில் இறைவனின் உணர்வுநிலை எனும் எல்லையற்ற பெருங்கடல் உள்ளது. அலையானது, தான் பெருங்கடலின் ஒரு பாகமே என்பதை மறந்து விடுவதால்தான், அந்தப் பெருங்கடல் சக்தியினின்று அது தனிப்படுத்தப்பட்டு விடுகிறது. இதன் விளைவாக, நம்முடைய மனங்கள், நம் சோதனைகள் மற்றும் வெளி உலக வரம்புகளால் பலவீனமடைந்துள்ளன. நமது மனம் அதன் செயலை நிறுத்தி விட்டது. நீங்கள் அதன் மீது

சுமத்தியிருக்கும் வரம்புகளை நீக்கி விடுகிற பொழுது அதனால் எவ்வளவு அதிகம் சாதிக்க முடியும் என்பதை அறிந்து நீங்கள் ஆச்சரியமடைவீர்கள்.

❖❖❖

"இயல்வதற்கும் மேலாக முயல வேண்டாம்," என்ற பழமொழிக்கேற்ப உங்களுடைய திறமையை ஏன் வரம்பிற்குட்படுத்துகின்றீர்கள்? நான் நம்புவது என்ன வெனில் உங்களால் இயன்ற அளவிற்கும் மேல் அதிகமாக முயற்சியை மேற்கொள்ள வேண்டும், அதை செய்து முடிக்கவும் வேண்டும்!

❖❖❖

மனம் மீள்சக்தி கொண்ட (இலாஸ்டிக்) பட்டை போன்றது. எவ்வளவு அதிகமாக நீங்கள் அதை இழுக்கின்றீர்களோ, அவ்வளவு அதிகமாக அது நீளுகின்றது. மன-மீள் சக்தி எப்பொழுதுமே உடையாது. வரம்புகளை நீங்கள் உணரும் ஒவ்வொரு நேரமும் கண்களை மூடிக்கொண்டு, "நான் எல்லையற்றவன்" என்று உங்களுக்கே சொல்லிக் கொள்ளுங்கள். அப்பொழுது நீங்கள் எவ்வளவு சக்தியைப் பெற்றிருக்கின்றீர்கள் என்பதைக் காண்பீர்கள்.

❖❖❖

என்னிடம் நீங்கள் இதையோ அல்லது அதையோ உங்களால் செய்ய முடியாது என்று கூறும்பொழுது, நான் அதை நம்புவதில்லை. நீங்கள் செய்ய வேண்டுமென்று உங்கள் மனத்தில் தீர்மானித்து விடுகின்ற எதையும், உங்களால் செய்ய முடியும். இறைவன்தான் எல்லாவற்றின் ஒட்டுமொத்த கூட்டுத்தொகை மற்றும் அவனுடைய பிரதிபிம்பம் உங்களுக்குள் உள்ளது. அவனால் எதையும்

செய்ய முடியும்; ஆகவே நீங்களும் உங்களை அவனுடைய வற்றாத இயல்புடன் அடையாளப்படுத்திக் கொள்வதற்கு கற்றுக் கொண்டால், உங்களாலும் அதே போல் செய்ய இயலும்.

❖❖❖

உங்களை ஒரு பலவீனமான அழியும் மனிதனாகக் காணாதீர்கள். நம்ப முடியாத அளவிற்கு உங்கள் மூளைக்குள் சக்தி மறைந்துள்ளது; சிகாகோ நகரையே இரண்டு நாட்களுக்கு இயக்குவதற்கு ஒரு கிராம் சதையில் உள்ள ஆற்றலே போதுமானது.* ஆனால் நீங்களோ சோர்வாய் இருக்கின்றீர்கள் என்று கூறுகிறீர்களே?

❖❖❖

திடப்பொருட்களில் அடைக்கப்பட்ட சக்தி தேவதைகளாக இறைவன் நம்மை படைத்துள்ளான்—அதாவது ஊனுடலாகிய ஸ்தூல பல்பின் வழியாக மின்னுகின்ற உயிரோட்டங்கள். ஆனால் பலவீனமானதும் வலுவற்றதுமான தேக பல்பின் மீது கவனம் செலுத்துவதன் மூலம், மாறும் இயல்புடைய ஊனுடம்பினுள் உள்ள சாசுவதமான உயிர்ச் சக்தியின் அழிவற்ற மற்றும் அழிக்கப்பட முடியாத குணங்களை எவ்வாறு உணர்வது என்பதை நாம் மறந்து போய் விட்டோம்.

❖❖❖

நீங்கள் உடலோ அல்லது மனமோ இல்லை என்று

* நவீன இயற்பியல் விஞ்ஞானிகள், சடப்பொருள் மற்றும் சக்தி ஆகியவற்றின் சம மதிப்பை நிரூபணம் செய்வதற்கு பல நூற்றாண்டுகளுக்கு முன்னரே, பாரதத்தின் ரிஷிகள் ஒவ்வொரு ஸ்தூலப் பொருளும் சக்தியின் படிவங்களாகக் குறைக்கப்பட முடியும் என அறிவித்தனர். பார்க்க சொல்லகராதியில் *பிராணன்.*

அறிந்து கொண்டு, இவ்வுலக உணர்வு நிலைக்கு அப்பால் செல்லும் பொழுது, ஆனால் அதே சமயம் நீங்கள் முன்பு எப்பொழுதும் உணர்ந்திராத அளவிற்கு உங்கள் உள்ளிருப்பினை அறிந்திருக்கின்றீர்கள் என்றால்—அந்த தெய்வீக உணர்வுநிலை எதுவோ அதுதான் நீங்கள். இந்தப் பிரபஞ்சத்தில் உள்ள ஒவ்வொரு பொருளும் எதில் வேரூன்றப்பட்டுள்ளதோ அதுவே நீங்கள்.

❖❖❖

நீங்கள் அனைவரும் தெய்வங்கள், இதை மட்டும் நீங்கள் அறிந்திருந்தால். உங்களுடைய உணர்வுநிலை யாகிய அலைக்குப் பின்னால் இறைவனின் இருப்பாகிய கடல் உள்ளது. நீங்கள் அகத்தே நோக்க வேண்டும். பலவீனங்களோடு கூடிய உடலாகிய சிறு அலையின் மீது கவனம் செலுத்தாதீர்கள்; அதற்குக் கீழே நோக்குங்கள்.... உடல் மற்றும் அதன் அனுபவங்களிலிருந்து உங்கள் உணர்வுநிலையை மேலே உயர்த்தும் பொழுது நட்சத் திரங்களுக்கு ஒளியூட்டுகின்ற, மேலும் காற்று மற்றும் சூறாவளிகளுக்கு வலிமையை அளிக்கின்ற பேரானந்தம் மற்றும் பேரின்பத்துடன் நிறைந்துள்ள அந்தப் பிர தேசத்தை [உங்கள் உணர்வுநிலையினுடையது] நீங்கள் காண்பீர்கள். இறைவன்தான் நமது அனைத்து ஆனந் தங்களுக்கும் இயற்கையில் உள்ள அனைத்து வெளிப் பாடுகளுக்கும் பேராதாரம் ஆவான்....

அறியாமை இருளிலிருந்து உங்களை விழித்தெழச் செய்யுங்கள். மாயை* யின் உறக்கத்தில் உங்கள் கண்களை

* பார்க்க சொல்லகராதியில் *மாயை.*

மூடிவிட்டிருக்கின்றீர்கள். விழித்தெழுங்கள்! உங்கள் கண்களைத் திறவுங்கள்; இறைவனது மகிமையை—அனைத்துப் பொருட்களின் மீதும் பரவிக் கொண்டிருக்கும் பரந்த காட்சியான இறையொளியை நீங்கள் தரிசிப்பீர்கள். தெய்வீக யதார்த்தவாதிகளாக இருங்கள் என உங்களிடம் நான் கூறுகின்றேன், மேலும் அதனால் நீங்கள் அனைத்து கேள்விகளுக்கான பதிலை இறைவனிடத்தில் பெறுவீர்கள்.

உறுதிமொழிகள்*

நான் நிரந்தர ஒளியில் மூழ்கி இருக்கின்றேன். அது எனது இருப்பின் ஒவ்வொரு துகளையும் ஊடுருவியுள்ளது. நான் அந்த ஒளியில் வாழ்ந்து கொண்டிருக்கின்றேன். தெய்வீகப் பரம்பொருள் என்னை உள்ளும் புறமும் நிரப்புகின்றது.

❖❖❖

எந்தையே, உனது பரந்தகன்ற மகா சமுத்திரத்தில் நான் இணைவதற்கு எனது வாழ்க்கையின் சின்னஞ்சிறு அலைகளின் எல்லைகளை உடைத்தெறிவாயாக.

* உறுதிமொழிகளைப் பயன்படுத்துவதற்கு அறிவுரைகள் 54ff பக்கத்தில் கொடுக்கப்பட்டுள்ளன.

அத்தியாயம் 2

இன்னல் காலங்களில் துணிவு

இறைவன் நம்மை சோதிக்கவும், நம்முள் புதைந்து கிடக்கும் ஆன்ம அழிவின்மையை வெளிக் கொணரவும் மட்டுமே எல்லாவற்றையும் சிருஷ்டித்துள்ளான். அதுதான் வாழ்க்கையின் சாகசம், வாழ்க்கையின் ஒரே நோக்கம். ஒவ்வொருவருடைய சாகசமும் வெவ் வேறானது, தனித்தன்மை உடையது. ஆரோக்கிய, மன மற்றும் ஆன்ம பிரச்சனைகளை பொது அறிவு வழி முறைகள் மூலமும், இறை நம்பிக்கையுடனும், வாழ்விலோ அல்லது மரணத்திலோ உங்கள் ஆன்மா வெல்லப்படாதது என்பதை அறிந்த வண்ணம் எதிர்கொள்ள தயாராக இருக்க வேண்டும்.

❖❖❖

வாழ்க்கை உங்களைத் தோற்கடித்து வீழ்த்த ஒரு போதும் அனுமதிக்காதீர்கள். வாழ்க்கையைத் தோற் கடியுங்கள்! உங்களிடம் வலிமையான இச்சா சக்தி இருந்தால், உங்களால் எல்லா கஷ்டங்களையும் வெற்றிக் கொள்ள முடியும். சோதனைகளின் மத்தியிலும், "அபா யமும் நானும் ஒன்றாகப் பிறந்துள்ளோம். நான் அபாயத்தைவிட அதிக அபாயமானவன்!" என உறுதி படுத்திக் கூறுங்கள். இது எப்பொழுதும் நீங்கள் ஞாபகத் தில் வைத்துக்கொள்ள வேண்டிய ஓர் உண்மை ஆகும்; அதைக் கையாளுங்கள். அது பலனளிப்பதை நீங்கள் காண்பீர்கள். கெஞ்சுகின்ற ஒரு மனிதப் பிறவியாக நடந்து கொள்ளாதீர்கள். நீங்கள் இறைவனின் ஒரு குழந்தை!

❖❖❖

அனேகர் வாழ்க்கையில் ஏற்படும் பல பிரச்சனைகளைக் கண்டு அஞ்சுகின்றனர். நான் அவற்றைக் கண்டு ஒருபோதும் அஞ்சியதில்லை; ஏனெனில் நான் எப்போதும் பிரார்த்திப்பது: "இறைவா, உனது சக்தி என்னுள் அதிகரிக்கட்டும். உனது உதவியுடன் எனது கஷ்டங்களை என்னால் எப்பொழுதும் வெல்ல முடியும் என்ற ஆக்கப்பூர்வமான உணர்வுநிலையில் என்னை வைத்திருக்கவும்."

❖ ❖ ❖

நீங்கள் இறைவனின் பிரதிபிம்பத்தில் உருவாக்கப் பட்டிருப்பதால், உங்கள் சோதனைகள், அவற்றை வெற்றிக் கொள்ளும் உங்கள் தெய்வீகத் தன்மையை விட அதிகக் கடுமையானவை என நம்புவது, ஒரு பொய்ம்மையை நம்புவதாகும். நினைவில் கொள்ளுங்கள், உங்களுக்கு நேரும் சோதனைகள் என்னவாக இருந்தாலும் சரி, நீங்கள் போராடுவதற்கு வேண்டிய வலிமை இல்லாதவர்கள் அல்ல. இறைவன் உங்களால் தாங்க முடிவதைவிட அதிகமான சபலத்திற்கு உங்களை ஆளாக்க மாட்டான்.

❖ ❖ ❖

உங்களால் கற்பனை செய்ய முடிவதைவிட அதிகமாக புனிதர் ஃபிரான்சிஸ் இன்னல்களைப் பெற்றிருந்தார். ஆனால் அவர் மனம் தளரவில்லை. தனது மன வலிமையால் ஒன்றன்பின் ஒன்றாக அவர் அத்தடைகளை வென்று, பேரண்டத் தலைவனுடன் இரண்டறக் கலந்தார். நீங்கள் ஏன் அத்தகைய மன உறுதியைக் கொண்டிருக்கக் கூடாது?

❖ ❖ ❖

உங்களுக்கு நேரும் ஒவ்வொரு சோதனையையும்,

உங்களைச் செம்மைப் படுத்துவதற்கான ஒரு வாய்ப் பாகப் பயன்படுத்திக் கொள்ளுங்கள். வாழ்க்கையின் இன்னல்களையும், சோதனைகளையும் அனுபவிக்கும் பொழுது பொதுவாக நீங்கள், "எனக்கு ஏன் இவ்வாறு நேர வேண்டும்?" என்று எதிர்க்கக் கூடியவர்களாகிறீர்கள். மாறாக, ஒவ்வொரு சோதனையையும் உங்கள் உணர்வு நிலை என்னும் மண்ணைத் தோண்டி உள்ளுக்குள் புதைந்திருக்கும் ஆன்மீக சக்தியாகிய ஊற்றை வெளிக் கொணரும் கோடாரியாக எண்ணுங்கள். இறைக் குழந்தை யாக, இறைவனின் பிரதிபிம்பத்தில் உருவாக்கப்பட்ட உங்களுக்குள் மறைந்திருக்கும் சக்தியை, ஒவ்வொரு சோதனையும் வெளிக் கொணர வேண்டும்.

❖ ❖ ❖

சிக்கல்களிலிருந்து விலகி ஓடுவது மிகவும் சுலபமான தீர்வாகத் தெரியலாம். ஆனால் ஒரு பலமான எதிரியோடு மல்யுத்தம் செய்யும் போதுதான், நீங்கள் வலிமை பெறுகிறீர்கள். இன்னல்கள் இல்லாதவர் வளர்ச்சி அடைவதில்லை.

❖ ❖ ❖

பிரச்சனைகள் இல்லாத ஒரு வாழ்க்கை, வாழ்க்கையே அல்ல—நம்மை செம்மைப்படுத்திக் கொள்வதற்காகவும் மற்றும் நமது உள்ளார்ந்த ஆற்றலை மேம்படுத்திக் கொள்வதற்குமான தூண்டும் சக்தியே இல்லாமல்.

❖ ❖ ❖

தன்னை வென்றவனாக இருப்பதென்பது — உங்களது எல்லைக்குட்படுத்தப்பட்டுள்ள உணர்வுநிலையை வென்று, உங்களுடைய ஆன்மீக ஆற்றல்களை வரையறை யின்றி விரிவாக்கி உண்மையிலேயே வெற்றியாளனாக

இருப்பதாகும். நீங்கள் எவ்வளவு தொலைவு செல்ல விழைகின்றீர்களோ அவ்வளவு தொலைவு அனைத்து வரையறைகளையும் கடந்து, ஓர் ஒப்புயர்வற்ற வெற்றி கரமான வாழ்க்கையை வாழ முடியும்.

உங்களை அடைத்து வைத்திருக்கும் அறியாமை யெனும் மனச் சிறையைத் தகர்த்துக் கொண்டு வெளிவாருங்கள். மாற்றுவழியில் சிந்தியுங்கள்.

❖ ❖ ❖

விவேகத்தின் எண்ண-வாளைக் கொண்டு, உங்களைப் பிணைக்கும் எண்ண-தளைகளை அழித்துவிடுங்கள். வாழ்க்கை ஒரு போர் ஆகும், நீங்கள் அதை வெற்றிக்கொள்ள போரிட வேண்டும்....நீங்கள் ஒரு தெய்வம் என நினைப்பதிலிருந்து உங்களை எவர் தடுக்க முடியும்? எவருமில்லை. நீங்களேதான் உங்களுடைய ஒரே தடைக்கல்.

❖ ❖ ❖

நீடித்த மகிழ்ச்சியைக் காண வேண்டுமெனில் நீங்கள் ஓர் அழியும் மனிதன் என எண்ணுவதை நிறுத்த வேண்டும். இந்த உண்மையை உங்களுடைய தினசரி வாழ்வில் பயிற்சி செய்யுங்கள்.

❖ ❖ ❖

அகத்திலிருந்து ஒரு புன்னகையுடன் உலகத்தினிடம் புன்னகை புரியுங்கள்....விரும்பிய மாத்திரத்தில் மகிழ்ச்சியாக இருக்கவும், அகத்தே அந்த மகிழ்ச்சியை, என்ன நேர்ந்தாலும் சரி, பற்றிக் கொண்டிருக்கவும் கற்றுக் கொள்ளுங்கள். சிலர் தங்களுக்கு நேரும் சோதனை களினால் முற்றிலும் நசுக்கப்பட்டு விடுகிறார்கள்; மற்ற

வர்கள் தங்களுடைய இன்னல்களையும் பொருட் படுத்தாமல் புன்னகை புரிகின்றனர். வெல்ல முடியாத ஆர்வம் உள்ளவர்கள் எவரோ அவர்கள்தான் வாழ்க்கையில் உண்மையான வெற்றியாளர்கள்.

❖❖❖

எனது சோதனைகள் மிகவும் அதிகமாகும் பொழுது நான் முதலில் எனக்குள்ளேயே புரிந்து கொள்ளுதலை நாடுவேன். நான் சூழ்நிலைகளைக் குறைகூறுவதில்லை அல்லது மற்ற எவரையும் திருத்த முயல்வதில்லை. நான் முதலில் எனக்குள்ளே செல்கின்றேன். ஆன்மாவின் சர்வ-வல்லமையும், சர்வ-ஞானமும் கூடிய வெளிப் பாட்டைத் தடைசெய்யும் எதையும் களைவதற்காக, என் ஆன்மாவாகிய கோட்டையை சுத்தம் செய்ய நான் முயல்கின்றேன். அதுவே வெற்றிகரமாக வாழும் வழி யாகும்.

❖❖❖

தொல்லைகளும் நோயும் நமக்கான ஒரு படிப் பினையைக் கொண்டுள்ளன. நமது வேதனை நிறைந்த அனுபவங்கள் நம்மை அழிப்பதற்காக அன்று, மாறாக அவை நமது மாசு முழுவதையும் எரிப்பதற்கும், பெருவீட்டிற்குத் திரும்புவதற்கு நம்மை துரிதப்படுத்து வதற்குமாகும். நமது விடுதலைக்கு இறைவனைத் தவிர வேறு எவரும் அதிக அக்கறை காட்டுபவர் இல்லை.

❖❖❖

நமக்கும் இறைவனுக்குமிடையே மாயையாகிய புகை மூட்டம் படர்ந்திருக்கின்றது. மேலும் நாம் அவனைக் காண முடிவதில்லை என்பது குறித்து அவன் வருந்துகிறான்.

குண்டுவெடிப்புகள், பயங்கரமான நோய்கள் மற்றும் தீய பழக்கங்களாலான வாழ்க்கைமுறை ஆகியவற்றால் நேரும் இறப்பினால் இவ்வளவு அதிகமாக தன் குழந் தைகள் துன்புறுவதைக் கண்டு அவன் மகிழ்ச்சியோடு இல்லை. அவன் நம்மை நேசிப்பதாலும், நம்மைத் திரும்பப் பெறவேண்டுமென விரும்புவதாலும், அவன் இதனைப் பற்றி வருந்துகிறான். நீங்கள் மட்டும் இரவில் தியானம் செய்ய முயற்சி மேற்கொண்டு அவனுடன் இருந்தால்! அவன் உங்களைப் பற்றி மிக அதிகமாக சிந்திக்கிறான். நீங்கள் கைவிடப்படவில்லை. உங்கள் ஆன்மாவைக் கைவிட்டு விட்டது நீங்களேதான்.

❖❖❖

வாழ்க்கையின் அனுபவங்களை உங்களுடைய ஆசானாக நீங்கள் பயன்படுத்தி, உலகத்தின் நிஜமான இயல்பையும் அதில் உங்களது பங்கையும், அவற்றி லிருந்து கற்கும் பொழுது அவ்வனுபவங்கள் நிரந்தர முழு நிறைவிற்கும், மகிழ்ச்சிக்கும் பெருமதிப்பு வாய்ந்த வழிகாட்டிகளாக அமையும்.

❖❖❖

ஒரு விதத்தில் துன்பமானது உங்களுடைய மிகச் சிறந்த நண்பனாகும், ஏனெனில் நீங்கள் இறைவனைத் தேடுவதை அது தூண்டுகிறது. உலகின் பூரணமற்ற தன்மையை நீங்கள் தெளிவாகக் காணத் துவங்கும் பொழுது, நீங்கள் இறைவனின் பூரணத்துவத்தைத் தேடத் துவங்குவீர்கள். உண்மை என்னவெனில் இறைவன் தீமையைப் பயன்படுத்துவது நம்மை அழிப்பதற்காக அல்ல; மாறாக அவனது பொம்மைகளிடம், இவ்வுலக விளையாட்டுப் பொருட்களிடம் உள்ள மன மயக்கத்தி

லிருந்து நம்மை விடுபடச் செய்வதின் மூலம் நாம் அவனைத் தேடக்கூடும் என்பதற்காகும்.

❖❖❖

துயரம், சீராட்டுவதற்காக நீட்டப்பட்ட தெய்வத் தாயின்* திருக்கரத்தின் நிழலே. அதை மறவாதீர்கள். சில நேரங்களில் பேரன்னை, உங்களைச் சீராட்டப் போகும் பொழுது, அவளது திருக்கரம் உங்களைத் தொடுவதற்கு முன்பாக ஒரு நிழல் உண்டாகிறது. எனவே துன்பம் வரும்போது அவள் உங்களைத் தண்டிக்கிறாள் என்று நினைக்காதீர்கள்; உங்களைத் தன்னருகில் கொண்டு செல்வதற்காக அவளது திருக்கரம் நீட்டப்படும் பொழுது, உங்கள் மீது சில அருளாசிகளைக் கொண்ட நிழல் விழுகிறது.

❖❖❖

துன்பத்தின் வாயிலாக விரைவாகவும், விருப்பத் துடனும் கற்க விரும்புபவர்களுக்கு, அது ஒரு சிறந்த ஆசான் ஆகும். ஆனால் எதிர்ப்பவர்களுக்கும் ஆத்திரம் அடைபவர்களுக்கும் அது ஒரு கொடுங்கோலனாகி விடும். துன்பம் நமக்குப் பெரும்பாலும் எல்லாவற்றை யும் கற்பிக்க முடியும். அதன் பாடங்கள் பகுத்தறிவு, சுயக்கட்டுப்பாடு, பற்றின்மை, ஒழுக்க நெறி மற்றும்

* பாரத சாத்திரங்கள், இறைவன் உருவம் மற்றும் அருவமானவன், எங்கும் நிறைந்தவன் மற்றும் எல்லை கடந்தவன் எனப் போதிக்கின்றன. மேலை நாட்டு சாதகர்கள் இறைவனை, அவனுடைய தனிப்பட்ட அம்சத்தில் பாரம்பரியமாக பரம பிதாவாக உறவு கொண்டாடினர். பாரதத்தில் இறை வன் ஓர் அன்பான, கருணைமயமான பிரபஞ்ச அன்னை என்ற கருத்து பரந்த அளவில் ஏற்றுக் கொள்ளப்பட்டுள்ளது. பார்க்க சொல்லகராதியில் *தெய்வத் தாய்.*

அறிவெல்லை கடந்த ஆன்மீக உணர்வுநிலை ஆகிய வற்றை வளர்த்துக் கொள்ள நம்மைத் தூண்டுகிறது. எடுத்துக்காட்டாக ஒரு வயிற்றுவலி நம்மை மிகவும் அதிகமாக உண்ணாதிருக்கவும் நாம் எதை உண்கின்றோம் என்பதைக் கண்காணிக்கவும் நமக்குப் போதிக்கிறது. உடைமைகள் அல்லது நம் அன்புக்குரியவர்களின் இழப்பினால் வரும் வேதனை, இந்த மாய உலகத் திலிருக்கும் எல்லாப் பொருட்களினுடைய நிரந்தரமற்ற தன்மையை நமக்கு நினைவூட்டுகிறது. தவறான செயல் களின் விளைவுகள் நம்மைப் பகுத்தறிவைப் பயன் படுத்துமாறு கட்டாயப்படுத்துகின்றன. விவேகத்தின் மூலமாக ஏன் கற்றுக் கொள்ளக்கூடாது? அப்பொழுது துன்பம் என்னும் கடுமையாக வேலை வாங்கும் முதலாளியிடமிருந்து தேவையற்ற வேதனை நிறைந்த ஒழுக்கப் பயிற்சிக்கு நீங்கள் உங்களை ஆட்படுத்திக் கொள்ள மாட்டீர்கள்.

❖ ❖ ❖

சுதந்திரமான இச்சா சக்தியைத் தவறாக உபயோகிப் பதன் மூலம் துன்பம் ஏற்படுகிறது. இறைவன் நமக்கு அவனை நாம் ஏற்றுக் கொள்வதற்கோ அல்லது மறுப் பதற்கோ அதிகாரத்தைக் கொடுத்திருக்கிறான். நாம் இன்னல்களை எதிர்கொள்வதை அவன் விரும்புவ தில்லை, ஆனால் நாம் துன்பங்களுக்கு வழிவகுக்கும் செயல்களைத் தேர்ந்தெடுக்கும் பொழுது அவன் குறுக்கிடுவதில்லை.

❖ ❖ ❖

முன் எச்சரிக்கையின்றி, மற்றும் எதற்காக என்று உங்களுக்கே தெரியாமல், உங்களுக்கு நேரிடும் உடல்

சுகவீனம், திடீரென நிகழும் பண இழப்பு, அல்லது பிற பிரச்சனைகள் ஆகியவற்றின் அனைத்துக் காரணங்களுமே கடந்த காலங்களில், இந்த அல்லது முந்தைய பிறவிகளில், உங்களால் உருவாக்கப்பட்டவையே; மேலும் உங்கள் உணர்வுநிலையில் அவை ஓசையின்றி முளைவிட்டுக் கொண்டிருக்கின்றவை ஆகும்....* நீங்கள் நோயாலோ, நிதிப் பிரச்சனைகளாலோ, உணர்வுபூர்வமான நிலைகுலைவுகளாலோ அவதிப்பட்டுக் கொண்டிருந்தால், இறைவனையோ அல்லது மற்ற எவரையுமோ குறை கூறாதீர்கள். பிரச்சனையின் காரணத்தைக் கடந்த காலத்தில் நீங்கள் உருவாக்கியுள்ளீர்கள் மேலும் அதை வேரோடு பிடுங்கி எறிய நீங்கள் இப்பொழுது ஒரு மாபெரும் உறுதி எடுத்துக் கொள்ள வேண்டும்.

❖ ❖ ❖

மிக அதிகமான மக்கள், விதிவசம் என்ற மனப்பான்மையைப் பின்பற்றி, கர்மவினை†யின் பொருளை தவறாக விளக்குகின்றனர். நீங்கள் கர்மவினையினை ஏற்றுக் கொள்ள வேண்டியதில்லை. முன்பு நீங்கள் ஒருவரை அடித்திருக்கின்ற காரணத்தால், அவர் உங்கள் பின்னால் நின்று கொண்டு உங்களைக் காயப்படுத்தத் தயாராக இருப்பதாக உங்களுக்குக் கூறும்பொழுது, நீங்கள்

* மறு பிறவி, இறைவனிடம் திரும்பிச் செல்லும் ஆன்மாவின் பரிணாமப் பிரயாணமானது பூவுலக வாழ்க்கையின் ஒரு பிறவியின் குறுகிய வாழ்நாள் காலத்தில் நிகழ இயலாத வளர்ச்சி, சாதனை மற்றும் முழுநிறைவு ஆகியவற்றிற்கு மீண்டும் மீண்டும் வாய்ப்புகளை அளிக்கிறது. பார்க்க சொல்லகராதி.

† காரண—காரிய விதிமுறையினால் ஆளப்படுகின்ற கடந்த வினைகளின் விளைவுகள். “மனுஷன் எதை விதைக்கிறானோ அதையே அறுப்பான்” (*கலாத்தியர்* 6 : 7, பைபிள்). பார்க்க சொல்லகராதி.

பணிவாக, “நல்லது, இது என்னுடைய கர்மவினை,” என்று கூறி அவர் உங்களைத் தாக்குவதற்காகக் காத்திருந்தால் நிச்சயமாக நீங்கள் அடி வாங்குவீர்கள்! நீங்கள் அவரை சாந்தப்படுத்த ஏன் முயலக் கூடாது? அவரை சமாதானப் படுத்துவதன் மூலம் நீங்கள் அவரது வெறுப்பைக் குறைக் கலாம் மற்றும் உங்களைத் தாக்க நினைக்கும் அவரது விருப்பத்தைக் களைந்து விடலாம்.

❖❖❖

உங்களது செயல்களின் விளைவுகளுக்கு மனத்தைக் கீழ்ப்படிய அனுமதிக்காத பொழுது உங்களைத் துன் புறுத்த அவை மிகவும் குறைந்த வலிமையையே கொண் டிருக்கும். இதை நினைவில் கொள்ளுங்கள். முந்தைய தவறான செயல்களின் தீய விளைவுகளுக்கு மாறாக செயல்பட்டு தற்போதைய சரியான செயல்களினால் செயல்படத் தொடங்கி இருக்கும் நல்ல விளைவுகளின் மூலமாக அவற்றை உங்களால் எதிர்க்கவும் கூட இயலும், மேலும் இதனால் உங்கள் தீயவினையின் பலன்களுக்குச் சாதகமான ஒரு சூழ்நிலை உருவாகுவதை நீங்கள் தவிர்க்கிறீர்கள்.

❖❖❖

இறைவனின் ஒரு குழந்தையாக உங்களை நீங்கள் உணர்ந்து கொள்கிற பொழுது உங்களுக்குக் கர்மவினை ஏது? இறைவனுக்கு கர்மவினை இல்லை. மேலும் நீங்கள் அவனது குழந்தை என்பதை ***அறியும்*** பொழுது உங்களுக்கும் எதுவுமில்லை. நீங்கள் ஒவ் வொரு நாளும், “நான் அழியும் மனிதன் அல்ல; நான் தேகமல்ல. நான் இறைவனின் குழந்தை,” என்று சங்கல்பித்துக் கொள்ள வேண்டும். அது இறைவனின்

இருப்பைப் பயிற்சி செய்வதாகும். இறைவன் கர்மவினையிலிருந்து விடுபட்டவன். நீங்கள் அவனது பிரதிபிம்பத்தில் படைக்கப்பட்டுள்ளீர்கள். நீங்களும்கூட கர்மவினையிலிருந்து விடுபட்டவர்களே.

❖❖❖

உங்களது துன்பமோ அல்லது பிரச்சனைகளோ உங்களுடைய கர்மவினை என்று யாரும் உங்களிடம் கூறுவதற்கு அனுமதிக்க வேண்டாம். உங்களுக்கு [ஆன்மா] கர்மவினை இல்லை. சங்கரர்* மொழிந்துள்ளார்: “நான் பரம்பொருளுடன் ஒன்றானவன். நான் அவனே.” நீங்கள் இந்த உண்மையை ***உணர்வீர்களானால்*** நீங்கள் ஒரு தெய்வம் ஆவீர். ஆனால் மனத்தளவில், “நான் ஒரு தெய்வம்,” என்று சங்கல்பித்துக்கொண்டு உங்கள் மனத்தின் பின்னணியில், “ஆனால் நான் ஓர் அழியும் மனிதன் போலத் தோன்றுகிறது,” என்று எண்ணிக் கொண்டிருந்தால் நீங்கள் ஓர் அழியும் மனிதனே. நீங்கள் ஒரு தெய்வம் என்று ***அறிந்து*** கொண்டால், நீங்கள் சுதந்திரமானவர் ஆவீர்.

❖❖❖

“நீங்கள் தேவனுடைய ஆலயமாயிருக்கிறீர்களென்றும், தேவனுடைய ஆவி உங்களில் வாசமாயிருக்கிறாரென்றும் அறியாதிருக்கிறீர்களா?”† உங்களால் தியானத்தின் மூலமாக உங்கள் மனத்தைத் தெளிவாக்கவும்

* ஆதி சங்கராச்சாரியார். அவருடைய காலம் உறுதியாகத் தெரியவில்லை; அனேக அறிஞர்கள் அவர் எட்டு அல்லது ஒன்பதாம் நூற்றாண்டின் ஆரம்ப காலத்தைச் சேர்ந்தவர் எனக் குறிப்பிடுகின்றனர்,

† *I கொரிந்தியர்கள்* 3:16 (பைபிள்).

விரிவுபடுத்தவும் முடிந்தால், மேலும் உங்கள் உணர்வு நிலையில் இறைவனைக் கொணர முடிந்தால் நோய், வரம்புகள் மற்றும் மரணம் ஆகிய மாயையிலிருந்து நீங்களும் கூட விடுதலையடைவீர்கள்.

❖ ❖ ❖

கர்மவினைகளுக்கு அப்பாற்பட்டு இருக்க நீங்கள் விரும்பினால் இந்த மூன்று உண்மைகளை உணர்ந்து கொள்ள முயலுங்கள்: (1) ***மனம் வலிமையாகவும் இதயம் தூய்மையாகவும் இருக்கும்பொழுது, நீங்கள் விடுதலை பெற்றவராவீர்கள்.*** மனம்தான் உடலில் உள்ள வலியுடன் உங்களை இணைக்கின்றது. நீங்கள் தூய எண்ணங்களை எண்ணும் பொழுதும், மனத்தளவில் வலிமையாக இருக்கும் பொழுதும் தீய கர்ம வினை களின் வேதனை அளிக்கும் விளைவுகளினால் நீங்கள் துயருற முடியாது. இது நான் கண்டறிந்துள்ள மிகவும் உற்சாகமளிக்கும் ஒரு விஷயமாகும். (2) ***ஆழ்மன உறக்கத்தில் நீங்கள் விடுதலை பெற்றவராவீர்கள்.*** (3) ***இறைவனோடு அடையாளப் படுத்திக் கொண்ட ஆனந்தப் பரவச*** * ***நிலையில் நீங்கள் இருக்கும்பொழுது உங்களுக்குக் கர்மவினை இல்லை***. அதனால்தான் மகான்கள், “இடைவிடாமல் பிரார்த்தனை செய்யுங்கள்,” என்று கூறுகின்றனர். நீங்கள் தொடர்ந்து பிரார்த்தனையும் தியானமும்

* உணர்வுநிலையின் மிக உன்னத நிலையில் இறைவனைப்பற்றிய நேரடி அனுபவம் பெறப்படுகிறது. உணர்வுநிலை என்பது உடல் மற்றும் அதன் புறச் சூழ்நிலையைப் பற்றி அறிந்திருப்பது. ஆழ்மன உணர்வுநிலை என்பது உறக்கத்திலும் மற்றும் ஞாபகசக்தி எனும்படியான மனச் செயல்பாடுகளிலும் இயங்குகின்ற உள்மனமாகும். உயர்உணர்வுநிலை என்பது அறிவெல்லைக்கு அப்பாற்பட்ட மிக உயர்ந்த மனம் அல்லது ஆன்மாவின் ஆன்மீக உணர்வுநிலை. பார்க்க சொல்லகராதி.

செய்யும்பொழுது, நீங்கள் எந்த துன்பங்களும் உங்களை எட்ட முடியாத உயர் உணர்வுநிலை பிரதேசத்தினுள் சென்று விடுவீர்கள்.

❖ ❖ ❖

இந்த முறைகளால், நீங்கள் கர்மவினைகளிலிருந்து இக்கணத்திலேயே விடுதலையடைந்துவிடமுடியும். கர்ம வினையின் துயரங்கள் உங்களுக்குத் தொல்லை கொடுக்கும் பொழுதெல்லாம், உறங்கச் செல்லுங்கள். அல்லது தூய்மையான எண்ணங்களைச் சிந்தித்து, மனத்தை எஃகு போன்றதாக்கி உங்களுக்கு நீங்களே, “நான் இவை அனைத்திற்கும் அப்பாற்பட்டவன்,” என்று சொல்லிக் கொள்ளுங்கள். அல்லது, எல்லாவற்றிலும் மிகச் சிறந்தது, ஆழ்ந்த தியானத்தில் உயர் உணர்வுநிலையின் தெய்வீக நிலையினுள் சென்று விடுங்கள். அந்த உணர்வுநிலையின் ஆனந்தம்தான் உங்கள் ஆன்மாவின் இயல்பான நிலையாகும். ஆனால் உங்கள் உடலுடன் நீண்ட காலமாக அடையாளப்படுத்திக் கொண்டிருந்துவிட்டதால், உங்கள் உண்மையான இயல்பை மறந்து விட்டீர்கள். ஆன்மாவின் அந்த துன்பமற்ற ஆனந்தமயமான நிலை மீண்டும் அடையப் பெற வேண்டும்.

❖ ❖ ❖

ஆன்மாவின் இயல்பு [தனித்துவமாக்கப்பட்ட பரமாத்மாவாக] பரமானந்தமாகும்: ஒரு நீடித்திருக்கும் என்றும்-புதிய, என்றும்-மாறிக் கொண்டிருக்கும் ஆனந்தமான அக நிலையாகும். தேகத் துன்பம் அல்லது மரணம் போன்ற சோதனைகளை ஒருவர் அனுபவிக்கும்போது கூட, இந்த ஆனந்தம் அதை அடைந்த ஒருவருக்கு மங்காத இன்பத்தை நிரந்தரமாக அளிக்கிறது.

❖ ❖ ❖

பௌதீக நிவாரணிகளான—மருந்துகள், உடற் சுகங்கள், மனித ஆறுதல் போன்றவை வலியை நீக்குவதற்கு உதவுவதில் தம்முடைய இடத்தைப் பெற்றிருக்கின்றன. ஆனால் மிகச்சிறந்த நிவாரணி, ***கிரியா யோக***ப்* பயிற்சியும் மற்றும் நீங்கள் இறைவனுடன் ஒன்றியவர் என்ற உறுதிமொழியும் ஆகும். இதுவே ஒவ்வொரு தொல்லை, வலி, மற்றும் இழப்பு ஆகிய அனைத்திற்குமான சர்வ-நிவாரணி—அனைத்து தனி மனித மற்றும் கூட்டுவினை†யிலிருந்து விடுதலை பெறுவதற்கான வழியுமாகும்.

உறுதிமொழிகள்

இறைவனின் சக்தி எல்லையற்றது என்பதை நான் அறிவேன்; மேலும் நான் அவனது பிரதிபிம்பத்தில் படைக்கப்பட்டிருப்பதால், எனக்கும் கூட, எல்லாத் தடைகளையும் வெல்வதற்கான வலிமை உள்ளது.

❖❖❖

* உள்முகமான இறை-தொடர்புக்கான விஞ்ஞானபூர்வமான உத்தி. *கிரியா யோக* விஞ்ஞானம், பரமஹம்ஸ யோகானந்தரின் *ஒரு யோகியின் சுயசரிதத்தில்* விளக்கப்பட்டுள்ளது. பார்க்க சொல்லகராதி.

† சமூகங்கள், தேசங்கள் அல்லது முழு உலகம் ஆகியவற்றில் உள்ள மனிதர்களின் ஒன்று திரண்ட வினைகள், கூட்டு கர்மவினையாக உருவெடுக்கின்றன. இது நன்மை அல்லது தீமையின் அளவு மற்றும் பெரும்பான்மைக்கு ஏற்ப, இருக்குமிடத்திலோ அல்லது தொலைதூரம் பரவியோ விளைவுகளை ஏற்படுத்துகிறது. ஆகவே ஒவ்வொரு தனிமனிதனின் எண்ணங்கள் மற்றும் செயல்கள், இவ்வுலகம் மற்றும் இதில் உள்ள அனைத்து மக்களுடைய நன்மை அல்லது தீமைக்கு தமது பங்கையளிக்கின்றன.

என் அன்புத் தந்தையே, எப்படிப்பட்ட சூழ்நிலைகளை நான் எதிர்கொண்டாலும், அவை என்னுடைய வளர்ச்சியின் அடுத்த படியைக் குறிக்கின்றன என்று எனக்குத் தெரியும். நான் எல்லா சோதனைகளையும் வரவேற்பேன், ஏனென்றால் எனக்குள்ளே புரிந்து கொள் வதற்கான அறிவும் வெல்வதற்கான சக்தியும் இருக்கின்றன என்று எனக்குத் தெரியும்.

அத்தியாயம் 3

தியானம் செய்யக் கற்றுக் கொள்ளுங்கள்

தியானம் : மிகச் சிறந்த நடைமுறை சார்ந்த விஞ்ஞானம்

தியானம் இறை-அனுபூதி* பற்றிய விஞ்ஞானமாகும். அதுதான் இந்த உலகத்தில் மிகச் சிறந்த நடைமுறை விஞ்ஞானம். பெரும்பாலானோர் அதனுடைய முக்கியத் துவத்தைப் புரிந்து கொண்டு, அதன் பயன்தரும் விளைவுகளை அனுபவிப்பார்களேயானால், தியானம் செய்ய விழைவர். தியானத்தின் இறுதியான இலக்கு இறை வனைப் பற்றிய உணர்வுபூர்வமான விழிப்புநிலையையும் மற்றும் அவனுடனான ஆன்மாவின் நிரந்தர ஒன்றிய தன்மையையும் அடைதலாகும். மனிதனின் வரம்புக்குட் பட்ட திறன்களை படைப்பவனின் சர்வ வியாபகத்திற்கும் சர்வ சக்திக்கும் அடக்கி உபயோகத்திற்குக் கொணர் வதைவிட இன்னும் அதிக நோக்கம் கொண்டதாகவும் பயனுள்ளதாகவும் எந்த சாதனை இருக்க முடியும்? இறை-அனுபூதியானது தியானம் செய்பவர்களுக்கு இறைவனின் அருளாசிகளான அமைதி, அன்பு,

* இந்த அத்தியாயத்தில் பரமஹம்ஸ யோகானந்தரால் போதித்துள்ளபடி தியானத்தின் ஓர் அறிமுக வடிவம் தரப்பட்டுள்ளது. அச்சடிக்கப்பட்ட அவரது *யோகதா சத்சங்கப் பாடங்களில்* அவர் அளித்த உத்திகளின் ஒரு விரிவான தொகுதியான—மனஒருமுகப்படுதல் மற்றும் தியானம் பற்றிய படிப்படியான கிரியா யோக விஞ்ஞானம் தரப்பட்டுள்ளது. பார்க்க பக்கம் 310.

ஆனந்தம், ஆற்றல் மற்றும் அறிவு ஆகியவற்றை வழங்குகிறது.

❖❖❖

தியானம், ஒருமுகப்படுதலை அதனுடைய மிக உயர்ந்த வடிவத்தில் உபயோகப்படுத்துகிறது. மனஒருமுகப்படுதல் கவனத்தை திசைதிருப்பும் விஷயங்களிலிருந்து விடுவித்து அதனை ஒருவர் ஆர்வம் கொண்டிருக்கும் எந்த எண்ணத்தின் மீதும் குவிப்பதில் அடங்கியுள்ளது. தியானம் என்பது கவனமானது அமைதியற்ற தன்மையிலிருந்து விடுவிக்கப்பட்டு இறைவன் மீது குவிக்கப்படுகின்ற ஒருமுகப்படுதலின் அந்த சிறப்பு வடிவமாகும். தியானம், எனவே, இறைவனை அறிவதற்கு பயன்படுத்தப்படுகின்ற ஒருமுகப்படுதலாகும்.

தயார் செய்வதற்கான குறிப்புகள்

ஒரு நேரான நாற்காலியில் அல்லது ஒரு திடமான மேற்பரப்பின் மீது சப்பணமிட்ட நிலையில் அமரவும். முதுகுத்தண்டை நேராகவும் முகவாய்க்கட்டையை தரைக்கு இணையாகவும் வைக்கவும்.

❖❖❖

நீங்கள் சரியான அங்கநிலையை மேற்கொண்டிருந்தால், உங்களுடைய தேகம் நிலையாக, ஆயினும் தளர்ந்து இருக்கும், அதனால் ஒரு தசையைக்கூட அசைக்காமல் முழுவதுமாக அசைவற்று இருப்பதற்கு சாத்தியமாகும். அமைதியற்ற தேக அசைவுகளையும் சரிப்படுத்தல்களையும் தவிர்க்கப்பெற்ற இத்தகைய

அசைவின்மை, ஆழ்ந்த தியான நிலையை அடைவதற்கு இன்றியமையாததாகும்.

❖❖❖

கண்ணிமைகளை பாதி மூடிய வண்ணம் (அல்லது உங்களுக்கு மிகவும் சௌகரியமாக இருக்குமானால் முழுவதுமாக மூடிய வண்ணம்) பார்வையையும் கவனத்தையும் புருவங்களுக்கிடையேயுள்ள ஒரு புள்ளியின் வழியாக பார்ப்பது போன்று குவித்தவாறு மேல் நோக்கிப் பார்க்கவும். (ஆழ்ந்து ஒருமுகப்பட்டிருக்கும் ஒரு நபர் தனது புருவங்களை இந்தப் புள்ளியில் பெரும்பாலும் "நெரிக்கிறார்.")

ஒன்றரைக்கண்ணால் பார்க்கவோ அல்லது கண்களை சிரமப்படுத்தவோ வேண்டாம்; ஒருவர் தளர்ந்திருந்து, அமைதியாக மனஒருமுகப்பட்டிருந்தால் மேல்நோக்கு பார்வை இயல்பாகவே வரும். முக்கியமானது என்ன வென்றால் புருவங்களுக்கு இடையில் உள்ள புள்ளியில் *முழுக் கவனத்தையும்* நிலைக்கவைப்பதுதான்.

இதுதான் கூடஸ்த (கிறிஸ்து) உணர்வுநிலை மையம், கிறிஸ்துவினால் கூறப்பட்ட ஒற்றைக் கண்ணின் இருப்பிடம்: "கண்ணானது சரீரத்தின் விளக்காயிருக்கிறது, உன் கண் ஒன்றாக இருந்தால், உன் சரீரம் முழுவதும் வெளிச்சமாயிருக்கும்." (மத்தேயு 6:22).

தியானத்தின் நோக்கம் நிறைவேறியதும், பக்தன் தனது உணர்வுநிலை தானாகவே ஆன்மீகக் கண்ணில் ஒருமுகப்படுவதைக் காண்கிறான், மேலும் தனது அக ஆன்மீக ஆற்றலுக்கு ஏற்ப பரம்பொருளுடனான தெய்வீக ஒன்றியத்தன்மையின் ஆனந்தமயமான நிலையை அனுபவிக்கிறான்.

தொடக்க சுவாசப் பயிற்சி

இப்போது விவரிக்கப்பட்ட தியான நிலையில் நீங்கள் நிலைபெற்றவுடன், தியானத்திற்கான அடுத்த முன்னேற்பாடு நுரையீரலில் சேர்த்து வைக்கப்பட்டுள்ள அமைதியின்மையை விளைவிக்கும் கரியமில வாயுவை (கார்பன்–டை–ஆக்ஸைடு) நீக்குவதாகும்.

வாயின் வழியாக இரு–வெளிச் சுவாசத்தில் சுவாசத்தை வெளியேற்றவும்: "ஹ, ஹாஹஹஹ." (இவ்வொலி சுவாசத்தினால் மட்டுமே எழுப்பப்படுகிறது, குரலினால் அல்ல.)

பின்னர் நாசித்துவாரங்கள் வழியாக ஆழ்ந்து உட்சுவாசிக்கவும் மற்றும் ஆறு எண்ணிக்கைக்கு முழு தேகத்தையும் இறுக்கவும்.

இரு–வெளிச்சுவாசத்தில்: "ஹா, ஹாஹஹஹ," வாயின் வழியாக சுவாசத்தை வெளியேற்றி, இறுக்கத்தைத் தளர்த்தவும். இதை மூன்று தடவைகள் திரும்பச் செய்யவும்.

❖ ❖ ❖

இறைவனின் இராஜ்யத்திற்குள் நுழைவதற்கான முதற் படியாக, பக்தன் நிமிர்ந்த முதுகுத்தண்டுடன், சரியான தியான அங்கநிலையில் அசைவற்று அமர வேண்டும், மற்றும் தேகத்தை இறுக்கி, தளர்த்த வேண்டும்— ஏனெனில் தளர்த்துதலின் மூலம் உணர்வுநிலையானது தசைகளிலிருந்து விடுவிக்கப்படுகிறது.

யோகியானவன் பலமுறைகள் உட்சுவாசித்தலின் போது தேகத்தை இறுக்கியும், வெளிச்சுவாசித்தலின் போது தேகத்தைத் தளர்த்தியும் சரியான ஆழ்ந்த சுவாசத்துடன்

துவங்குகிறான். ஒவ்வொரு வெளிச்சுவாசத்துடனும் தேக அசைவின்மைநிலை அடையப்படும்வரை, எல்லா தசை இறுக்கமும் இயக்கமும் அகற்றப்பட வேண்டும்.

பிறகு, ஒருமுகப்படும் உத்திகளின் மூலமாக, மனத்திலிருந்து அமைதியற்ற அசைவு அகற்றப் படுகிறது. உடல் மற்றும் மனத்தின் முழுமையான அசைவற்றநிலையில், யோகியானவன் ஆன்ம இருப்பின் சொல்லற்கரிய அமைதியை அனுபவிக்கின்றான்.

தேகத்தில், உயிர் குடிகொண்டுள்ளது; மனத்தில், ஒளி குடிகொண்டுள்ளது; ஆன்மத்தில் அமைதி குடிகொண் டுள்ளது. ஒருவர் ஆன்மாவினுள் எவ்வளவு ஆழமாகச் செல்கிறாரோ, அவ்வளவு அதிகமாக அந்த அமைதி உணரப்படுகிறது; அதுதான் உயர்உணர்வுநிலை. வெகு ஆழ்ந்த தியானத்தின் மூலம் பக்தன் அமைதியின் அந்த விழிப்புணர்வை விரிவடையச் செய்து அதனுடன் அவனுடைய உணர்வுநிலை பிரபஞ்சமெங்கும் பரவுகிறது எனவும், அனைத்து உயிரினங்களும் அனைத்து படைப்பும் அந்த அமைதியில் விழுங்கப்படுகின்றன எனவும் உணரும்பொழுது, அவன் பிரபஞ்சப் பேருணர்வு நிலையினுள் பிரவேசிக்கின்றான். அமைதி எங்கும் உள்ளது என அவன் உணர்கின்றான்—மலர்களில், ஒவ்வொரு மனிதனில், வளிமண்டலத்தில். அவன் பூவுலகத்தையும் மற்றும் அனைத்து உலகங் களையும் அந்த அமைதிக் கடலில் மிதந்து கொண்டி ருக்கும் நீர்க்குமிழிகளைப் போன்று காண்கிறான்.

தியானத்தில் பக்தனால் முதலில் அனுபவிக்கப் படுகின்ற அக அமைதி அவனுடைய சொந்த ஆன்மாவாகும்; ஆழ்ந்து செல்வதன் மூலம் அவன்

உணர்கின்ற மிகப் பரந்தகன்ற அமைதி இறைவனாகும். எல்லாவற்றுடனும் ஒன்றியிருத்தலை அனுபவிக்கின்ற பக்தன், தனது எல்லையற்ற அக அறியும்சக்தி எனும் ஆலயத்தில் இறைவனை ஸ்தாபித்து விட்டவனாவான்.

ஆன்மாவின் அமைதி மற்றும் ஆனந்தத்தின் மீது ஒருமுகப்படுங்கள்

அமைதியாக இருங்கள்.... காணல், கேட்டல், முகர்தல், சுவைத்தல் மற்றும் தொடுதல் ஆகிய புலனுணர்வுகள் அடங்கிய உலகத்திற்கு விடை கொடுங்கள், மேலும் நமது ஆன்மா தன்னையே வெளிப்படுத்துகின்ற...அகத்தினுள் செல்லுங்கள்.

தேகத்தின் அனைத்து புலனுணர்வுகளையும் நீக்குங்கள்; அனைத்து அமைதியற்ற எண்ணங்களையும் நீக்குங்கள். அமைதி மற்றும் ஆனந்தத்தைப் பற்றிய சிந்தனை மீது ஒருமுகப்படுங்கள்.

❖❖❖

சுவர்க்க இராஜ்யத்திற்கான நுழைவாயில், இரு புருவங்களுக்கிடையேயான புள்ளியிலுள்ள அறிவெல்லையைக்கடந்த உணர்வுநிலையின் சூட்சும மையத்தில் உள்ளது. நீங்கள் அந்த ஒருமுகப்படும் இருக்கை மீது உங்களுடைய கவனத்தைக் குவித்தால், அகத்திலிருந்து பேராற்றல்மிக்க ஆன்மிக சக்தியையும் உதவியையும் காண்பீர்கள். உங்களுடைய உணர்வுநிலை இறை உணர்வுநிலையில் விரிவடைந்து கொண்டிருக்கிறது என உணருங்கள். உடலுக்கு தடைகள் இல்லை, பற்றுதல்கள் இல்லை எனவும், ஆனால் நீங்கள்

ஆன்மீகக் கண்*ணின் மூலமாகப் பிரவேசிக்க முடிகின்ற இறைவனின் இராஜ்யத்தினுள் மேன்மேலும் முன்னேறிக் கொண்டிருக்கிறீர்கள் எனவும் உணருங்கள்.

என்னுடன் பிரார்த்தனை செய்யுங்கள்: "தெய்வத் தந்தையே, நான் உனது சர்வ வியாபக இராஜ்யத்தினுள் நுழைய முடிவதற்காக எனது ஆன்மீகக் கண்ணைத் திறக்கவும். எந்தையே, என்னை இந்தத் துன்பமான அழியும் உலகில் விட்டுவிடாதீர்; என்னை இருளிலிருந்து ஒளிக்கும் மரணத்திலிருந்து அமரத்துவத்திற்கும், அறியாமையிலிருந்து முடிவற்ற ஞானத்திற்கும், துன்பத்திலிருந்து நிரந்தர இன்பத்திற்கும் இட்டுச்செல்."

மிக ஆழ்ந்த தியான யோக விஞ்ஞானம்

இராஜயோகம், அதாவது இறை-ஐக்கியத்திற்கான இராஜமார்க்கம், தனக்குள்ளேயே இருக்கின்ற இறைவனின் இராஜ்யத்தைப் பற்றி மெய்யாக உணர்ந்தறியும் விஞ்ஞானமாகும். ஓர் உண்மையான குருவினிடமிருந்து தீட்சையின்போது பெற்றுக்கொள்ளும் அகமுகநோக்கைப் பற்றிய புனித யோக உத்திகளைப் பயிற்சி செய்வதன் வாயிலாக, ஒருவர் அறிவெல்லையைக்கடந்த உணர்வு

* புருவங்களுக்கு இடையேயான *கூடஸ்த* (கிறிஸ்து) மைய (*ஆக்ஞா சக்கரம்*) த்திலுள்ள உள்ளுணர்வு மற்றும் சர்வ வியாபக அறியும் சக்தியின் ஒற்றைக் கண். ஆன்மீகக் கண்ணானது இறை உணர்வின் இறுதியான நிலைகளுக்குள் செல்வதற்கான நுழைபாதை ஆகும். ஆன்மீகக் கண்ணை விழித்தெழச் செய்து ஊடுருவுவதன் மூலம், பக்தன் அடுத்தடுத்துள்ள உயர் நிலைகளான உயர்உணர்வுநிலை, கூடஸ்த உணர்வுநிலை, மற்றும் பிரபஞ்ச உணர்வுநிலை ஆகியவற்றை அனுபவிக்கின்றான். இவ்வாறு செய்வதற்கான வழிமுறைகள் பரமஹம்ஸ யோகானந்தரின் *யோகதா சத்சங்கப் பாடங்களில்* மாணவர்களுக்குப் போதிக்கப்படும் குறிப்பிட்ட உத்திகளடங்கிய கிரியா யோக தியான விஞ்ஞானத்தின் ஒரு பகுதியாகும்.

நிலையின் சுவர்க்க பிரதேசங்களுக்குள் செல்வதற்கு நுழைபாதைகளான முதுகுத்தண்டு மற்றும் மூளையிலுள்ள உயிர்ச் சக்தி மற்றும் உணர்வுநிலையின் சூட்சும மற்றும் காரண மையங்களை விழிப்புறச் செய்வதன் மூலமாக அந்த இராஜ்யத்தைக் காண முடியும்.*

பிரார்த்தனை மட்டுமே போதாது. மக்கள், தாங்கள் மிகக் கடுமையாகப் பிரார்த்தனை செய்தும்கூட, இறைவனிடமிருந்து ஏன் ஒரு தனிப்பட்ட மறுமொழி கிடைப்பதில்லை என வியக்கிறார்கள். அவர்களுக்கு தியானம் செய்வது எப்படி எனத் தெரியவில்லை. அதனால் தான் யோகம் அவசியமாகிறது. நீங்கள் யோகதா சத்சங்க யோக உத்திகளைப் பயிற்சி செய்தீர்களானால், நீங்கள் அங்கு சென்றடைவீர்கள். நீங்கள் வெறுமனே நம்பினால், நீங்கள் இரட்சிக்கப்படுவீர்கள் என யோகம் கூறவில்லை; அது எந்த விஞ்ஞான விதிமுறைகள் மற்றும் உத்திகளின் மூலம் நீங்கள் உங்களுடைய சொந்த உணர்வுநிலையில் இறைவனை உணர இயலுமோ, அவற்றை உங்களுக்குப் போதிக்கிறது. நீங்கள் இறைவனுடன் நிஜமாகவே தொடர்பு கொள்ளும் பொழுதுதான், அவன் வெளிப்படையாக மறுமொழி அளிப்பான். அதற்கு முன்னால் அல்ல. அவனால் முடியாது. உங்களுடைய உணர்வுநிலை, உங்களது அறியாமையின் கதவுக்குப் பின் மூடிவிடப்படும் பொழுது, இறைவன் உள்ளே நுழைய முடியாது. நீங்கள் அந்தக் கதவைத் திறக்கும் பொழுது, இறைவன் தன்னையே வெளிப்படுத்துவான்; மேலும் அந்த உணர்ந்தறிதலில் அனைத்து விஷயங்களும்

* பார்க்க சொல்லகராதியில் இராஜ யோகம், கிரியா யோகம், மற்றும் "சக்கரங்கள்."

சாத்தியமாகும். இருப்பினும், நீங்கள் முயற்சி எடுக்க வேண்டும். நீங்கள் தியானத்திற்காக அமர்ந்து, உங்கள் மனம் பல்வேறுபட்ட விஷயங்கள் மீது அலைந்தால், நீங்கள் இறைவனைக் காணமாட்டீர்கள். மாறாக நீங்கள் உத்திகளை தவறாமல் பயிற்சி செய்தால், அவனைக் காண்பீர்கள்.

வழிகாட்டப்பட்ட ஒரு தியானப் பயிற்சி

நாம் தியானம் செய்வோம்.

நீங்கள் இறைவனின் படைப்பாற்றலுள்ள, ஜீவனைத் தாங்கிப்பேணும் சக்தியுடன் செறிவூட்டப் பட்டிருக்கிறீர்கள் என உணரவும்.

இறைவனின் என்றும் நீடித்திருக்கும் உணர்வு நிலையானது கடந்தகால தோல்விகள், பயம், நோய், முதுமை ஆகிய அழியும் மனித உணர்வுநிலையை அழித்துவிட்டு உங்கள் உடலில் வெளிப்பட்டுக் கொண்டிருக்கிறது என உணரவும்.

இந்த எண்ணத்தை ஆழ்ந்த கவனத்துடன் திரும்பக் கூறவும்:

"எந்தையே, நீ எனது உடலில், எனது மனத்தில், எனது ஆன்மாவில் உள்ளாய். நான் உனது பிரதிபிம்பத்தில் படைக்கப்பட்டுள்ளேன். உனது என்றும் நீடித்திருக்கும் இளமை, சக்தி, அமரத்துவம் மற்றும் ஆனந்தத்துடன் என் உடல், மனம் மற்றும் ஆன்மா ஒளிரும்படியாக அருள்புரிவாய்.

ஓம். சாந்தி. சாந்தி. சாந்தி."

அமைதி மீதான தியானம்

அனைத்து தீவிர ஆர்வத்துடனும் உங்களுடைய இதயபூர்வமாகவும் மானசீகமாகவும் இறைவனை அழையுங்கள். மௌன ஆலயத்தில் அவனை உணர்வு பூர்வமாக தொழுது வேண்டுங்கள்; மேலும் மிக ஆழ்ந்த தியானத்தில் ஆனந்தப் பரவசம் மற்றும் பேரின்ப ஆலயத்தில் அவனைக் காணுங்கள். உங்களுடைய எண்ணங்கள் மற்றும் உணர்வுகளின் வாயிலாக, உங்களது அன்பை அவனிடம் உங்களுடைய முழு இதயத்துடனும், மனத்துடனும், ஆன்மாவுடனும், வலிமையுடனும் செலுத் துங்கள். உங்களுடைய ஆன்மாவின் உள்ளுணர்வின் வாயிலாக, உங்களது அமைதியின்மை எனும் மேகங் களின் வழியே பெரும் அமைதி மற்றும் ஆனந்தமாக இறைவனின் வெளிப்பாடு திடீரென தோன்றுவதை உணருங்கள். அமைதியும் ஆனந்தமும், மனிதனின் தீவிர ஆசைகளின் பேரிரைச்சலில், உங்களுடைய அறியாமையின் கீழ் நீண்டகாலமாக உறங்கிவிட்ட, புறக் கணிக்கப்பட்டுவிட்ட, மறக்கப்பட்டுவிட்ட இறைவனின் குரல்களாகும்.

இறைவனின் இராஜ்யம் மூடிய கண்களின் இருளுக்கு சற்றே பின்னால் உள்ளது, மேலும் அதனுள் செல்வதற்கு திறக்கின்ற முதல் நுழைவாயில் உங்களுடைய அமைதி யாகும். சுவாசத்தை வெளிவிட்டு, தளர்ந்து இருக்கவும், மேலும் இந்த அமைதி உள்ளும் புறமும், எங்கும் பரவுவதை உணரவும். அந்த அமைதியினுள் உங்களை மூழ்கவும்.

ஆழ்ந்து மூச்சை உள்ளிழுங்கள். மூச்சை வெளி விடுங்கள். இப்பொழுது உங்களது சுவாசத்தை மறந்து விடவும். என்னைத் தொடர்ந்து கூறவும்:

எந்தையே, உலகம் மற்றும் சுவர்க்கங்களின் சப்தங்கள் நிசப்தமாகிவிட்டன.

நான் மௌன ஆலயத்தில் உள்ளேன்.

உமது நிரந்தர அமைதி இராஜ்யம் என பார்வையின் முன் அடுக்கடுக்காகப் பரவியுள் ளது. இருளுக்குப்பின் நெடுங்காலமாக மறைக் கப்பட்டிருந்த இந்த எல்லையற்ற இராஜ்யம், எனக்குள் வெளிப்பட்டு நிலைத்திருக்கட்டும்.

அமைதி என் உடலை நிரப்புகிறது; அமைதி என் இதயத்தை நிரப்பி என் அன்பினுள் உறைகின்றது; உள்ளும், புறமும், எங்கும் அமைதி.

இறைவனே அமைதி . நான் அவனது குழந்தை. நான் அமைதி ஆவேன். இறைவனும் நானும் ஒன்றே.

எல்லையற்ற அமைதி என் வாழ்வை சூழ்ந்து, என் இருப்பின் எல்லா நொடிகளையும் ஊடுருவுகிறது. எனக்கே அமைதி; என் குடும்பத்திற்கு அமைதி; என் தேசத்திற்கு அமைதி; என் உலகத்திற்கு அமைதி; என் பிரபஞ்சத்திற்கு அமைதி.

எல்லா தேசத்திற்கும் நல்லெண்ணம், எல்லா உயிரினங்களுக்கும் நல்லெண்ணம்; ஏனெனில் அனைவரும் எனது சகோதரர்கள் மேலும் இறைவன் நமது பொதுவான தந்தை. நாம் இறை வன் மற்றும் சத்தியத்தை நமது தலைவர்களாகக் கொண்டு உலக ஐக்கிய நாடுகளில் வாழ்கிறோம்.

தெய்வத் தந்தையே, விண்ணுலகில் உள்ளது

போல் உனது அமைதி சாம்ராஜ்யம் மண்ணுலகிலும் வருவதாக, அதனால் பிரிக்கும் தன்மையுள்ள இணக்கமின்மைகளிலிருந்து விடுபட்டு, உடல், மனம், மற்றும் ஆன்மாவில் உந்தன் உலகத்தின் பரிபூரண குடிமக்களாக ஆவோம்.

நீங்கள் தெய்வீக மறுமொழியை உணரும்வரை தியானம் செய்யுங்கள்

நீங்கள் இறைவனிடத்திலும் அவனது தலைசிறந்த மகான்களிடத்திலும் ஆழ்ந்து பிரார்த்தனை செய்த வண்ணம் புருவங்களுக்கிடையே உள்ள கூடஸ்த உணர்வுநிலை மையத்தில் மனஒருமுகப்படுவதைத் தொடர வேண்டும். உங்களது இதயமொழியில் அவர்களுடைய இருப்பையும் அவர்களுடைய அருளாசிகளையும் வேண்டி பிரார்த்தனை செய்யுங்கள். ஓர் உறுதிமொழியை அல்லது ஒரு பிரார்த்தனையை பற்றிக் கொண்டு…அதனை உங்களுடைய சொந்த பக்தி பூர்வமான தீவிர நாட்டத்துடன் ஆன்மீகமயமாக்குவது ஒரு நல்ல பயிற்சியாகும். இறைவனுடைய மறுமொழியை சாந்தமாக, ஆழ்ந்த அமைதி மற்றும் அக ஆனந்தமாக நீங்கள் உணரும்வரை, புருவங்களுக்கிடையே உள்ள மையத்தில் கவனத்தை இருத்தியவண்ணம் மௌனமாக ஜெபித்து, இறைவனிடம் பிரார்த்தனை செய்யுங்கள்.

❖❖❖

முறைதவறாத பயிற்சியினால் உங்களது தியானம் ஆழ்ந்ததாக ஆகும்பொழுது, நீங்கள் ஒரு சிறிய

ஒளியைப் பார்க்கவோ அல்லது சூட்சும ஒலிகளை செவிமடுக்கவோ அல்லது ஒரு மகானை மனக்காட்சியில் காணவோ நேரலாம். முதலில் நீங்கள் அதை ஒரு மனப் பிரமை மட்டுமே என்று தள்ளிவிட நேரலாம்; ஆனால் நீங்கள் விதிமுறையை பயன்படுத்தியவாறு தீவிர ஏக்கத்துடனும் பக்தியுடனும் தொடர்ந்த வண்ணம் இருந்தால், உங்கள் வாழ்க்கையில் புதிரான வழிகளில் அற்புதமான விஷயங்கள் நிகழத் துவங்குவதைக் காண்பீர்கள் . . . .

இறைவன் உங்களுக்கு மறுமொழி கூறுகின்றவன்; நீங்கள் அவனுடன் இசைந்திருந்தால் அவன் உங்களைத் தாங்கிப் பேணி, எல்லாவற்றிலும்—உங்களுடைய நண்பர்களை அல்லது தொழில் கூட்டாளிகளை தேர்ந் தெடுப்பதிலோ அல்லது தினசரி முடிவுகளிலோ—உங்களுக்கு வழிகாட்டுவான்.

அத்தியாயம் 4

துன்பத்திற்கு மேல் எழுதல்

தன்னுடைய பிரதிபிம்பங்களாகப் படைக்கப்பட்டுள்ள மனிதர்களைத் தன்னிடமே திரும்ப அழைத்துக் கொள் வதற்கு துன்பம் ஏன் ஒரு சோதனையாக இருக்கிறது என்று என்னுடைய தெய்வத் தந்தையிடம் நான் இடைவிடாமல் வாக்குவாதம் புரிந்திருக்கின்றேன். நான் என் தந்தையிடம் கூறுவது, துன்பத்தில் ஒரு நிர்பந்தம் உள்ளது; அறிவுறுத்தி இணங்க வைத்தலும் அன்பும் மனித இனத்தை விண்ணுலகத்திற்கு திரும்ப அழைத்துக் கொள்வதற்கு சிறந்த வழிகளாகும் என்பதுதான். எனக்கு விடை தெரிந்திருந்தாலும் கூட இத்தகைய விஷயங்களைப் பற்றி எப்பொழுதும் நான் இறைவ னுடன் சண்டையிட்டு இருக்கின்றேன், ஏனெனில் ஒரு தந்தை தனது மகனைப் புரிந்து கொள்வதைப் போல் அவன் என்னைப் புரிந்து கொள்கிறான்.

❖❖❖

இந்த உலகம் எவ்வளவு சோகமயமானது! இது ஒரு நிச்சயமற்ற இடமாக இருக்கிறது. ஆனால் உங்களுக்கு என்ன நேர்ந்திருந்தாலும் சரி, நீங்கள் உங்களைத் தெய்வத் தந்தையின் திருப்பாதங்களில் ஒப்படைத்து விட்டு அவனது கருணையை நாடினால் அவன் உங்களை மேலே தூக்கிவிட்டு, இந்த வாழ்க்கை ஒரு கனவு* மட்டுமே என்பதை உங்களுக்குக் காண்பிப்பான்.

❖❖❖

* பார்க்க சொல்லகராதியில் *மாயை.*

உங்களுக்கு ஒரு சிறிய கதையைக் கூறுகின்றேன். ஓர் அரசன் உறக்கத்தில் ஆழ்ந்து, தான் ஏழையாய் இருப்பதாகக் கனவு கண்டான். அவன் தனது உறக்கத்தில் சிறிது உணவை வாங்குவதற்கான வெறும் ஒரு சிறு நாணயத்திற்காக கதறிக் கொண்டிருந்தான். இறுதியில் அரசி அவனை எழுப்பி, "உங்களுக்கு என்ன ஆயிற்று? உங்கள் கருவூலம் தங்கத்தால் நிறைந்துள்ளது, ஆனால் நீங்கள் ஒரு சிறு நாணயத்திற்காக அழுது கொண்டிருக்கிறீர்களே," என்று கூறினாள்.

அப்பொழுது அரசன், "என்ன மடத்தனம். நான் என்னை ஒரு பிச்சைக்காரன் என எண்ணி அந்த நாணயம் இல்லாமையால் பட்டினி கிடந்திருந்தேனே," என்று கூறினான்.

அனைத்து விதமான நோய்கள், துன்பங்கள், தொந்தரவுகள், இதய வேதனைகள் ஆகிய கொடுங்கனவு போன்ற தீமைகளுக்கு உள்ளாக்கப்பட்ட ஓர் அழியும் மனிதனாக தன்னைக் கனவு கண்டுக்கொண்டிருக்கின்ற ஒவ்வொரு ஆன்மாவின் மன மயக்கமும் இதைப் போன்றதே. இந்த கொடுங்கனவிலிருந்து தப்பிப்பதற்கான ஒரே வழி, இறைவனுடன் அதிகமாக பற்றுக் கொண்டிருப்பதும் இவ்வுலக கனவு உருவங்களுடன் குறைவாக பற்றுக் கொண்டிருப்பதும் ஆகும்.

❖❖❖

இறைவனது திட்டத்தில் கொடுமைக்கு இடமேயில்லை, ஏனெனில் அவனது பார்வையில் நன்மை அல்லது தீமை என்பதே கிடையாது—ஒளி மற்றும்

நிழல்களின் சித்திரங்கள் மட்டுமே. இறைவன் ஒரு வியக்கத்தக்க பிரபஞ்ச லீலையின் நிரந்தர ஆனந் தமான மகாசாட்சியாக தான் இருப்பதைப் போலவே வாழ்க்கையின் இருமைக் காட்சிகளை நாம் நோக்க வேண்டும் எனத் திருவுளங் கொண்டுள்ளான்.

மனிதன் போலி ஆன்மா அல்லது அகந்தையுடன் தன்னைத் தவறாக அடையாளப்படுத்திக் கொண்டி ருக்கிறான். அவன் அழியாத ஆன்மாவாகிய தனது நிஜ சொரூபத்திற்கு தன் அடையாள உணர்வை மாற்றிக் கொள்ளும் பொழுது அனைத்து வலிகளும் பொய்யான வை என்பதைக் கண்டுகொள்கிறான். அவன் இனிமேல் துன்பநிலையை ***கற்பனை*** கூட செய்ய முடியாது.

❖❖❖

மனிதனின் உயர்உணர்வுநிலை இறைவனுடைய தாகப் படைக்கப்பட்டுள்ளது, மேலும் அது வலி புக முடியாதது. அனைத்து உடல் மற்றும் மனரீதியான துன்பங்களும் அடையாளப்படுத்திக் கொள்ளுதல், கற்பனை செய்தல் மற்றும் மனிதனின் தவறான எண்ணப் பழக்கங்கள் ஆகியவற்றால் வருகின்றன.

❖❖❖

அதிக மனவலிமையைப் பெற்றிருங்கள். என்ன நேர்ந்தாலும் சரி, வாழ்க்கையில் எதையும் துணிவுடன் எதிர்கொண்டு அசைக்க முடியாதவாறு நிற்கக் கூடிய மன ஆற்றலை வளர்த்துக் கொள்ளுங்கள். நீங்கள் இறை வனை நேசிக்கிறீர்கள் என்றால் நம்பிக்கை வைத்து சோதனைகள் வரும்பொழுது தாங்கிக் கொள்வதற்குத் தயாராக இருக்க வேண்டும். துன்பத்தைக் கண்டு அஞ்ச

வேண்டாம். உங்கள் மனத்தை ஆக்கப்பூர்வமானதாகவும் வலிமையானதாகவும் வைத்திருங்கள். உங்களது அக அனுபவமே மிகவும் முக்கியமானது.

❖ ❖ ❖

துன்பங்களைக் கற்பனையின் மூலம் நீங்கள் அதிகமாக்கிக் கொள்கிறீர்கள். கவலைப்படுவதோ அல்லது உங்களுக்காக வருத்தம் கொள்வதோ உங்களது வலியைக் குறைக்காது, மாறாக அதை அதிகப்படுத்தும். உதாரணமாக, ஒருவர் உங்களுக்குத் தவறிழைக்கிறார்; நீங்கள் அதைப் பற்றிச் சிந்திக்கிறீர்கள்; மேலும் உங்கள் நண்பர்கள் அதைப் பற்றி பேசி உங்களிடம் அனுதாபம் கொள்கின்றனர். அதைப் பற்றி எவ்வளவு அதிகமாக நீங்கள் எண்ணுகிறீர்களோ, அவ்வளவு அதிகமாக உங்களது காயத்தையும் ***மேலும்*** உங்களது துன்பத்தையும் பெரிதுபடுத்துகிறீர்கள்.

❖ ❖ ❖

சிலர் தாங்கள் கடந்து வந்திருக்கும் அனைத்துத் துன்பங்களையும், மேலும் இருபது வருடங்களுக்கு முன் நடைபெற்ற ஓர் அறுவை சிகிச்சையில் எவ்வளவு பயங்கரமான வலி இருந்தது என்பதையும் தொடர்ந்து நினைவில் வைத்துக் கொண்டே இருப்பார்கள்! மீண்டும் மீண்டும் அந்த நோயின் உணர்வுநிலையில் மறுபடியும் வாழ்கிறார்கள். எதற்காக அத்தகைய அனுபவங்களைத் திரும்பத் திரும்ப பெற வேண்டும்?

❖ ❖ ❖

உங்களுடைய இன்னல்களிலிருந்து உங்களைப் பிரித்துக் கொள்வதற்கான சிறந்த மார்க்கம், நீங்கள் ஒரு

பார்வையாளர் மட்டுமே என்ற ரீதியில் மனத்தளவில் பற்றற்று இருந்து கொண்டு, அதே சமயம் ஒரு பரிகாரத்தைத்* தேடுவதுமாகும்.

❖❖❖

உண்மை என்னவெனில், உங்கள் உடல்தான் நீங்கள் என எண்ணாமல், அதனுள் வாழ நீங்கள் கற்றுக் கொண்டால், நீங்கள் அதிக அளவில் துன்பப்பட மாட்டீர்கள். உங்களுக்கும் உங்கள் உடல் வலிக்கும் இடையேயான தொடர்பு மனத்தளவில் மட்டுமே. நீங்கள் உறங்கி உடல் உணர்வற்று இருக்கும்பொழுது, நீங்கள் எந்த வலியையும் உணர மாட்டீர்கள். அதே போல, ஒரு வைத்தியரோ அல்லது ஒரு பல் மருத்துவரோ உங்களுக்கு மயக்க மருந்து கொடுத்து உங்கள் உடலில் அறுவைச் சிகிச்சை செய்யும் பொழுது நீங்கள் எந்த வலியையும் உணர மாட்டீர்கள். மனம் உணர்ச்சியிலிருந்து துண்டிக்கப்பட்டு விடுகிறது.

❖❖❖

உங்கள் உடலைப் பேணுங்கள், ஆனால் அதற்கு மேலாக இருங்கள். உங்கள் மனித உருவிலிருந்து நீங்கள் வேறானவர் என்பதை அறிந்து கொள்ளுங்கள். உங்கள் மனத்திற்கும் உடலிற்கும் இடையே ஒரு மிகப் பெரிய மனத்தடையை எழுப்புங்கள். "நான் உடலிலிருந்து வேறானவன். வெப்பமோ, குளிரோ அல்லது நோயோ என்னைத் தொட முடியாது. நான் விடுதலை பெற்றவன்,"

* கடுமையான அல்லது தொடர்ந்து நீடிக்கும் உடல் நலப் பிரச்சனைகள்—வலியோ அல்லது இதர அறிகுறிகளோ—உடைய நபர்கள் ஓர் மெடிகல் டாக்டரின் அறிவுரையைப் பின்பற்ற வேண்டும்.

என்று சங்கல்பித்துக் கொள்ளுங்கள். உங்களது வரையறைகள் மேன்மேலும் குறைந்து கொண்டே வரும்.

❖❖❖

வலிக்கு எதிரான மிகச் சிறந்த மயக்க மருந்து உங்களது மனோசக்தியே. உங்கள் மனம் வலியை ஏற்றுக் கொள்ள மறுத்தால், வலி பெருமளவில் குறைக்கப்பட்டுவிடும். சிற்சில சமயங்களில் இந்த உடல் காயப்பட்டு கடுமையான வலியை உணரும் பொழுது, என் மனத்தை ***கூடஸ்த*** [கிறிஸ்து] மைய*த்தில் வைத்தால்—அதாவது, நான் உடலுடன் குறைவாகவும் இறைவனுடன் அதிகமாகவும் என்னை அடையாளப்படுத்தினால் எந்த வலியுமே இல்லாமல் இருப்பதை நான் கண்டிருக்கின்றேன். எனவே வலி வரும்பொழுது, கூடஸ்த மையத்தில் ஒருமுகப் படுங்கள். மனத்தளவில் வலியிலிருந்து விலகி இருங்கள்; மனவலிமையை அதிகமாக வளர்த்துக் கொள்ளுங்கள். உள்ளுக்குள் கடினமானவராக இருங்கள். நீங்கள் வலியை உணர்ந்துகொண்டிருக்கும்பொழுது,உங்களுக்குள்ளேயே கூறுங்கள்: "இது என்னை வேதனைப்படுத்தவில்லை." காயம் ஏற்படும் பொழுது, அது கவனிக்கப்பட வேண்டிய ஒன்று என அதை ஏற்றுக் கொள்ளுங்கள், ஆனால் அதைப் பற்றித் துன்பப்படாதீர்கள். எவ்வளவு அதிகமாக நீங்கள்

* கண்புருவங்களுக்கு இடையே உள்ள புள்ளியானது, இறை உணர்வுநிலை மற்றும் ஆன்மீக அறிவின் ஒற்றைக் கண்ணின் இருக்கை ஆகும். இதனைக் குறித்து இயேசு பேசிய பொழுது, "உன் கண் ஒன்றாக இருந்தால், உன் சரீரம் முழுவதும் வெளிச்சமாயிருக்கும்," என்று கூறினார் (*மத்தேயு* 6:22). இறைத் தொடர்பில் இருக்கும் மகான்களின் படங்கள் பெரும்பாலும் அவர்கள் கண்கள் இம்மையத்தை மேலே நோக்கியவாறு இருப்பதாகக் காண்பிக்கும். பார்க்க சொல்லகராதி.

மனோசக்தியின் மேல் கவனம் செலுத்துகிறீர்களோ, அவ்வளவு அதிகமாக உங்கள் உடல் உணர்வும் விடுபட்டுவிடும்.

❖❖❖

"துன்பமும் இன்பமும் தற்காலிகமானவை," ஸ்ரீ யுக்தேஸ்வர்* தனது சீடர்களிடம் கூறினார். "எல்லா இருமைகளையும் அமைதியுடன் பொறுத்துக் கொண்டு அதே சமயத்தில் அவற்றின் பிடியிலிருந்து விலக முயற்சிக்க வேண்டும்."

❖❖❖

எதிர்மறையான நிலைமைகளுக்கு மத்தியில் சாதக மான மற்றும் ஆக்கப்பூர்வமான விதத்தில் சிந்தித்தும் செயல்பட்டும் "எதிர்ப்பை" பயிற்சி செய்யுங்கள். ***சகிப்புத்தன்மை (திதிக்ஷா)***† யைப் பயிற்சி செய்யுங்கள். அதாவது, விரும்பத்தகாத அனுபவங்களுக்கு இடங் கொடாமல், ஆனால் மனநிலை குலையாமல் எதிர்ப்பது. நோய் வரும்பொழுது, உங்களுடைய மனம் கலங்க அனுமதிக்காமல் சுகாதார விதிகளைப் பின்பற்றுங்கள். நீங்கள் செய்யும் அனைத்திலும் கலக்கமுறாமல் இருங்கள்.

❖❖❖

* ஸ்வாமி ஸ்ரீ யுக்தேஸ்வர் (1855–1936) பரமஹம்ஸ யோகானந்தருடைய குரு ஆவார். அவருடைய வாழ்க்கையைப் பற்றி பரமஹம்ஸ யோகானந்தர் *ஒரு யோகியின் சுயசரிதத்தில்* விவரித்துள்ளார். பார்க்க சொல்லகராதி.

† சமஸ்கிருதத்தில், மனச் சமநிலையுடன் தாங்கிக் கொள்ளுதல்.

இந்தப் பிறவியில் நீங்கள் துன்புற்றுக் கொண்டிருந்தாலும் சரி, அல்லது செல்வம் மற்றும் அதிகாரம் ஆகியவற்றுடன் புன்னகை புரிந்து கொண்டிருந்தாலும் சரி, உங்களுடைய உணர்வுநிலை மாற்றமடையாது இருக்க வேண்டும். மனச்சமநிலையை நீங்கள் சாதிக்க முடியுமானால், எதுவும் ஒருபோதும் உங்களைப் பாதிக்காது. எல்லா உன்னத மகான்களின் வாழ்க்கைகளும் இந்த அருளாசி பெற்ற நிலையை அவர்கள் அடைந்து விட்டதைக் காட்டுகின்றன.

❖ ❖ ❖

மாயையைத் தாண்டி மேலெழுவதற்கு நீங்கள் கடும் முயற்சி செய்து உங்கள் உண்மையான இயல்பை அறிந்து கொள்வதற்கு தியானமே வழியாகும். மாயையின் அனுபவங்களினால் சலனமடையாமல் இருந்து, அந்த உணர்வு நிலையை தியானத்திலும் செயலிலும் உங்களால் பற்றிக் கொண்டிருக்க முடியுமானால், நீங்கள் இறைவனது இந்தக் கனவு உலகத்திற்கு அப்பாற்பட்டு இருப்பீர்கள். இக்கனவு உங்களுக்கு முடிந்துவிடும். இதனால்தான் ***பகவான் கிருஷ்ணன்,**** பரம்பொருளில் நீங்கள் விடுதலை பெற வேண்டுமானால், அனைத்துச் சூழ்நிலைகளிலும் நீங்கள் மனச்சமநிலை கொண்டிருக்க வேண்டும் என வலியுறுத்தினார்: "எவன் இவற்றால் (பொருள்களுடன் புலன்களின் தொடர்பு) சலனப்படுத்த முடியாமல் இருக்கிறானோ, எவன் இன்ப துன்பங்களின் போது

* பார்க்க சொல்லகராதியில் ***பகவான் கிருஷ்ணன்*** மற்றும் ***பகவத் கீதை.***

அமைதியுடனும் சமநிலையான மனத்துடனும் இருக்கின்றானோ, அவன் மட்டுமே அமரத்துவம் அடைவதற்குத் தகுதியானவன்!"*

❖❖❖

கவலைகள், நோய்கள் மற்றும் மரணம் ஆகிய புலிகள் உங்களைத் துரத்தும் பொழுது, உங்களது ஒரே புகலிடம் அக அமைதிக் கோயிலாகும். ஆன்மீகத்தில் ஆழ்ந்த மனிதன், பயமூட்டும் கவலைகளோ அல்லது மோதுகின்ற உலகங்களின் வெடி ஓசைகளோ கூட குறுக்கிட முடியாத ஓர் அமைதியான உட்புற மௌனத்தில் இரவும் பகலும் வாழ்கிறான்.

❖❖❖

மனமானது உணர்வுக் கிளர்ச்சி அல்லது மனச் சித்திரவதை ஆகியவற்றிலிருந்து விலகி இறைவனின் அமைதியிலும் ஆனந்தத்திலும் நங்கூரமிட்டிருந்தால், அவை உங்களைப் பாதிக்காது.

இறைவனது குணப்படுத்தும் ஆற்றல்

நமது தேவைகளைப் பூர்த்தி செய்துகொள்ள நமக்கு இரண்டு வழிகள் உள்ளன. ஒன்று லோகாயதமானது. உதாரணமாக, நாம் நோய்வாய்ப்படும் பொழுது மருத்துவ சிகிச்சைக்காக ஒரு மருத்துவரிடம் போகலாம். ஆனால் எந்த மனித உதவியும் நமக்கு உதவாமல் போகக்கூடிய ஒரு காலம் வரும். அப்பொழுது நாம் மற்றொரு வழியான ஆன்மீக சக்தியை, அதாவது நம் உடல்,

* பகவத் கீதை II : 15.

மனம் மற்றும் ஆன்மாவைப் படைத்தவனை நாடுகிறோம். லோகாயத சக்தி வரையறைக்குட்பட்டது, மேலும் அது தோல்வியுறும் பொழுது நாம் வரையறையற்ற இறை சக்திக்குத் திரும்புகின்றோம். அதுபோலவேதான் நம் பணத் தேவைகளுக்கும்; நம்மால் முடிந்தவரை செய்த பிறகும் நமக்கு பற்றாக்குறை இருந்தால் அந்த மற்றொரு மகாசக்தியை நாடுகின்றோம்.

❖❖❖

இறைவனை அறிந்து கொள்வதுதான் உடல், மனம் மற்றும் ஆன்மீக ரீதியான அனைத்து நோய்களையும் குணப்படுத்துவதற்கான மிகவும் முக்கியமான வழியாகும். ஒளி இருக்கும் இடத்தில் இருள் இருக்க முடியாததைப் போலவே, இறைவனின் பரிபூரண இருப்பாகிய ஒளி உடலில் நுழையும் பொழுது நோயாகிய இருள் அதனால் விரட்டியடிக்கப்படுகிறது.

❖❖❖

உடல் ரீதியான, மனரீதியான அல்லது உயிர்ச்சக்தி* ரீதியான அனைத்து குணப்படுத்தும் முறைகளுக்குப் பின்னாலும் இறைவனது எல்லையற்ற சக்தி வேலை செய்து கொண்டு இருக்கிறது. இந்த உண்மை ஒருபோதும் மறக்கப்படக் கூடாது, ஏனெனில் ஒருவர் ***இறைவன்*** மீது அல்லாமல், குணப்படுத்தும் ***முறைகளைச்*** சார்ந்திருந்தால்

* "உயிர்ச்சக்தி" மூலமாக குணப்படுத்துதல் என்பது அறிவார்ந்த, அணுசக்தியைவிட நுட்பமான பிரபஞ்ச சக்தியைப் பயன்படுத்துதலைக் குறிப்பிடுகின்றது. இந்த அண்ட சராசர உயிர்-தத்துவத்தின் மூலமாகத்தான் இறைவன் அனைத்து படைப்பையும் காத்தருளுகின்றான். பார்க்க சொல்லகராதியில் *பிராணன்.*

அவர் குணப்படுத்தும் ஆற்றலின் தடையற்ற பாய்ச்சலை தானாகவே தடுத்து கட்டுப்படுத்தி விடுகிறார்.

❖❖❖

உங்கள் கடமையானது உங்கள் தேவையை இறைவனது கவனத்திற்குக் கொண்டு வருவதும், உங்களது இந்த விருப்பத்தை கனியவைக்க இறைவனுக்கு உதவும் உங்கள் பங்கை ஆற்றுவதும்தான். உதாரணமாக, நாட்பட்ட வியாதிகள் விஷயத்தில், குணமாக்குதலை மேம்படுத்துவதற்கு உங்களால் முடிந்தவரை சிறப்பாகச் செய்யுங்கள், ஆனால் முடிவாக இறைவன் மட்டும்தான் உதவ முடியும் என்பதை மனத்தில் கொள்ளுங்கள்.

❖❖❖

இறைவனின் குழந்தையாக இருப்பதினால், தான் நோயால் பாதிக்கப்பட முடியாது என்ற அவனுடைய வலுவான எண்ணத்தில்தான் மனிதனின் பாதுகாப்பிற்கு அளவற்ற ஆதாரம் உள்ளது.

❖❖❖

நோய்க்கான காரணங்களை அகற்ற உங்களால் முடிந்தவரை மிகச் சிறந்த முயற்சியை செய்த பின்னர் முற்றிலும் பயமின்றி இருங்கள். எல்லா இடங்களிலும் எவ்வளவோ கிருமிகள் உள்ளன. அவற்றிற்கு நீங்கள் பயப்பட ஆரம்பித்தால் உங்களால் வாழ்க்கையை அனுபவிக்கவே முடியாது....அச்சமின்றி இருங்கள்.

❖❖❖

அகத்தே புன்னகைத்த வண்ணம் ஆழ்ந்த ஆனந்தத் துடிப்புடனும், எப்பொழுதும் செயல்புரிய தயாராகவும்,

மற்றவர்களுக்கு உதவுவதற்காக ஆன்மீகப் பேராவலுடனும் இருங்கள். இத்தகைய மனோபாவங்கள் மனத்திற்கு நல்ல பயிற்சிகளாக இருப்பது மட்டுமின்றி, நமது உடலுக்குக் கூட இடைவிடாமல் புத்தம்புதிய பிரபஞ்ச சக்தியை அளிக்க வல்லதாய் உள்ளன.

❖❖❖

தனக்குள்ளேயே ஆனந்தத்தைக் காணும் ஒருவன் தன் உடல், உணவிலிருந்து அல்லாமல் இறைவனிடமிருந்து பெறப்படும் மின்சார ஓட்டமாகிய உயிர்ச் சக்தியினால் சக்தியூட்டப்படுவதைக் காண்கிறான். நீங்கள் சிரிக்க முடியாது என உங்களுக்கு தோன்றினால், ஒரு கண்ணாடி முன்பு நின்று, உங்கள் விரல்களால் உங்கள் வாயை இழுத்து புன்சிரிப்பாக மாற்றுங்கள். அது அவ்வளவு முக்கியமானது! ....

ஒருவர் உள்ளூற ஆனந்தத்துடன் இருந்தால், அவர் இறைவனின் வற்றாத சக்தியின் உதவியை வரவழைக்கின்றார். நான் ஓர் உண்மையான ஆனந்தத்தைக் குறிப்பிடுகிறேன். நீங்கள் உள்ளுக்குள்ளே உணராமல், வெளியே பாசாங்கு காட்டுவதை அல்ல. உங்களுடைய மகிழ்ச்சி உண்மையாக இருக்கும் பொழுது நீங்கள் ஒரு புன்னகை-லட்சாதிபதி. ஓர் உண்மையான புன்முறுவல், பிரபஞ்ச ஓட்டமான ***பிராணனை*** ஒவ்வொரு உடல் செல்லுக்கும் அனுப்புகிறது. மகிழ்ச்சியான மனிதன் வெகு குறைவாகவே நோய்வாய்ப்படுகின்றான், ஏனெனில் மகிழ்ச்சி, பிரபஞ்ச உயிர்ச்சக்தி உடலுக்குள் அதிக அளவு வருவதை உண்மையில் ஈர்க்கிறது.

❖❖❖

மனமாகிய பெட்டகத்தில் பந்தங்களின் அனைத்து சங்கிலிகளும், கூடவே விடுதலைக்கான திறவுகோல் களும் கிடக்கின்றன.

❖❖❖

மனோசக்தி இறைவனின் தவறாத சக்தியைக் கொண்டுள்ளது; உங்கள் உடலில் உங்களுக்கு வேண்டியது அச்சக்திதான். அச்சக்தியைக் கொண்டுவர ஒரு வழி உள்ளது. அதுதான் தியானத்தின் மூலம் இறைவனுடன் ஒன்றுதல். நீங்கள் இறைவனுடன் கொண்ட தொடர்பு முழுமையாக இருக்குமேயானால், நலம் நிரந்தரம்.

சங்கல்பம் மற்றும் பிரார்த்தனையின் ஆற்றல்

கடந்த காலத்தில் உங்கள் பிரார்த்தனைகளுக்கு பதில் கிடைக்கவில்லை என நீங்கள் ஏமாற்றமடைந்திருக்கலாம். ஆனாலும் நம்பிக்கையை இழக்காதீர்கள்....இறைவன் உணர்ச்சியற்ற ஊமை அல்ல. அவன் அன்பே உருவான வன். அவனுடன் தொடர்பு கொள்வதற்காக நீங்கள் எவ்வாறு தியானம் செய்ய வேண்டும் என்று தெரிந்து கொண்டால், உங்களுடைய அன்பான வேண்டுகோள்களுக்கு அவன் மறுமொழி கூறுவான்.

❖❖❖

நமது தேவைகளின் தன்மைக்கு ஏற்ப எவ்வாறு மற்றும் எப்பொழுது பிரார்த்திக்க வேண்டும் என மிகச் சரியாகத் தெரிந்து கொள்வதே, வேண்டிய பலன்களை வரவழைக்கும். சரியான வழிமுறை செயல்படுத்தப்படும் பொழுது, அது இறைவனின் தக்க விதிகளை இயங்கச்

செய்கிறது; அத்தகைய விதிகளின் இயக்கம் விஞ்ஞான முறைப்படி பலன்களைப் பெற்றுள்ளது.

❖❖❖

பிரார்த்தனையின் முதல் நியதி நியாயமான விருப்பங்களுடன் மட்டும் இறைவனை அணுகுவதுதான். இரண்டாவதாக அவை நிறைவேறுவதற்காக ஒரு பிச்சைக்காரனைப் போல் அல்லாமல், ஒரு மகனைப் போல்: "நான் உந்தன் குழந்தை. தாங்கள் எனது தந்தை. நீங்களும் நானும் ஒருவரே," என்று பிரார்த்திக்க வேண்டும். நீங்கள் ஆழ்ந்தும் தொடர்ந்தும் பிரார்த்தனை செய்யும் பொழுது உங்களுடைய இதயத்தில் பேரானந்தம் நிறைவதை உணர்வீர்கள். அந்த ஆனந்தம் வெளிப்படும் வரை திருப்தி அடையாதீர்கள்; ஏனென்றால் நீங்கள் அந்த அனைத்தையும்-திருப்தியுறச் செய்யும் ஆனந்தத்தை உங்கள் இதயத்தில் உணரும்பொழுது, இறைவன் உங்களுடைய பிரார்த்தனை ஒலிபரப்பை செவிமடுத்து விட்டான் என்று உங்களுக்கு தெரிந்துவிடும். பிறகு உங்கள் தெய்வத் தந்தையிடம் பிரார்த்தனை செய்யுங்கள்: "இறைவா, இதுதான் என்னுடைய தேவை. அதற்காக உழைக்க நான் தயாராக உள்ளேன்; தயவு செய்து என்னை வழிநடத்தி வெற்றியைத் தருவிக்கும் நற்சிந்தனைகள் உண்டாகவும் நற்செயல்கள் செய்வதற்கும் எனக்கு உதவி அருளுங்கள். நான் என்னுடைய விவேகத்தைப் பயன்படுத்தி உறுதியுடன் உழைப்பேன். ஆனால் நான் ஆற்ற வேண்டிய சரியான செயலுக்கான என்னுடைய பகுத்தறிவு, உறுதி மற்றும் செயல் ஆகியவற்றை நீ வழி நடத்துவாயாக."

❖❖❖

இறைவனுடைய குழந்தையாக உள்ள நீங்கள் அவனுடன் மிக நெருங்கிய நிலையில் பிரார்த்தனை செய்ய வேண்டும். “நான்” என்ற நிலையிலிருந்து நீங்கள் அன்னியனைப் போலவும், பிச்சைக்காரனைப் போலவும் பிரார்த்தனை செய்வதை இறைவன் ஆட்சேபிக்கவில்லை. ஆனால் அந்த உணர்வுநிலையால் உங்களுடைய முயற்சிகள் வரம்பிற்குட்பட்டவையாக இருப்பதை உணர்வீர்கள். அவனுடைய குழந்தை என்ற முறையில் உங்களுடைய தெய்வீக பிறப்புரிமையான உங்களது இச்சா சக்தியை நீங்கள் கைவிடுவதை இறைவன் விரும்புவதில்லை.

❖❖❖

சோர்வுறாத உற்சாகம், பின்வாங்காத வீரம், மற்றும் நம்பிக்கை ஆகியவற்றுடன் எந்தவொரு பொருளுக்காகவும் உள்ளத்தில் இரகசியமாகக் கூறப்படும் இடைவிடாத கோரிக்கையானது,* ஒரு வலிமை வாய்ந்த சக்தியாக வளர்ச்சி அடைகிறது. இது விரும்பிய பொருளைப் பெற்றுத் தருகிற மனிதனின் உணர்வு, ஆழ்மன உணர்வு, மற்றும் உயர் உணர்வு ஆற்றல்களின் அனைத்து நடவடிக்கைகளிலும் தாக்கம் ஏற்படுத்துகிறது.

* பரமஹம்ஸ யோகானந்தர் போதித்தார்: “பிரார்த்தனை பெரும்பாலும் பிச்சை எடுத்தலை மறைமுகமாகக் குறிப்பிடுகிறது. நாம் இறைவனின் குழந்தைகள். பிச்சைக்காரர்கள் அல்ல. எனவே நமது இறை மரபுரிமைக்கு தகுதியாகின்றோம். நாம் நமது ஆன்மாக்களுக்கும் இறைவனுக்கும் இடையே அன்பின் இணைப்பை நிலைநாட்டி விட்டால், நமது நியாயமான பிரார்த்தனைகள் நிறைவேற்றப்படுவதற்கென அன்புடன் *கோருவதற்கு* நமக்கு உரிமை இருக்கிறது.” இறைவனிடமிருந்து நமது பிறப்புரிமையைக் கோருகின்ற இந்தத் தத்துவம், ஒரு சங்கல்பத்திற்கு உள்ளே அமைந்துள்ள உயிர்த்துடிப்புள்ள சக்தியாகும்.

உள்ளத்தில் இரகசியமாக உச்சரிக்கப்படும் உள்முகச் செயல், எதிர்மாறான நிலைகளிலும் இடைவிடாமலும் தளர்ச்சியடையாமலும் இருக்க வேண்டும். அப்பொழுது விரும்பிய பொருள் கைகூடும்.

சங்கல்பத்தின் உத்தி

படைப்பாற்றல் வாய்ந்த ***ஓம்**** என்ற சொல்லிலிருந்து ஒலியின் அபரிமிதமான சக்தி வெளிப்படுகிறது. அண்டகோசத்தின் அதிர்வலைகளாகத் திரியும் இச்சக்தி தான், எல்லா அணுக்களின் சக்தியாகவும் பரிணமிக்கிறது. எவ்வித வாக்கும், நன்கு அறிந்து ஆழ்ந்த உணர்வுடன் கூறப்படின் நடைமுறையில் பலிக்கத்தக்கதாகிறது.

❖ ❖ ❖

நேர்மை, திட நம்பிக்கை, விசுவாசம் மற்றும் உள்ளுணர்வு ஆகியவற்றுடன் செறிந்துள்ள வார்த்தைகள், மிகப் பெரிய அளவில் வெடிக்கக்கூடிய அதிர்வு வெடி குண்டுகள் போன்றவை. அவை வெளிக் கிளம்பும் பொழுது இன்னல்களாகிய பாறைகளைத் சிதறடித்து விரும்பிய மாற்றங்களை உருவாக்குகின்றன.

❖ ❖ ❖

நோய் அல்லது ஆரோக்கியம் குறித்த உள்மன எண்ண-பழக்கம், ஒரு வலிமையான தாக்கத்தை ஏற்படுத்துகின்றது. பிடிவாதமான மன அல்லது உடல் நோய்கள் எப்பொழுதும் உள் மனத்தில் ஆழமாக வேரூன்றி இருக்கும். நோயை அதன் மறைந்துள்ள

* மகா ஆமென் அல்லது "இறைவனின் வார்த்தை." பார்க்க சொல் லகராதியில் *ஓம்.*

வேர்களைப் பிடுங்கி எறிவதன் மூலம் குணப்படுத்தலாம். அதனால்தான் உணர்வுள்ள மனத்துடன் செய்யப்படும் எல்லா சங்கல்பங்களும் உள்ளுணர்வில் ஊடுருவிச் சென்று ***ஆழ்ந்து பதியும்*** விதமாக இருக்க வேண்டும். பின் உள்ளுணர்வானது தானாகவே உணர்வு மனத்தில் விளைவை ஏற்படுத்துகிறது. இவ்வாறு வலிமையான உணர்வுபூர்வ சங்கல்பங்கள் மனம் மற்றும் உடலின் மீது உள்ளுணர்வின் மூலமாகச் செயல்படுகின்றன. இன்னும் வலிமைவாய்ந்த சங்கல்பங்கள் உள்ளுணர்வை மட்டுமல்லாமல் அற்புதச் சக்திகளின் மாயக் களஞ்சிய மான உயர்உணர்வு மனத்தைச் சென்றடைகின்றன.

❖ ❖ ❖

பொறுமை மற்றும் கவனத்துடன் கூடிய புத்திசாலித் தனத்துடன் திரும்பத் திரும்பக் கூறுதல் ஆகியவை அற்புதம் புரிபவை ஆகும். மனம் அல்லது உடல் சார்ந்த நீடித்த தொந்தரவுகளை குணப்படுத்துவதற்கான சங்கல்பங்கள் ஆழமாகவும் இடைவிடாமலும், (மாறாத அல்லது முரண்பட்ட சூழ்நிலைகள் ஏதேனும் இருந்தால், அவற்றை முழுவதுமாக புறக்கணித்துவிட்டு) அவை ஒருவரின் ஆழ்ந்த உள்ளுணர்வு பூர்வமாக திடநம்பிக்கையின் ஓர் அம்சமாக ஆகும் வரை அடிக்கடி* திரும்பத் திரும்பக் கூறப்பட வேண்டும்.

❖ ❖ ❖

உங்களது உறுதிமொழியைத் தேர்ந்தெடுத்துக்

* குறிப்பிட்ட நோக்கங்களுக்கான உறுதிமொழிகள் (சங்கற்பங்கள்), இப்புத்தகத்தின் பல அத்தியாயங்களின் இறுதியிலும் கொடுக்கப் பட்டுள்ளன. *Scientific Healing Affirmations, Metaphysical Meditations*

கொள்ளுங்கள். அதை முழுவதுமாக முதலில் உரக்கவும், பிறகு மெதுவாகவும் மிகவும் நிதானமாகவும், உங்கள் குரல் மெல்லியதாக ஆகும் வரை திரும்பத் திரும்பக் கூறுங்கள். பிறகு நீங்கள் ஆழ்ந்த தடைபடாத மன ஒருமுகப்பாட்டை—உணர்வற்ற நிலை அல்ல, மாறாக இடையூறற்ற எண்ணத்தின் மிக ஆழ்ந்த தொடர்ச்சியை அடைந்து விட்டதை நீங்கள் உணரும் வரையில் உங்கள் நாக்கையோ, உதடுகளையோ அசைக்காமல் மனத்த ளவில் மட்டும் படிப்படியாக வலியுறுத்திக் கூறுங்கள்.

உங்களது மன சங்கல்பத்தை நீங்கள் தொடர்ந்தவாறு, இன்னும் ஆழமாகச் செல்லும் பொழுது, அதிகரிக்கும் ஆனந்தம் மற்றும் அமைதி உணர்வை நீங்கள் உணர்வீர்கள். ஆழ்ந்த ஒருமுகப்பட்ட நிலையில் உங்கள் சங்கல்பமானது—ஆற்றலுடன் வலுவடைந்து பழக்க விதி யின் வாயிலாக உங்கள் உணர்வு மனத்தில் தாக்கத்தை உண்டு பண்ண பின்னர் வெளிப்படுவதற்காக—ஆழ் மன உணர்வு ஓட்டத்துடன் கலந்து விடுகிறது.

எப்பொழுதும் அதிகரித்துக் கொண்டிருக்கும் அமைதியை நீங்கள் உணரும் சமயத்தில் உங்கள் மன சங்கல்பீமானது, உங்கள் உணர்வு மனத்தில் தாக்கத்தை உண்டாக்கவும், உங்கள் விருப்பங்களை பூர்த்தி செய்வதற்காகவும், அளவற்ற ஆற்றலை நிரப்பியபடி பின்னர் திரும்ப வருவதற்காக இன்னும் ஆழமாக உயர் உணர்வு பிரதேசத்திலும் செல்கிறது. சந்தேகப்படாதீர்கள்,

---

மற்றும் *யோகதா சத்சங்கப் பாடங்கள்* ஆகியவற்றில் பரமஹம்ஸ யோகானந்தர் குணப்படுத்துவதற்கும், சுய-முன்னேற்றத்திற்கும் மற்றும் இறைவனைப் பற்றிய ஒருவரது விழிப்புணர்வை ஆழப்படுத்துவதற்கும் நூற்றுக்கணக்கான இதர சங்கற்பங்களை அளித்துள்ளார்.

இந்த விஞ்ஞான நம்பிக்கையின் அற்புதத்தை நீங்கள் காண்பீர்கள்.

❖❖❖

உடன் இணைந்த பக்தியோ அல்லது தானாகவே எழும் அன்போ இல்லாமல் குருட்டுத்தனமாக திரும்பத் திரும்பக் கூறப்படும் கோரிக்கைகளோ அல்லது சங்கல் பங்களோ, ஒருவரை தன்னுடைய பிரார்த்தனையின் பொருளை அறியாத வெறும் "பிரார்த்திக்கும் கிராம ஃபோன்" ஆக்குகிறது. மனத்திற்குள் எதையாவது சிந்தித்துக் கொண்டு, குரலொலியாலும் இயந்திரத்தன மாகவும் பிரார்த்தனைகளை அரைத்துக் கொண்டிருப்பது இறைவனிடமிருந்து பதிலை வரவழைக்காது. குருட்டுத் தனமாக திரும்பத் திரும்பக் கூறுதல், இறைவனின் நாமத்தை வீணாக உச்சரித்தல் பலனளிக்காது. ஒரு கோரிக்கை அல்லது ஒரு பிரார்த்தனையை மனத்திலோ அல்லது வாய்விட்டோ திரும்பத் திரும்ப ஆழ்ந்த கவனம் மற்றும் பக்தியுடன் கூறுவதானது, அந்தப் பிரார்த்தனையை தெய்வீகமாக்குகிறது. மேலும் உணர்வு பூர்வமான, நம்பிக்கையான ஒப்புவித்தலை உயர் உணர்வுநிலை அனுபவத்திற்கு மாற்றுகிறது.

❖❖❖

நீங்கள் தேர்ந்தெடுத்திருக்கும் கோரிக்கையின் கருத் தின் மேல், அது உங்களின் ஓர் அம்சமாகும் வரை தியானம் செய்யுங்கள். அந்த கோரிக்கையின் மேல் தியானம் செய்யும்பொழுதே அதை பக்தியால் தோய்த் திடுங்கள். உங்கள் தியானம் ஆழமாகச் செல்லும்பொழுது, உங்கள் பக்தியைப் பெருக்கி உங்கள் இதயத்தின் வெளிப்பாடு போன்று மானசீகமாக அக்கோரிக்கையை

அர்ப்பணியுங்கள். இந்த குறிப்பிட்ட கோரிக்கையின் மூலம் வெளிப்படுத்தப்பட்ட உங்களது இதயத்தின் ஏக்கம் இறைவனால் உணரப்படுகிறது என்ற நம்பிக்கையால் உங்களை நிரப்பிக் கொள்ளுங்கள்.

உங்களது பக்திமயமான கோரிக்கையாகிய திரைக்கு நேர் பின்னால், இறைவன் உங்களது ஆன்மாவின் நிசப்தமான வார்த்தைகளைச் செவிமடுத்துக் கொண்டிருப்பதாக உணருங்கள். இதை உணருங்கள்! உங்களது இதய கோரிக்கையுடன் ஒன்றாகி விடுங்கள்—மேலும் இறைவன் உங்களுக்குச் செவிமடுத்துள்ளான் என்பதை முழுமையாக நம்புங்கள். பிறகு இறைவன் உங்களது கோரிக்கையை நிறைவேற்றுவாரா என்பதை அறிய நாட்டம் கொள்ளாமல் உங்கள் கடமையைக் கவனிக்கச் செல்லுங்கள். உங்கள் கோரிக்கை கேட்கப்பட்டு விட்டது எனவும், இறைவனது எதுவோ அதுவே உங்களுடையதும் ஆகும் என நீங்கள் தெரிந்து கொள்வீர்கள் எனவும் முற்றிலும் நம்புங்கள். இறைவன் மீது இடைவிடாது தியானம் புரியுங்கள்; நீங்கள் அவனை உணரும் பொழுது அவனுடைய தெய்வீகப் புதல்வனாக உங்களுடைய நியாயமான மரபுரிமையை பெறுவீர்கள்.

❖ ❖ ❖

“கடவுள் எல்லோருக்கும் பதிலளிக்கிறான். எல்லோருக்காகவும் வேலை செய்கிறான்,” ஸ்ரீ யுக்தேஸ்வர் கூறினார். “எவ்வளவு தடவை கடவுள் அவர்களது பிரார்த்தனைகளுக்குச் செவிசாய்க்கிறான் என்பதை மனிதர்கள் புரிந்து கொள்வது அரிது. ஒரு சிலருக்கு மட்டும் பாரபட்சமாக அல்லாமல் நம்பிக்கையுடன் அவனை அணுகும் ஒவ்வொருவருடைய பிரார்த்தனைக்கும்

செவிசாய்க்கிறான். அவனுடைய குழந்தைகள் எங்கும் நிறைந்த தங்கள் தந்தையின் அன்பான கருணையின் மேல் முழுமையான நம்பிக்கை வைத்திருக்க வேண்டும்."

❖❖❖

நம்பிக்கை நம்முள் வளர்க்கப்பட வேண்டும், கூறப் போனால் நம் உள்ளிருந்து வெளிப்படுத்தப்பட வேண்டும். அது இருக்கிறது, ஆனால் வெளிக்கொணரப் பட வேண்டும். உங்கள் வாழ்க்கையை நீங்கள் கவனித்தீர் களானால், எண்ணற்ற வழிகளின் மூலமாக இறைவன் செயல்புரிவதை நீங்கள் காண்பீர்கள்; இவ்வாறாக உங்கள் நம்பிக்கை பலப்படும். வெகுசிலரே இறைவனின் மறைந் திருக்கும் கரங்களை நாடுகிறார்கள். பெரும்பாலான மனிதர்கள் நிகழ்வுகளின் போக்கை இயற்கையான தாகவும் தடுக்கப்பட முடியாததாகவும் கருதுகின்றனர். பிரார்த்தனையின் மூலமாக எத்தகைய அடிப்படை மாற்றங்கள் சாத்தியமாகும் என்பதை அவர்கள் அரிதாகவே அறிந்திருக்கிறார்கள்!

இறைவனிடத்தில் விசுவாசத்தை வளர்த்துக் கொள்ளல்

உடனடியாக குணமடைவதற்கான மிகச் சிறந்த முறை இறைவனிடத்தில் முழுமையான, கேள்விகளற்ற விசுவாசம் கொள்வதாகும். அந்த விசுவாசத்தைத் தூண்டுவதற்கான ஓர் இடைவிடாத முயற்சியே மனித னுடைய மகத்தான மற்றும் மிகச் சிறந்த பயன் தரும் கடமையாகும்.

❖❖❖

இறைவனிடம் வைக்கும் நம்பிக்கையும் இறை வனிடம் காட்டும் விசுவாசமும் வெவ்வேறானவை. நீங்கள் நம்பிக்கையை சோதித்து அதன்படி வாழாமல் இருந்தால் அது பயனற்றது. நம்பிக்கை அனுபவமாக மாற்றப்படும்பொழுது அது விசுவாசமாகிறது.

❖❖❖

நீங்கள் நம்புவதற்கு விருப்பப்படலாம்; நீங்கள் நம்புவதாக நினைக்கக் கூடச் செய்யலாம்; ஆனால் நீங்கள் நிஜமாகவே நம்பினால் அதன் பலன் உடனடியானதாக இருக்கும்.

❖❖❖

விசுவாசம் முரண்பட முடியாதது: அது சத்தியத்தைப் பற்றிய உள்ளுணர்வுபூர்வமான திட நம்பிக்கை. மேலும் அதை முரண்பாடான சாட்சியினாலும் கூட அசைக்க முடியாது....இந்த மகத்தான சக்தி எவ்வாறு வியக்கத்தக்க முறையில் செயல்படுகிறது என்பதை நீங்கள் உணர்வதில்லை. இது கணிதரீதியாக இயங்குகிறது. "நிகழுமா" என்ற கேள்விக்கு இடமேயில்லை. விசு வாசம் என்பதற்கு பைபிள் குறிப்பிடுவது இதைத்தான்: காணப்படாதவைகளின் ***நிரூபணமுமாயிருக்கிறது.****

❖❖❖

எல்லையற்ற சக்தியைத் தருவதற்கு உங்களது எண் ணங்கள், பிரார்த்தனைகள் மற்றும் திட நம்பிக்கை களுக்கு நேர் பின்னால் இறைவனது சக்தி உங்களுக்குள் வேலை செய்து கொண்டிருக்கிறது என எப்பொழுதும்

* "விசுவாசமானது நம்பப்படுகிறவைகளின் உறுதியும், காணப்படாத வைகளின் நிரூபணமுமாயிருக்கிறது" (*எபிரேயர்* 11 : 1).

சந்தேகத்திற்கிடமின்றி நம்புங்கள்....உங்களுக்குள் ஒவ்வொன்றிலும் அவனது செயல்பாட்டை ஒப்புக் கொள்ளுங்கள். அதனால் எப்பொழுதும் உங்களுடன் அவனைப் பெற்றிருப்பீர்கள்.

❖❖❖

இடைவிடாத பிரார்த்தனையினாலும் தொடர்ந்த நம்பிக்கையினாலும் அந்த மாபெரும் சக்தியை எழுப்ப முடியும். நீங்கள் சரியான முறையில் உணவு உட்கொண்டு, உடலுக்குத் தேவையானதைச் செய்து கொண்டிருங்கள்; ஆனால் இடைவிடாது அவனிடம் பிரார்த்தனை செய்யுங்கள்: "இறைவா, நீதான் என்னைக் குணப்படுத்த முடியும். ஏனெனில் வைத்தியர்கள் மருந்துகளினால் எட்ட முடியாத ஜீவ அணுக்களையும், உடலின் சூட்சுமமான நிலைகளையும் நீதான் கட்டுப்படுத்துகிறாய்."

❖❖❖

மகிழ்ச்சி நிறைந்த குரலில், லாஹிரி மகாசயர்* கூறினார்: "அந்த சர்வ வல்லமையுள்ள பரமாத்மாவினால் மருத்துவர் இருந்தாலும் அல்லது இல்லாவிட்டாலும் எவரையும் குணப்படுத்த முடியும் என்பதை எப்பொழுதும் அறிந்து கொள்."

❖❖❖

இது இறைவனது உலகம். அவன் உங்களை இங்கிருந்து எடுத்துக் கொள்கிறான்; அவனே உங்களை இங்கே வைத்திருக்கிறான். மருத்துவர், "நான் உங்களை குணப்படுத்துவேன்," என்று கூறும் பொழுது இறைவன்

* பரமஹம்ஸ யோகானந்தருடைய குருவின் குரு. சமஸ்கிருதத்தில், "மிக உன்னத பரம்பொருள்." பார்க்க சொல்லகராதி.

உங்களை எடுத்துக் கொள்ளத் தீர்மானித்தால், நீங்கள் சென்றுவிடுவீர்கள். எனவே உங்களது வாழ்க்கையை அவனுக்காக வாழுங்கள்.

❖❖❖

ஒரு நோயுற்ற மனிதன் தனது நோயைப் போக்கிக் கொள்வதற்கு மனப்பூர்வமாக முயற்சி செய்ய வேண்டும். பின், மருத்துவர்களேகூட நம்பிக்கையில்லை என்று அறிவித்தாலும், அவன் மிகுந்த மன அமைதியுடன் இருக்க வேண்டும். ஏனெனில் பயமானது, சர்வசக்தி படைத்த கருணாமயமான இறை இருப்பின் மீதுள்ள விசுவாசத்தின் கண்களை மூடிவிடுகிறது. பரபரப்பான கவலையில் மூழ்குவதற்கு பதிலாக சங்கல்பித்துக் கொள்ள வேண்டும்: “நான் உனது அன்பான கவனிப்பு எனும் கோட்டையினுள் என்றும் பத்திரமாக இருக்கி றேன்.” பயமற்ற பக்தன், குணப்படுத்த முடியாத நோய்க்கு ஆளாகி மாள நேரும் பொழுது இறைவன் மீது கவனத் தைச் செலுத்தி, உடல் சிறையிலிருந்து விடுதலையடைந்து சூட்சும உலகத்தில் ஒளிபொருந்திய மறுமை வாழ்விற்குச் செல்லத் தயாராகிறான். இதன் மூலம் அவனது அடுத்த பிறவியில் மிக உயர்ந்த முக்தி என்னும் இலட்சியத்திற்கு மிக அருகில் அவன் முன்னேறுகிறான்....அனைத்து மனிதர்களும் ஒவ்வொரு வெளிப்புறப் பேரிடரையும், ஆன்ம உணர்வுநிலை வெல்ல முடியும் என்று உணர்ந்து கொள்வதை இலக்காகக் கொள்ள வேண்டும்.

❖❖❖

ஆன்மீக சக்தி படைத்தவர்களுக்கு மரணம் கூட ஒன்றுமே இல்லை. ஒரு தடவை நான் இறந்து

கொண்டிருப்பதாகக் கனவு கண்டேன். இருந்த போதிலும் நான் அவனிடம் வேண்டிக் கொண்டிருந்தேன்: “இறைவா, பரவாயில்லை, எதுவும் உன் திருவுள்ளமே.” பிறகு அவன் என்னைத் தொட்டான். நான் உண்மையை உணர்ந்தேன்: “நான் எப்படி இறக்க முடியும்? அலையால் இறக்க முடியாது; அது பெரும் கடலுள் மீண்டும் முழுகி மறுபடியும் முன்னால் வருகிறது. அலை எப்பொழுதும் இறப்பதில்லை; நானும் என்றும் இறக்க முடியாது.”

❖❖❖

[ஒரு பெரும் சோதனைக் காலத்தின் பொழுது பரமஹம்ஸ யோகானந்தர் ஏகாந்தமாக இருக்கவும் பிரார்த்தனை செய்யவும் பாலைவனத்தில் தனிமையை நாடிச் சென்றார். ஓர் இரவு ஆழ்ந்து தியானித்துக் கொண்டிருக்கும் பொழுது, அவர் இறைவனிடமிருந்து இந்த அழகானப் பதிலைப் பெற்றார்:]

“வாழ்வின் நடனமோ அல்லது சாவின் நடனமோ,
என்னிடமிருந்தே இவை எழுவதை அறிந்து, மகிழ்வாய்.
என்னைப் பெற்றிருப்பதைவிட
வேறு என்ன வேண்டும் உனக்கு?”

❖❖❖

[புனிதமான ஆன்மாக்களின் எடுத்துக்காட்டாகத் திகழும் வாழ்க்கைகள், மற்றவர்களுக்கு வலிமையையும் உள்ளெழுச்சியையும் கொடுக்கும் வற்றாத ஆதாரங்களாகும். பரமஹம்ஸ யோகானந்தரின் முதன்மையான சீடர்களுள் ஒருவரான ஸ்ரீ ஞான மாதா (1869–1951) வின் வாழ்க்கையில் துன்பத்தைக்*

* ஞான மாதா என்பதன் பொருள் “ஞானத்தின் அன்னை.” அவர் மற்றவர்களுக்கு அளித்த விவேகமான மற்றும் அன்பாலோசனைகளையும் ஊக்குவிப்பும், யோகதா சத்சங்க சொஸைடி ஆஃப் இந்தியா/

குறித்த சரியான மனப்பான்மை பரிபூரணமாக வெளிப்பட்டது. அவரை அறிந்த அனைவரும், அவருடைய வாழ்வின் கடைசி இருபது வருடங்களில் அவர் தாங்கிக் கொண்டது மிகக் கடுமையான உடற்பிணியாக இருந்த போதிலும், மனங் கலங்காத அவரது அமைதியான வீரம், அவரது அசையாத அகவலிமை மற்றும் இறை அன்பு ஆகியவற்றால் மனவெழுச்சி பெற்றனர். பரமஹம்ஸரால் நடத்தப்பட்ட அவரது நினைவு வழிபாட்டில் அவர் இவ்வாறு கூறினார்:]

சிஸ்டர்-ன் வாழ்க்கை, பிறருக்கு உதவி புரியும் பொழுது கூட துன்பப்பட்ட புனிதர் ஃபிரான்சிஸின் வாழ்க்கையைப் போன்றது. எனவே அவர் ஒரு மகத்தான அகத் தூண்டுகோலாகத் திகழ்கிறார். அவர் துன்பப்பட்ட அத்தனை வருடங்களிலும் இறைவனுக்கான அவரது அன்பு மிக உயர்ந்தது என்பதைக் காட்டினார்; அவரது கண்களில் அந்தத் துன்பத்தின் ஒரு குறியைக் கூட நான் ஒருபோதும் கண்டதில்லை. அதனால்தான் அவர் ஒரு மகத்தான ஞானியாக—ஒரு மகா ஆத்மாவாக—இருக் கிறார். அதனால்தான் அவர் இறைவனுடன் இருக்கிறார்....

சவப்பெட்டியில் நான் அவரது உடலைக் கண்ட பொழுது சிஸ்டர்-ன் ஆன்மா, எங்கும் வியாபித்துள்ள விண்வெளியுடன் இரண்டறக் கலந்து விட்டதை உணர்ந் தேன். எனக்குள்ளிருந்து தெய்வத் தந்தையின் குரல் என்னிடம் பேசியதைக் கேட்டேன்: “இருபது வருடத்

ஸெல்ஃப்-ரியலைசேஷன் ஃபெலோஷிப்-ஆல் வெளியிடப்பட்ட அவரது கடிதங்களின் தொகுப்பும், அவரது வாழ்க்கையின் விவரமும் அடங்கிய *God Alone*-ல் அழகாக சொல்லப்பட்டிருக்கின்றன.

துன்பம் அவருடைய அன்பை என்னிடமிருந்து ஒருபோதும் விலக்கியதில்லை. அதைத்தான் நான் அவரது வாழ்க்கையில் மகத்துவம் வாய்ந்ததாக கருதுகிறேன்." மேற்கொண்டு என்னால் எதுவும் கூற முடியவில்லை; தெய்வத் தந்தைக்கு, நாம் அவர் மீது கொண்டுள்ள அன்பை இருபது வருடங்களுக்கோ அல்லது அதற்கும் மேலாகவோ நமது வேதனை மூலம் சோதிக்க உரிமை உள்ளது. இதனால் அதற்கு மாற்றாக அவரது பிரதிபிம்பமாக உள்ள நாம், நமது இழந்த சாசுவதத்தை, என்றும் புதிய ஆனந்தத்தை உரிமை கோரலாம்.

பிறகு இறைவனது இருப்பினால் உண்டான புளகாங் கிதத்தினால் மறுபடியும் மூச்சடைத்து நான் எனக்கே கூறினேன்: "இருபது வருட வேதனையிலும் அமைதி குலையாத இருப்பின் மூலம் என்றும் புதிய ஆனந்தத்தின் நிரந்தரத்தை மீட்டுக் கொள்வது, இறைவனது அருளால் மகத்தான சாதனையாகும்."

❖❖❖

நீங்கள் இறைவனுடன் வாழ்ந்தீர்களானால், வாழ்வு மற்றும் சாவு, ஆரோக்கியம் மற்றும் நோய் ஆகிய மாயையிலிருந்து குணப்படுத்தப்படுவீர்கள். இறைவனில் இருங்கள். அவனது அன்பை உணருங்கள். எதற்கும் அஞ்சாதீர்கள். இறைவனின் கோட்டையில் மட்டுமே நாம் பாதுகாப்பைக் காண முடியும். அவனது இருப்பில் இருப்பதைத் தவிர பாதுகாப்பான ஆனந்தப் புகலிடம் வேறு எங்கும் இல்லை. நீங்கள் அவனுடன் இருக்கும் பொழுது உங்களை எதுவும் தொட முடியாது.

❖❖❖

குணப்படுத்துதலுக்கான உறுதிமொழிகள்

இறைவனது பரிபூரண ஆரோக்கியம் எனது உடல் நோயின் இருண்ட மூலைகளிலும் ஊடுருவுகிறது. எனது அனைத்து செல்களிலும் அவனது குணப்படுத்தும் ஒளி பிரகாசிக்கிறது. அவை முற்றிலும் நலத்துடன் உள்ளன, ஏனெனில் அவனது பரிபூரணம் அவற்றில் உள்ளது.

❖ ❖ ❖

பரம்பொருளின் குணப்படுத்தும் ஆற்றல் எனது உடலின் அனைத்துச் செல்களின் வழியாகவும் பாய்ந்து கொண்டிருக்கிறது. அந்த ஒன்றே யான பிரபஞ்ச இறை-பொருளால் நான் ஆக்கப்பட்டிருக்கிறேன்.

❖ ❖ ❖

எனது அனைத்து உடல் உறுப்புகளிலும் உனது பரிபூரண ஒளி வியாபித்து உள்ளது. அந்தக் குணப்படுத்தும் ஒளி எங்கெல்லாம் வெளிப்பட்டுள்ளதோ, அங்கு பரிபூரணம் உள்ளது. நான் நலமாக இருக்கிறேன், ஏனெனில் என்னுள் பரிபூரணம் உள்ளது.

❖ ❖ ❖

நான் இறைவனுடைய இருப்பு எனும் காவற்கோட்டைக்குள் வைக்கப்பட்டுள்ளேன். என்னை எந்தத் தீங்கும் அணுக முடியாது, ஏனெனில் வாழ்க்கையின் ஒவ்வொரு சூழ்நிலையிலும்—தேகரீதியாக, மனரீதியாக, நிதிரீதியாக, ஆன்மீகரீதியாக—நான் இறை வனுடைய இருப்பு எனும் பாதுகாப்பு அரணுக்குள் பாதுகாக்கப்பட்டுள்ளேன்.

அத்தியாயம் 5

நிச்சயமற்ற ஓர் உலகத்தில் பாதுகாப்பு

பேரழிவையும் பெருஞ்சேதத்தையும் விளைவிக்கும் இயற்கையில் நிகழும் திடீர் ஊழிப் பெருவெள்ளங்கள் "இறைவனது செயல்கள்" அல்ல. இத்தகைய நாசங்கள் மனிதனின் எண்ணங்கள் மற்றும் செயல்களின் விளைவே. மனிதனது தவறான சிந்தனைகள் மற்றும் தவறான செயல்களின் விளைவான தீய அதிர்வலைகளின் திரட்சியினால் உலகின் நல்ல மற்றும் தீய அதிர்வலைகளின் சமநிலை குலைக்கப்படும் பொழுதெல்லாம் நீங்கள் பேரழிவைக் காண்பீர்கள்....*

போர்கள் பரவலாக உள்ள லோகாயத சுயநலத்தால் ஏற்படுத்தப்படுகின்றனவே தவிர விதிவசமான தெய்வச் செயலால் அல்ல. தனிமனித, தொழில்ரீதியான, அரசியல் சார்ந்த மற்றும் தேசீய சுயநலத்தை விரட்டி அடியுங்கள்—இனி உங்களிடத்தில் போர்களே இருக்காது.

❖ ❖ ❖

உலகம் முழுவதும் காணப்படுகின்ற நவீன குழப்ப மான சூழ்நிலைகள், இறைத்தன்மையற்ற குறிக்கோள் களைக் கொண்டு வாழ்வதன் விளைவேயாகும். தனி மனிதர்களும் நாடுகளும் தெய்வீகக் குறிக்கோள்களான சகோதரத்துவம், தொழிற் கூட்டுறவு மேலும் உலகப் பொருட்கள் மற்றும் அனுபவங்களின் சர்வதேசப்

* பார்க்க 27 ம் பக்கத்தில் அடிக்குறிப்பு.

பரிமாற்றம் ஆகியவற்றின்படி வாழ்ந்தால் அவர்களை ஒட்டுமொத்த அழிவிலிருந்து காப்பாற்ற முடியும்.

❖❖❖

மிக உயர்ந்த புரிந்துகொள்ளும் ஆற்றலின் மூலம் நம்மிடையே இனிமேல் பிரிக்கும் எல்லைகளே இல்லாத ஒரு காலம் வரும் என்று நான் நம்புகின்றேன். நாம் இந்தப் பூவுலகை நமது தேசம் என்று அழைப்போம்; மேலும் நீதி மற்றும் சர்வதேசப் பேரவை என்ற நடைமுறை வாயிலாக உலகப் பொருட்களை மனிதர்களின் தேவைகளுக்கேற்ப தன்னலமில்லாமல் நாம் பகிர்ந்தளிப்போம். ஆனால் சமத்துவத்தை நிர்ப்பந்தத்தின் மூலம் நிலைநிறுத்த முடியாது; அது இதயத்திலிருந்தே வரவேண்டும்....நாம் இப்பொழுதே ஆரம்பிக்க வேண்டும், நம்மிடமிருந்தே. நமக்கு வழிகாட்ட மீண்டும் மீண்டும் பூவுலகில் அவதரித்திருக்கின்ற திவ்ய புருஷர்களைப் போல் இருக்க நாம் முயற்சி செய்ய வேண்டும். அவர்கள் போதித்து வாழ்ந்து காட்டியதைப் போல், நாம் ஒருவருக்கொருவர் அன்பு செலுத்துவதன் மூலமும் நமது புரிந்து கொள்ளும் தன்மையை தெளிவாக வைத்திருப்பதன் மூலமும் அமைதியை நிலவச் செய்ய முடியும்,

❖❖❖

வெறுப்புணர்வை வெற்றிக்கொள்ள முயற்சி செய்வதும் கிறிஸ்துவினுடையதைப் போன்ற அன்பு வழிகளுக்கு மனித குலத்தை எழுச்சியூட்டுவதும் நம்பிக்கையற்றது என நீங்கள் நினைக்கலாம். ஆனால் அதற்கான இப்பொழுது உள்ளதைப் போன்ற மிகப்பெரிய தேவை எப்பொழுதும் இருந்ததில்லை. நாத்திகக்

கொள்கைகள் மதத்தை வெளியே விரட்டுவதற்காகப் போராடிக் கொண்டிருக்கின்றன. உயிர்வாழ்தல் எனும் ஒரு மூர்க்க நாடகத்தில் உலகம் நடைபோட்டுக் கொண்டிருக்கிறது. கொந்தளிக்கும் புயல்களை நிறுத்த முயற்சி செய்வதில், கடலில் நீந்திக் கொண்டிருக்கும் சிறு எறும்புகளை விடப் பெரியதாக ஒன்றும் நாம் தோற்றமளிக்கவில்லை. ஆனால் உங்களது ஆற்றலைக் குறைத்துக் கொள்ளாதீர்கள்,

❖❖❖

உலகத் துயரத்தை அகற்றுவதற்கு உதவக்கூடிய ஒன்று—செல்வம், மனைகள் அல்லது வேறு எந்தப் பொருள்ரீதியான உதவிகளை விடவும் மேலானது—தியானம் புரிவதும் நாம் அனுபவிக்கின்ற தெய்வீக இறை உணர்வுநிலையை மற்றவர்களுக்குப் பரப்புவதும் ஆகும். நான் எனக்குள் பெற்றிருப்பதை ஓராயிரம் கொடுங்கோலர்களாலும் ஒருபோதும் அழிக்க முடியாது. தினமும் இறைவனது உணர்வுநிலையை மற்ற வர்களுக்குப் பரவச் செய்யுங்கள். மனித இனத்திற்கான இறைவனது திட்டத்தை—அனைத்து ஆன்மாக்களையும் மீண்டும் தன்னிடமே அழைத்துக் கொள்வது—புரிந்து கொள்ள முயலுங்கள். மேலும் அவனது சித்தத்துடன் இசைந்து செயலாற்றுங்கள்.

❖❖❖

இறைவன் அன்புமயமானவன்; படைப்பிற்கான அவனுடைய திட்டம் அன்பில் மட்டுமே வேரூன்றி இருக்க முடியும். இந்த எளிய உண்மை அறிவாளிகளின் பகுத்தறிவை விட இதயத்திற்கு இதத்தை அளிக்க

வில்லையா? மெய்ப்பொருளின் ஆழத்தை துளைத்தறிந்த முனிவர்கள் அனைவரும் கூறுவது: உலக முழுவதிற்கும் ஒரு தெய்வீகத் திட்டம் இருக்கிறது, அது மிக அழகானது மேலும் ஆனந்தமயமானது.

❖❖❖

தியானத்தில் இறைவனை நேசிக்கக் கற்றுக் கொண்ட உடனேயே நாம் நமது சொந்த குடும்பத்திடம் அன்பு செலுத்துவது போலவே அனைத்து மனித குலத்திடமும் அன்பு செலுத்துவோம். தங்களது சொந்த ஆத்ம-அனுபூதியின் மூலம் இறைவனை அறிந்து கொண்டவர்கள்—இறைவனை உண்மையிலேயே அனுபவித்தவர்கள்—அவர்களால் மட்டுமே மனித குலத்தைப் பொதுப்படையாக அல்லாமல் அவர்களது இரத்த பந்த சகோதரர்களாக ஒரே தெய்வத் தந்தையின் குழந்தைகளாக நேசிக்க ***முடியும்.***

❖❖❖

அனைத்து இனத்தவரின் இரத்த நாளங்களிலும் ஒரே இரத்தம் உயிருடன் ஓடிக் கொண்டிருப்பதை உணருங்கள். இறைவன் அனைவரிடத்திலும் வாழ்ந்து கொண்டும் சுவாசித்துக் கொண்டும் இருக்கும் பொழுது வேறு எந்த மனிதரையும், அவர் எந்த இனத்தவராயினும் சரி, வெறுப்பதற்கு ஒருவர் எங்ஙனம் துணிவார்? நாம் வெறும் ஒரு சில வருடங்களுக்கே அமெரிக்கராகவோ அல்லது இந்துக்களாகவோ அல்லது மற்ற நாட்டின ராகவோ இருக்கின்றோம். ஆனால் என்றென்றைக்கும் நாம் இறைவனின் குழந்தைகள். மனிதன்–உருவாக்கிய எல்லைக்குள் ஆன்மாவை அடைத்து வைக்க முடியாது.

அதன் தேசீயம் பரம்பொருள்; அதன் தேசம் சர்வ வியாபகத் தன்மை.

❖❖❖

உங்களுக்குள்ளயே நீங்கள் இறைவனைத் தொடர்பு கொண்டால், அவன் ஒவ்வொருவருக்குள்ளும் இருக்கின் றான் என்பதையும், அவன் எல்லா இனத்தவரின் குழந்தைகளாகவும் ஆகியுள்ளான் என்பதையும் நீங்கள் அறிவீர்கள். பிறகு நீங்கள் எவருடைய எதிரியாகவும் இருக்க முடியாது. இந்த முழு உலகமும் அந்த உலக ளாவிய அன்பு மூலம் நேசிக்க முடியுமானால், மனிதர்கள் தங்களுக்குள்ளேயே ஒருவருக்கு எதிராக மற்றொருவர் ஆயுதம் ஏந்த வேண்டிய அவசியம் இருக்காது. கிறிஸ்துவைப் போன்ற நமது சொந்த உதாரணத்தின் மூலம் நாம் அனைத்து மதங்கள், அனைத்து நாடுகள் மற்றும் அனைத்து இனங்களின் மத்தியில் ஒற்றுமையைக் கொண்டு வர வேண்டும்.

❖❖❖

இவ்வுலகின் துன்பங்களைத் துடைப்பதற்கு வேண்டிய பரந்த இரக்கமும் பகுத்துணர்கின்ற ஆழ்ந்த நோக்கும் மனித வேற்றுமைகளை வெறும் அறிவுப்பூர்வமாக எண்ணிப் பார்ப்பதால் ஏற்படாது. ஆனால் மனிதனின் ஆழ்ந்த ஒன்றிய ஞானத் திலிருந்து—கடவுளிடம் கொண்ட உறவினால் ஏற்படும். உலகின் உயர்ந்த இலட்சியமாகிய—சகோதரத்துவத்தின் மூலம் அமைதி—என்பதன் நிறைவேற்றத்தை நோக்கி யோகம், இறைவனுடன் தனிப்பட்ட முறையில் தொடர்பு கொள்ளச் செய்யும் விஞ்ஞானம், காலக்கிரமத்தில்

எல்லா நாடுகளிலுமுள்ள எல்லா மனிதர்களிடத்திலும் பரவட்டும்.

❖❖❖

உலக அரசியலின் பயங்கரமான சம்பவங்கள், ஆன்மீக நோக்கின்றி மக்கள் நாசமடைகிறார்களென்ற உண்மையை இரக்கமின்றி சுட்டிக் காட்டுகின்றன. மதத் தினால் இல்லை என்றாலும், விஞ்ஞானம் மக்களிடையே பாதுகாப்பற்ற தன்மையைப் பற்றியும், எல்லா ஸ்தூலப் பொருட்களின் நிலையற்ற தன்மையைப் பற்றியும் ஒரு தெளிவற்ற உணர்வை எழுப்பியுள்ளது. மனிதன் இப்பொழுது தன் பேராதாரமும் மூலாதாரமும் ஆகிய அவனுள்ளிருக்கும் ஆன்மாவிடம் அல்லாது வேறு எங்கே செல்வான்?

❖❖❖

பொருள் என்பது உண்மையில் செறிவுமிகு சக்தியே என்று மறுபேச்சின்றி விஞ்ஞானபூர்வமாக நிரூபிக்கப்பட்ட உண்மையினால் இந்த அணு சகாப்தம், மனிதர்களின் மனம் உணர்வமைதி அடைவதையும் விரிவடைவதையும் காணவே செய்யும். கற்களிலும் உலோகங்களிலும் உள்ள சக்தியை விட எவ்வளவோ அதிகமாக மனித மனத்தினுள் அடைப்பட்டிருக்கும் சக்தியை அவன் வெளிக்கொண்டுவர முடியும்; கொண்டு வந்தே ஆக வேண்டும். இல்லாவிடில் புதிதாக அவிழ்த்து விடப்பட்டிருக்கும் லோகாயதமான அணு அரக்கன் இதயமற்ற முறையில் உலகத்தின் அழிவில் ஈடுபடுவான். அணு குண்டுகளைப் பற்றி மனிதனுக்கு ஏற்பட்டிருக்கும் இந்தப் பயத்தினால் யோக விஞ்ஞானத்தில் அவனுக்கு

அனுபவ பூர்வமான ஈடுபாடு அதிகமாவது ஒரு மறை முகமான இலாபமாகும், அதுவே ஓர் உண்மையான "வெடிகுண்டு துளைக்காத புகலிடம்."

❖❖❖

இந்த உலகம் எப்பொழுதுமே கலவரங்களையும் இன்னல்களையும் கொண்டிருக்கும். எதைக் குறித்து நீங்கள் கவலை கொள்கிறீர்கள்? எங்கே மகான்கள் சென்றிருக்கின்றனரோ, மேலும் எங்கிருந்து அவர்கள் உலகைக் கவனித்துக் கொண்டும், உதவிக் கொண்டும் இருக்கின்றனரோ, அந்த இறைப் புகலிடத்திற்குச் செல்லுங்கள். அங்கே உங்களுக்கு மட்டுமல்லாமல், நமது தெய்வத் தந்தையாகிய இறைவனால் உங்கள் பாதுகாப்பில் ஒப்படைக்கப்பட்டுள்ள அனைத்து அன் பிற்குரியவர்களுக்கும் என்றென்றைக்கும் பாதுகாப்பு கிடைக்கும்.

❖❖❖

உண்மையான மகிழ்ச்சி, நீடித்த மகிழ்ச்சி, "யாரைப் பெற்றிருப்பதனால் வேறு எந்தப் பேறும் பெரும் பேறில்லையோ"* அந்த இறைவனிடத்தில் மட்டுமே கிடைக்கின்றது. நம்முடைய அனைத்து அச்சங் களிலிருந்தும் ஒரே பாதுகாப்பு, ஒரே புகலிடம், ஒரே தப்பித்தல் அவனிடத்தில்தான் உள்ளது. உலகத்தில் உங்களுக்கு வேறு எந்தப் பாதுகாப்பும், வேறு எந்த விடுதலையும் கிடையாது. ஒரே நிஜமான சுதந்திரம் இறை வனிடத்தில் உள்ளது. எனவே காலை மற்றும் இரவு

* பகவத் கீதை VI : 22 பொழிப்புரை.

தியானத்திலும் மற்றும் நாள் முழுவதும் நீங்கள் ஆற்றும் அனைத்து வேலையிலும், கடமைகளிலும் அவனுடன் தொடர்பு கொள்ள ஆழ்ந்து முயற்சி செய்யுங்கள். எங்கே இறைவன் இருக்கிறானோ, அங்கே அச்சமில்லை, துக்கமில்லை என யோகம் போதிக்கின்றது. உடைந்து நொறுங்கிக் கொண்டிருக்கும் உலகங்களின் பேரிரைச்சல் களுக்கு இடையே வெற்றிகரமான யோகி*யால் நிலைகுலையாமல் நிற்க முடியும்; அவன், "இறைவா நான் எங்கிருக்கிறேனோ, அங்கே நீ வந்தாக வேண்டும்," என்ற ஞானத்தில் பாதுகாப்புடன் இருக்கிறான்.

❖❖❖

வாழ்க்கையின் கடந்துபோகும் கனவுகளில் பற்று வைக்காதீர்கள். கடவுளுக்காக மற்றும் கடவுளுக்காக மட்டுமே வாழுங்கள். இதுதான் இந்த உலகத்தில் விடுதலை மற்றும் பாதுகாப்பு பெற ஒரே ஒரு வழி. இறை வனுக்கு வெளியே உங்களுக்குப் பாதுகாப்பு கிடையாது; நீங்கள் எங்கே சென்றாலும் சரி, மாயை உங்களைத் தாக்க முடியும். இப்பொழுதே சுதந்திரமாக இருங்கள். இப்பொழுதே இறைவனின் ஒரு புதல்வனாக இருங்கள்; நீங்கள் அவனுடைய குழந்தை என்பதை உணர்வதனால் இந்த மாயைக் கனவிலிருந்து என்றென்றைக்குமாக நீங்கள் விடுபடலாம்.† ஆழமாகவும் நம்பிக்கையுடனும் தியானம் செய்யுங்கள், ஒரு நாள் இறைவனுடனான ஆனந்தப் பரவசத்தில் நீங்கள் விழித்தெழுவீர்கள். மேலும் மனிதர்கள் தாங்கள் துன்பப்பட்டுக்

* பார்க்க சொல்லகராதி.

† பார்க்க சொல்லகராதியில் *மாயை.*

கொண்டிருப்பதாக எண்ணுவது எவ்வளவு முட்டாள் தனமானது என்பதைக் காண்பீர்கள். நீங்கள், நான், மற்றும் அவர்கள் அனைவரும் தூய பரம்பொருளே.

❖❖❖

அச்சமூட்டும் இவ்வுலகக் கனவினால் பயந்து விடாதீர்கள். இறைவனின் அழிவற்ற ஒளியில் விழித்தெழுங்கள்! ஒரு காலத்தில் வாழ்க்கை எனக்கு ஒரு பயமுறுத்தும் திரைப்படத்தை ஆதரவற்று பார்த்துக் கொண்டிருப்பதைப் போல் இருந்தது. அங்கே நடிக்கப் பட்டு வந்த சோக நாடகங்களுக்கு நான் மிக அதிகமான முக்கியத்துவம் அளித்துக் கொண்டிருந்தேன். பிறகு ஒரு நாள் நான் தியானம் செய்து கொண்டிருந்த போது ஒரு பேரொளி என் அறையில் தோன்றி, இறைவனின் குரல் என்னிடம் கூறியது: “நீ எதைப் பற்றிக் கனவு கண்டுக்கொண்டிருக்கிறாய்? எனது சாசுவத ஒளியைப் பார். அதில் உலகின் அனேக பயங்கரமான கனவுகள் வருகின்றன, போகின்றன. அவை நிஜமல்ல.” எப்பேர்ப்பட்ட மகத்தான ஆறுதலாக இருந்தது! திகில் கனவுகள், எவ்வளவு பயங்கரமானவையாக இருந்தாலும் அவை வெறும் திகில் கனவுகளே. திரைப் படங்கள், இரசிக்கத்தக்கவையாக இருந்தாலும் அல்லது அமைதி குலைப்பவையாக இருந்தாலும் அவை வெறும் திரைப்படங்களே. நாம் நமது மனங்களை இந்த வாழ்க்கையின் வருத்தம் தோய்ந்த மற்றும் அச்சமூட்டும் நாடகங்களில் மிகவும் ஆழ்ந்துவிடுமளவிற்கு நாம் வைத்துக் கொள்ளக்கூடாது. அழிக்க முடியாத மற்றும் மாறுதலடையாத அந்த மகாசக்தியின் மீது நமது கவனத்தை வைப்பது புத்திசாலித்தனம் அல்லவா?

இந்த உலகத் திரைப்படத்தின் கதை அமைப்பிலுள்ள விரும்பத்தகாத ஆச்சரியங்களைக் குறித்து ஏன் கவலைப்பட வேண்டும்? நாம் ஒரு சிறிது காலத்திற்கு மட்டுமே இங்கே இருக்கின்றோம். வாழ்க்கை நாடகத்தின் படிப்பினையைக் கற்றுக் கொண்டு, உங்கள் விடுதலையைக் காணுங்கள்.

❖❖❖

இந்த வாழ்க்கையின் நிழல்களுக்கு சற்றுக் கீழே இறைவனின் அற்புதப் பேரொளி உள்ளது. இந்தப் பிரபஞ்சம் அவனுடைய சான்னித்தியத்தின் பரந்தகன்ற ஆலயமாகும். நீங்கள் தியானம் செய்யும் பொழுது எல்லா இடங்களிலும் அவனுக்கான வாயில்கள் திறப்பதைக் காண்பீர்கள். நீங்கள் அவனுடன் தொடர்பு கொள்ளும் பொழுது அந்த பேரானந்தத்தையும் பேரமைதியையும் உலகின் ஒட்டுமொத்த நாசங்களாலும் கூட குலைக்க முடியாது.

உறுதிமொழி

வாழ்விலும் சாவிலும், நோயிலும் பஞ்சத்திலும், கொள்ளை நோயிலும் அல்லது ஏழ்மையிலும் நான் என்றென்றும் உன்னையே பற்றியிருப் பேனாக. குழந்தைப் பருவம், இளமை, முதுமை ஆகிய மாறுதல்கள் மற்றும் உலகத்தின் பெரும் மாற்றங்கள் ஆகியவற்றால் தீண்டப்பட முடியாத அழிவற்ற மெய்ப்பொருள் நான் என்பதை நான் அறிய எனக்கு உதவி புரிவாய்.

அத்தியாயம் 6

பிரச்சனைகளைத் தீர்ப்பதற்கும் வாழ்க்கையின் முடிவுகளை எடுப்பதற்குமான ஞானம்

உலகம் அதனுடைய ஏற்ற இறக்கங்களில் இந்த மாதிரி போய்க் கொண்டேயிருக்கும். நாம் செல்ல வேண்டிய திசை பற்றிய விவேகத்தை எங்கே தேடுவது? நமது பழக்கங்களால் நமக்குள் எழும் தப்பெண்ணங்களிலோ மற்றும் நமது குடும்பங்கள், நமது நாடு அல்லது உலகம் ஆகியவற்றினுடைய சூழ்நிலைத் தாக்கங்களிலோ அல்ல; மாறாக நமக்குள் உள்ள சத்தியத்தின் வழிகாட்டும் குரலில் அந்த விவேகத்தைத் தேட வேண்டும்.

❖❖❖

சத்தியம் என்பது ஒரு சித்தாந்தமல்ல, தத்துவரீதி யாக ஊகிக்கும் முறையுமல்ல. சத்தியம் என்பது மெய்ப்பொருளுடன் மிகவும் சரியான தொடர்பு கொள் வதாகும். மனிதனுக்கு அவனுடைய உண்மையான இயல் பான—தானே ஆன்மா—என்பது பற்றிய அசைக்க முடியாத ஞானம்தான் சத்தியம்.

❖❖❖

தினசரி வாழ்க்கையில் ஆன்மீக ஞானத்தால் வழிகாட் டப்படுகிற ஓர் உணர்வுநிலையே சத்தியமாகும். அது குறிப்பிட்ட செயல்களைச் செய்வதற்கு யாரேனும் ஒருவர்

கூறுகிறார் என்பதற்காக அல்லாமல், அவை சரியானவை என்பதற்காக நம்மைத் தூண்டுகிறது.

❖❖❖

இந்தப் பிரபஞ்சத்தின் சிருஷ்டிகர்த்தாவுடன் நேரடித் தொடர்பில் நீங்கள் இருக்கும் பொழுது, நீங்கள் அனைத்து ஞானம் மற்றும் அறியும் தன்மையுடன் நேரடித் தொடர்பில் இருக்கிறீர்கள்.

❖❖❖

ஞானம் வெளியிலிருந்து உள்ளே நிரப்பப்படுவது அல்ல; உண்மையான ஞானத்தை எவ்வளவு அதிக மாகவும் எவ்வளவு விரைவாகவும் உங்களால் அடைய முடியும் என்பதைத் தீர்மானிப்பது, உங்கள் உள்வாங்கும் தன்மையின் அளவும் ஆற்றலுமே ஆகும்.

❖❖❖

ஒரு பிரச்சனை வரும் போது, அதைப் பற்றியே சிந்தித்துக் கொண்டிருக்காமல் உங்களை அதிலிருந்து விடுவித்துக் கொள்வதற்கான செயற்பாட்டின் ஒவ்வொரு சாத்தியமான வழியையும் பற்றிச் சிந்தியுங்கள். உங்களால் சிந்திக்க முடியாவிட்டால், உங்களுடைய குறிப்பிட்ட பிரச்சனையை மற்றவர்களுடைய இதே மாதிரியான பிரச்சனையுடன் ஒப்பிட்டுப் பார்த்து, அவர்களுடைய அனுபவத்திலிருந்து எவ்வழிகள் தோல்விக்கும், எவ் வழிகள் வெற்றிக்கும் வழிகோலுகின்றன என்பதைக் கற்றுக் கொள்ளுங்கள். நியாயமானதாகவும் நடைமுறைக் கேற்றதாகவும் தோன்றும் வழிமுறைகளைத் தேர்ந் தெடுத்து அவற்றைச் செயலாற்றுவதில் தீவிரமாக ஈடுபடுங்கள். பிரபஞ்ச நூலகம் முழுவதும் உங்களுள் மறைந்துள்ளது. நீங்கள் அறிய விரும்பும் அனைத்தும்

உங்களுக்குள்ளேயே உள்ளது. அவற்றை வெளிக் கொணர்வதற்கு ஆக்கப்பூர்வமாகச் சிந்தியுங்கள்.

❖❖❖

ஒரு வேளை நீங்கள் உங்கள் குழந்தையைப் பற்றியோ அல்லது உங்கள் உடல்நிலை குறித்தோ அல்லது ஓர் அடமானத் தொகை செலுத்துதல் பற்றியோ தீவிரமான கவலையோடு இருக்கலாம். ஓர் உடனடித் தீர்வைக் காணாமல், நீங்கள் அந்த சூழ்நிலையைப் பற்றி கவலைப்பட ஆரம்பிக்கிறீர்கள். அதனால் உங்களுக்கு என்ன கிடைக்கிறது? ஒரு தலைவலி, நரம்புத் தளர்ச்சி, இதயக் கோளாறு. நீங்கள் உங்களைக் குறித்தும், உங்களது பிரச்சனைகளைக் குறித்தும் தெளிவாக ஆராயாததால், உங்களது உணர்வுகளையோ அல்லது நீங்கள் எதிர் கொண்டுள்ள சூழ்நிலையையோ எவ்வாறு கட்டுக்குள் கொண்டு வருவது என உங்களுக்குத் தெரியவில்லை. கவலைப்பட்டு நேரத்தை விரயம் செய்வதற்குப் பதிலாக, அந்தப் பிரச்சனைக்கான காரணத்தை எவ்வாறு களைவது என்பது பற்றி ஆக்கப்பூர்வமாகச் சிந்தியுங்கள். ஒரு பிரச்சனையிலிருந்து விடுபட விரும்பினால் உங்களது பிரச்சனையை அமைதியாக ஆராய்ந்து அந்த விஷயத்திற்கு ஆதரவாகவும் எதிராகவும் உள்ள கருத்துக்களை ஒவ்வொன்றாக எழுதுங்கள்; பின் உங்களது குறிக்கோளை நிறைவேற்ற சிறந்த வழிமுறை கள் எவை எனத் தீர்மானியுங்கள்.

❖❖❖

உங்கள் பிரச்சனையிலிருந்து வெளிவர எப்பொழுதும்

ஒரு வழி இருக்கும்; மேலும் வெறுமனே அதைப் பற்றி கவலை கொண்டிராமல் தெளிவாகச் சிந்திப்பதற்கும், உங்களது கவலைக்கான காரணத்தை எவ்வாறு களைவது என்று யோசிப்பதற்கும் நீங்கள் நேரத்தை எடுத்துக் கொண்டால், நீங்கள் ஒரு வல்லுநராகி விடுவீர்கள்.

❖❖❖

வெற்றிகரமான அனைத்து ஆண்களும் பெண் களும் ஆழ்ந்த ஒருமுகப்படுதலில் அதிக நேரம் ஈடுபடுகிறார்கள். அவர்கள் தங்கள் மனங்களினுள் ஆழ்ந்து மூழ்கி, அவர்கள் எதிர்கொள்ளும் பிரச்சனை களுக்கு சரியான தீர்வுகளென்னும் முத்துக்களைப் பெற முடிகிறது. உங்கள் எண்ணத்தை சிதறச் செய்யும் எல்லா விஷயங்களிலிருந்தும் கவனத்தை எப்படி விலக்கி, ஒரே ஒரு விஷயத்தின் மீது ஒருமுகப்படுத்துவது* என நீங்கள் அறிந்து கொள்ளும் பொழுது, உங்களுக்குத் தேவைப்படுவதையெல்லாம் நினைத்த மாத்திரத்தில் எப்படி ஈர்ப்பது என்பது உங்களுக்குத் தெரிந்துவிடும்.

விவேகமான முடிவெடுக்கும் திறனை வளர்த்தல்

மனம் அமைதியுடன் இருக்கும்பொழுது எவ்வளவு விரைவாக, எவ்வளவு எளிதாக, எவ்வளவு அழகாக ஒவ்வொன்றையும் நீங்கள் உணர்ந்து கொள்வீர்கள்.

❖❖❖

* யோகதா சத்சங்கப் பாடங்களில் போதிக்கப்படுகின்ற மன ஒருமுகப்பாட்டினைக் குறித்த விஞ்ஞானபூர்வமான யோக உத்திகளைப் பற்றிய ஒரு குறிப்பு.

ஓர் அமைதியான மனிதர் தனது கண்களில் நிறைந்த அமைதியையும், தனது முகத்தில் கூர்ந்த புத்திசாலித்தனத்தையும், தனது மனத்தில் சரியான கிரகிக்கும் தன்மையையும் பிரதிபலிக்கிறார். அவர் உறுதியுடன் மற்றும் உடனுக்குடன் செயல்புரியும் ஒரு மனிதராவார், ஆனால் அவர் திடீரென்று தனக்கு தோன்றும் உணர்ச்சிகளின் உந்துதல்களுக்கும் ஆசை களுக்கும் ஆட்படுவதில்லை.

❖❖❖

எப்பொழுதும் முதலில் நீங்கள் என்ன செய்யப் போகிறீர்கள் என்பதையும் அது உங்களை எவ்விதம் பாதிக்கும் என்பதையும் சிந்தியுங்கள். உணர்ச்சிகளின் உந்துதல்களால் செயல்படுவது சுதந்திரம் அல்ல. ஏனெனில் தவறான செயல்களின் விரும்பத்தகாத விளைவுகளினால் நீங்கள் கட்டுப்பட்டு விடுவீர்கள். ஆனால் உங்களது விவேகம் உங்களுக்கு நல்லது என்று கூறும் செயல்களைச் செய்வது முழு-விடுதலை அடையச் செய்வதாகும். அத்தகைய விவேக-வழிகாட்டப்பட்ட செயல் ஒரு தெய்வீக வாழ்க்கைக்கு வழிகோலுகிறது.

❖❖❖

மனிதன் ஒரு மனோரீதியான தானியங்கி இயந்திர மாக, உந்துணர்வு மூலமாக மட்டுமே செயல்படும் விலங்கினைப் போல இருக்கக்கூடாது. சிந்திக்காமல் இருப்பது உங்களுக்குள் உறையும் பரம்பொருளுக்கு எதிரான பெரும் பாவமாகும்; நாம் என்ன செய்கின்றோமோ அதைப் பற்றி உணர்ந்திருக்கும் சிந்தனையோடிருக்க வேண்டும். நாம் செயலாற்றுவதற்கு முன் சிந்திக்க வேண்டும். நாம் நம் மனங்களை எவ்வாறு உபயோகிக்க

வேண்டும் எனக் கற்றுக் கொள்ள வேண்டும், அதனால் நாம் விருத்தி அடைந்து இறைவனுடனான நமது ஒன்றிய தன்மையை உணர்ந்து கொள்ளலாம். நாம் செய்யும் ஒவ்வொன்றும் முன்கூட்டியே சிந்தித்த எண்ணத்தின் விளைவாக இருக்க வேண்டும்.

❖❖❖

ஒரு மாணவி ஒரு பெருந்தவறைச் செய்துவிட்டார். “நான் எப்பொழுதும் நற்பழக்கங்களையே வளர்த்து வந்துள்ளேன். இந்தத் துர்பாக்கியம் எனக்கு நேர்ந்தது நம்பத் தகாததாகத் தோன்றுகிறது,” என்று புலம்பினார்.

“உன் தவறு என்னவெனில் நற்பழக்கங்களைச் சார்ந்து இருந்து சரியாக முடிவெடுக்கும் விவேக சக்தியை வளர்க்காமல் அலட்சியம் செய்ததாகும்,” பரமஹம்ஸ யோகானந்தர் கூறினார். “சாதாரணமான மற்றும் பரிச்சயமான சூழ்நிலைகளில் உங்கள் நற்பழக் கங்கள் உங்களுக்கு உதவும், ஆனால் ஒரு புதிய சிக்கல் எழும்பொழுது உங்களை வழிகாட்ட அவை போதுமானவை அல்ல. அப்பொழுது பகுத்தறிவு தேவைப்படுகிறது. ஆழ்ந்த தியானத்தின் மூலம் எல்லாவற்றிலும், அசாதாரணமான சூழ்நிலைகளை எதிர்கொள்ளும் பொழுதுகூட சரியானப் பாதையைத் தேர்ந்தெடுக்கக் கற்றுக் கொள்வீர்கள்.

“மனிதன் ஒரு தானியங்கி இயந்திரம் அல்ல, எனவே ஏற்கனவே நிர்ணயிக்கப்பட்ட சட்டங்கள் மற்றும் வளைக்க முடியாத நன்னெறி போதனைகள் ஆகியவற்றை வெறுமனே கடைப்பிடிப்பதன் மூலம் அவன் எப்பொழுதும் புத்திசாலித்தனமாக வாழ முடியாது.

பல விதமான அன்றாட சிக்கல்கள் மற்றும் நிகழ்வுகளில் நல்ல முடிவு எடுக்க வல்ல விவேகத்தை வளர்த்துக் கொள்ளும் வாய்ப்பு இருப்பதை நாம் காணலாம்."

❖❖❖

நல்ல முடிவு எடுப்பது என்பது ஞானத்தின் ஓர் இயல்பான வெளிப்பாடாகும்; ஆனால் அது மனச் சமநிலை என்னும் அக இணக்கத்தை நேரடியாகச் சார்ந்திருக்கிறது. மனத்தின் இணக்கம் குறைபட்டால் அதில் அமைதி இருக்காது; மேலும் அமைதியின்மையால் முடிவு எடுக்கும் திறன் மற்றும் ஞானம் ஆகிய இரண்டையும் அது இழக்கிறது. வாழ்க்கை சோதனை யும் வேதனையும் நிறைந்தது. உங்களது கூரிய தீர்ப்பைக் கோருகின்ற சோதனைக் காலங்களில் உங்கள் மனச் சமநிலையைப் பாதுகாத்தால், நீங்கள் வெற்றி பெறுவீர்கள். வாழ்க்கைச் சுமையைத் தாங்கிக் கொள்ள அக இணக்கம் உங்களுடைய மகத்தான ஆதரவாளராக இருக்கும்.

❖❖❖

அமைதியின்மை—மனத்தை அலைக்கழித்து சிதறச் செய்வது—பார்வையை மங்கலாக்கித் தவறாகப் புரிந்து கொள்வதற்குக் காரணமாகிறது. மனக்கிளர்ச்சி, உங்கள் பார்வையை மங்கச் செய்யும். மாறும் மனநிலைகள் உங்கள் பார்வையை மங்கச் செய்யும். பெரும்பாலான மனிதர்கள் தங்களின் மனநிலைகளைப் பொறுத்தே செயல்படுகின்றனர், அவர்களுடைய புரிந்து கொள்ளும் அறிவினால் அல்ல.

❖❖❖

புரிந்து கொள்ளும் அறிவு என்பது உங்கள் உள்ளத்தின் பார்வை, உங்கள் ஆன்மாவின் பார்வைத்

திறன் மற்றும் உங்கள் இதயத்தின் தொலைநோக்கி ஆகும். புரிந்து கொள்ளும் அறிவு என்பது அமைதியான புத்திக் கூர்மை மற்றும் இதயத் தூய்மை ஆகியவற்றின் ஒரு சமநிலையாகும்....மனக்கிளர்ச்சி உங்களைத் தவறான செயல்கள் செய்ய இட்டுச் செல்லும் சிதைந்த உணர் வாகும். மேலும் புத்தியால் மட்டுமே வழிகாட்டப்படுகிற புரிந்துகொள்ளும் அறிவு, இரக்கமற்றது; இது கூட உங்களைத் தவறிழைக்கக் கற்பிக்கும்....உங்களிடம் சரி சமமான புரிந்து கொள்ளும் அறிவு இருக்க வேண்டும். உங்களுடைய புரிந்து கொள்ளும் அறிவு, இதயம் மற்றும் மூளை ஆகிய இரண்டாலும் ஆளப்பட்டால் பிறகு உங்களையும் மற்றவர்களையும் காண்பதற்கு நீங்கள் தெளிவான பார்வையைப் பெறுவீர்கள்.

❖ ❖ ❖

உங்களுடைய புரிந்துகொள்ளும் அறிவைத் தாக்கும் பல தப்பெண்ணங்களை நீங்கள் ஆராய வேண்டும். ஒரு முடிவு எடுக்கின்ற அல்லது நடவடிக்கை எடுக் கின்ற எந்த நேரத்திலும் நீங்கள் அதைச் செய்வது புரிந்துகொள்ளுதல் மூலமாகவா அல்லது உணர்ச்சி வசப் படுவதாலா அல்லது உங்கள் மனத்தில் உள்ள வேறு சில தப்பெண்ணத்தின் தாக்கத்தாலா என்று உங்களையே கேட்டுக் கொள்ளுங்கள். நீங்கள் பேராசை அல்லது கோபத்திற்கு வசப்பட்டிருக்கும் வரை; நீங்கள் மற்ற வர்களின் தவறான எண்ணத்தின் தாக்கத்திற்கு ஆளாகி இருக்கும் வரை; மற்றவர்களுடைய தவறான புரிதலி னால் நீங்கள் பாதிக்கப்பட்டிருக்கும் வரை, உங்களுடைய சொந்த புரிந்து கொள்ளும் அறிவு தெளிவற்றதாகவே இருக்கும்.

❖ ❖ ❖

மனிதப் பகுத்தறிவு எப்பொழுதும் நல்ல மற்றும் தீய செயல்களுக்கு ஒரே மாதிரியான “சாதக பாதகங்களை” காணமுடியும்; அது இயல்பாகவே விசுவாசமற்றது. விவேகம் ஒரே ஒரு துருவ வழிகாட்டியை மட்டும் ஏற்றுக் கொள்கிறது: ஆன்மா.

❖❖❖

இரு மனிதர்களைக் கற்பனை செய்து கொள்ளுங்கள். அவர்களது வலப்பக்கம் வாழ்க்கை என்கிற பள்ளத் தாக்கும், இடப்பக்கம் மரணம் என்கிற பள்ளத்தாக்கும் உள்ளன. அவர்கள் இருவருமே பகுத்தறிவுவாதிகள், ஆனால் ஒருவர் வலப்பக்கமும், மற்றொருவர் இடப்பக்கமும் போகிறார். ஏன்? ஏனென்றால் ஒருவர் தனது பகுத்தறியும் திறனைச் சரியாகப் பயன்படுத்தி இருக்கிறார். மற்றொருவர் தவறான பகுத்தறிவு வாதங்களுக்கு இடங்கொடுத்ததன் மூலம் அந்தத் திறனை தவறாகப் பயன்படுத்தி இருக்கிறார்.

❖❖❖

ஒவ்வொன்றிலும் உங்களுடைய உள்நோக்கங்களைக் கவனியுங்கள். பேராசையுள்ள மனிதன் மற்றும் ஒரு யோகி ஆகிய இருவருமே உண்கின்றனர். ஆனால் உண்ணுதல் பேராசையுடன் அடிக்கடி சம்பந்தப்படுத்தப்படுவதால் அது ஒரு பாவச் செயல் என நீங்கள் கூறுவீர்களா? இல்லை. பாவம் என்பது எண்ணத்திலும் உள்நோக்கத்திலும் அடங்கியுள்ளது. உலக மனிதன் தனது பேராசையைத் திருப்தி செய்ய உண்கிறான், யோகி தனது உடலை நன்கு பேண உண்கிறான். இதில் மிகுந்த வித்தியாசம் உள்ளது. அது போலவே ஒரு மனிதன் கொலைக் குற்றம் செய்ததினால் தூக்கிலிடப்படுகிறான்; வேறொரு

மனிதன் தனது நாட்டைக் காப்பாற்றப் போர்க்களத்தில் அனேக மனிதர்களைக் கொல்கிறான், அதற்காக அவன் ஒரு பதக்கம் பெறுகிறான். மறுபடியும் இதில் வித்தியாசப்படுவது உள்நோக்கமே. நீதிநெறியாளர்கள் ஆணித்தரமான விதிமுறைகளை உருவாக்குகின்றனர். ஆனால் நீங்கள் ஒரு தானியங்கி இயந்திரமாக இருக்காமல், உணர்ச்சிகளின் சுய-கட்டுப்பாட்டுடன் இந்த சார்பு உலகில் நீங்கள் எவ்வாறு வாழ முடியும் என்று காண்பிக்க நான் உங்களுக்கு எடுத்துக்காட்டுகளை கொடுக்கின்றேன்.

❖❖❖

வாழ்வதற்கான விஞ்ஞானபூர்வமான வழி உங்கள் அகத்தே சென்று, நீங்கள் செய்து கொண்டிருப்பது சரியா, தவறா என உங்களையே கேட்டுக்கொண்டு, உங்களுக்கு நீங்களே முற்றிலும் உண்மையானவராக இருத்தலாகும். உங்களுடன் நீங்கள் நேர்மையான வராக இருந்தால், நீங்கள் எப்பொழுதும் தவறிழைக்க நேரிடாது; அப்படியே நீங்கள் தவறிழைக்க நேரிட்டாலும் உங்களால் விரைவாக உங்களைத் திருத்திக் கொள்ள இயலும்.

❖❖❖

ஒவ்வொரு காலையும் இரவும் அமைதி அல்லது ஆழ்ந்த தியானத்திற்குள் செல்லுங்கள், ஏனெனில் உண்மைக்கும் தவறுக்கும் இடையே பகுத்துணர ஒரே வழி தியானம் மட்டுமே.

❖❖❖

உங்களுக்குள்ளே உள்ள தெய்வீக விவேக சக்தி

யான உங்கள் மனச்சாட்சியால் வழி நடத்தப்படக் கற்றுக் கொள்ளுங்கள்.

❖❖❖

இறைவன் உங்கள் மனச்சாட்சியின் ஆலயத்தில் இரகசியக் குரல் ஆவான், அத்துடன் அவன் உள்ளு ணர்வின் ஒளியாவான். நீங்கள் தவறு செய்துகொண் டிருக்கும் போது உங்களுக்குத் தெரியும்; உங்களுடைய முழு இருப்பும் உங்களுக்குக் கூறுகின்றது, மேலும் அந்த உணர்வுதான் இறைவனின் குரலாகும். நீங்கள் அவனுக்குச் செவிசாய்க்காவிட்டால் அவன் மௌனமாக இருந்து விடுகிறான். ஆனால் உங்கள் மாயையிலிருந்து நீங்கள் விழிப்புற்று சரியானதைச் செய்ய விரும்பும் போது அவன் உங்களுக்கு வழிகாட்டுவான்.

❖❖❖

இறைவனுடைய குரலாகிய மனச்சாட்சியின் உள்முக குரலை இடைவிடாது பின்பற்றுவதன் மூலம் நீங்கள் ஓர் உண்மையான நன்னெறியாளராக, ஓர் உயர்ந்த ஆன்மீக வாதியாக, ஓர் அமைதியான மனிதராக ஆவீர்கள்.

உள்ளுணர்வு: ஆன்மாவின் உள்நோக்கு

மனம் அமைதியாக இருக்கும் வேளைகளில் உள் உணர்வு ஆன்மாவின் வழிகாட்டுதலாக மனிதனுக்குள் இயற்கையாகவே தோன்றுகிறது....யோக விஞ்ஞானத்தின் குறிக்கோள், மனத்தை அமைதிப்படுத்தி நெறி பிறழாத வகையில் நம் உள்ளிருக்கும் தெய்வீகக் குரலின் தவறில்லாத ஆலோசனையைக் கேட்கச் செய்யலாம் என்பதுதான்.

❖❖❖

“உன் எல்லா பிரச்சனைகளையும் தியானத்தின் மூலமே தீர்த்துக் கொள்,” லாஹிரி மகாசயர் கூறினார். “உள்ளாற்றல் வாய்ந்த வழிகாட்டுதலுக்கு உன்னைப் பொருத்தமாக்கிக் கொள்; வாழ்வில் ஏற்படும் ஒவ்வொரு குழப்பத்திற்கும் தெய்வீகக் குரலிடம் விடையுண்டு. தொந்தரவுகளை தனக்குத் தானே வரவழைத்துக் கொள் வதில் மனிதனின் திறமை முடிவற்றதாகத் தோன்றினா லும், ஆதியந்தமற்ற ஆபத்சகாயனின் ஆதார ஆற்றல் ஒன்றும் குறைந்ததில்லை.”

❖❖❖

நாம் இறைவனை மட்டுமே சார்ந்திருக்க வேண்டும் என அவன் விரும்புவதன் பொருள், நமக்காக நாமே சிந்திக்கக் கூடாது என்பதல்ல; நீங்கள் உங்களுடைய தொடக்க முயற்சியை பயன்படுத்த வேண்டுமென அவன் விரும்புகிறான். கருத்து என்னவெனில், நீங்கள் முதலில் இறைவனுடன் உணர்வுபூர்வமான இசைவை நாடத் தவறினால் நீங்கள் மூல ஆதாரத்தையே துண்டித்து விடுகிறீர்கள், அதனால் அவனது உதவியை உங்களால் பெறமுடிவதில்லை. அனைத்து விஷயங்களிலும் முதலில் அவனை நீங்கள் நாடும் பொழுது, அவன் உங்களை வழிநடத்துவான்; உங்களது தவறுகள் என்ன என்பதை அவன் உங்களுக்கு வெளிப்படுத்துவான், அதனால் நீங்கள் உங்களையும் உங்களது வாழ்க்கையின் போக்கையும் மாற்றிக் கொள்ள இயலும்.

❖❖❖

உங்களுக்குள் அமைதியை உணரும் வரை நீங்கள் அமர்ந்து இறைவன் மீது தியானம் புரிவது, மனத்தின் லட்சக்கணக்கான விளக்கங்களை விட மேலானது

என்பதை நினைவில் கொள்ளுங்கள். பிறகு இறைவனிடம் கூறுங்கள், "பல கோடிக்கணக்கான வெவ்வேறு எண்ணங்களை நான் சிந்தித்தாலும்கூட என் பிரச்சனையை என்னால் தனியாக தீர்த்துக் கொள்ள முடியாது; ஆனால் அதை உன் திருக்கரங்களில் ஒப்படைத்து, முதலில் உனது வழிகாட்டுதலுக்காக வேண்டி, பிறகு ஒரு சாத்தியமான தீர்வுக்காக பலவித கோணங்களில் சிந்திப்பதை விடாமல் பின்தொடர்ந்து நான் அதற்கு தீர்வு காண முடியும்." தமக்குத் தாமே உதவிக்கொள்பவருக்கு இறைவன் உதவி புரிகிறான். தியானத்தில் இறைவனைப் பிரார்த்தித்த பின் உங்கள் மனம் அமைதியாகவும் நம்பிக்கை நிறைந்தும் இருக்கும்பொழுது உங்களது பிரச்சனைகளுக்கு பல்வேறு விடைகள் இருப்பதை நீங்கள் காண முடியும்; மேலும் உங்கள் மனம் அமைதியாக இருப்பதால் உங்களால் மிகச் சிறந்த தீர்வைத் தேர்ந்தெடுக்க இயலும். அந்தத் தீர்வைக் கடைப்பிடியுங்கள், நீங்கள் வெற்றி பெறுவீர்கள். இதுவே உங்கள் தினசரி வாழ்வில் சமய விஞ்ஞானத்தைப் பிரயோகித்தல் ஆகும்.

❖ ❖ ❖

"மனித வாழ்வு, நாம் இறைவனுடைய விருப்பத்துடன் ஒன்றுபடும் வரை துன்பத்தினால் சூழப்பட்டுள்ளது. இறைவனின் 'சரியான பாதை' அகந்தையுடன் கூடிய புத்திக்கு பெரும்பாலும் திகைப்பாகவே இருக்கிறது," ஸ்ரீ யுக்தேஸ்வர் கூறினார். "இறைவன் ஒருவன்தான் நமக்குத் தவறு இல்லாத ஆலோசனையை அளிக்க முடியும்; மகா பிரபஞ்சத்தின் பாரத்தை அவனன்றி யார் சுமக்க முடியும்?"

❖ ❖ ❖

நாம் தெய்வத் தந்தையை அறிந்து கொள்ளும் பொழுது நமது பிரச்சனைகளுக்கு மட்டுமல்லாமல் உலகைச் சூழ்ந்துள்ள பிரச்சனைகளுக்கும் நம்மிடம் பதில்கள் இருக்கும். நாம் எதற்காக வாழ்கின்றோம், நாம் எதற்காக சாகின்றோம்? ஏன் இப்போதைய நிகழ்வுகள் மற்றும் ஏன் அந்த கடந்த கால நிகழ்வுகள்? எல்லா மனிதர்களின் எல்லா வினாக்களுக்கும் விடையளிக்கும் எந்த ஞானியாவது உலகில் எப்போதாவது வருவாரா என்பது எனக்கு சந்தேகம்தான். ஆனால் நமது இதயங்களுக்குத் தொல்லை கொடுக்கும் வாழ்க்கையின் ஒவ்வொரு புதிரும், தியானம் என்ற ஆலயத்தில் விடுவிக்கப்படும். நாம் இறைவனுடன் தொடர்பு கொள்ளும்பொழுது வாழ்க்கைப் புதிர்களுக்கான விடைகளை அறிவோம், மேலும் நமது எல்லா இன்னல்களுக்கான தீர்வையும் காண்போம்.

உறுதிமொழி

தெய்வத் தந்தையே, நான் பகுத்தாராய்வேன், நான் தீர்மானிப்பேன், நான் செயலாற்றுவேன்; ஆனால் நான் ஆற்ற வேண்டிய சரியான செயலுக்கான என் பகுத்தறிவு, தீர்மானம் மற்றும் செயல் ஆகியவற்றை நீ வழிநடத்துவாயாக.

அத்தியாயம் 7

உங்களது இலட்சியங்களை அடைதல்

முடியாதது என்று எதுவுமில்லை, நீங்கள் அவ்வாறு எண்ணாதவரை.

❖ ❖ ❖

ஓர் அழியும் மனிதன் என்ற முறையில் நீங்கள் வரம்பிற்குட்பட்டிருக்கிறீர்கள், ஆனால் இறைவனது குழந்தை என்ற முறையில் நீங்கள் வரம்பற்றவர்....இறைவன் மீது உங்கள் கவனத்தைக் குவியுங்கள், எந்தத் திசையிலும் பயன்படுத்துவதற்கு நீங்கள் விரும்பும் அனைத்து சக்திகளையும் பெறுவீர்கள்.

வலிமைவாய்ந்த இச்சா சக்தியைப் பயன்படுத்துதல்

மனோசக்தி உங்களுக்குள் இருக்கும் இறை பிரதி பிம்பத்தின் உபகரணமாகும். இந்த மனோசக்தியில்தான் இயற்கையின் எல்லா ஆற்றல்களையும் கட்டுப்படுத்தும் சக்தியாகிய இறைவனுடைய எல்லையற்ற சக்தி அடங்கியுள்ளது. நீங்கள் அவனுடைய பிரதிபிம்பத்தில் படைக்கப்பட்டிருப்பதால், நீங்கள் விரும்பும் எதையும் நிகழ்த்துவதற்கான அந்த சக்தி உங்களுடையதாகிறது.

❖ ❖ ❖

நல்ல விஷயங்களைச் செய்ய வேண்டும் என உங்கள் மனத்தில் தீர்மானிக்கும் போது நீங்கள் பின்பற்றுவதற்கு வலிமை வாய்ந்த இச்சா சக்தியைப் பயன்படுத்தினால்,

அவற்றை நிறைவேற்ற முடியும். எந்தச் சூழ்நிலைகளாக இருந்தாலும் சரி, நீங்கள் தொடர்ந்து முயற்சித்துக் கொண்டிருந்தால், எதன் மூலம் உங்கள் இச்சா சக்தி தகுந்த வெகுமதியைக் காணுமோ, அந்த உபாயத்தை இறைவன் உருவாக்குவான். இந்த உண்மையைத்தான் இயேசு நாதர், “நீங்கள் சந்தேகப்படாமல் விசுவாச முள்ளவர்களாய் இருந்தால்,...இந்த மலையைப் பார்த்து நீ பெயர்ந்து சமுத்திரத்திலே தள்ளுண்டு போ என்று சொன்னாலும், அப்படியாகும் என்று மெய்யாகவே உங்களுக்குச் சொல்கின்றேன்,”* எனக் கூறிய போது குறிப்பிட்டார். உங்களுடைய இச்சா சக்தியை இடை விடாது நீங்கள் பயன்படுத்துவீர்களானால், எத்தகைய இடையூறுகள் ஏற்படினும் அது வெற்றி மற்றும் ஆரோக்கியம், மக்களுக்கு உதவுவதற்கான சக்தி ஆகியவற்றை உண்டாக்கும், மேலும் எல்லாவற்றிற்கும் மேலாக அது இறைத் தொடர்பை உண்டாக்கும்.

❖❖❖

“நான் செய்வேன்,” என்று ஒருமுறை நீங்கள் கூறிவிட்டால் அதை ஒருபோதும் கைவிடாதீர்கள். “எனக்கு எப்பொழுதுமே ஜலதோஷம் பிடிக்காது,” என்று நீங்கள் கூறி, பிறகு மறுநாள் காலையிலே உங்களுக்கு ஒரு கடுமையான ஜலதோஷம் பிடித்து நீங்கள் மனம் தளர்ந்து போனால், நீங்கள் உங்கள் இச்சா சக்தி பலவீன மாக இருக்க அனுமதிக்கிறீர்கள். நீங்கள் சங்கல்பித்துக் கொண்டதற்கு மாறாக ஏதாவது நடப்பதைக் காணும் பொழுதும் நீங்கள் தளர்ந்து விடக்கூடாது. நினைத்த வண்ணமே நடக்கும் என்று அறிந்து கொண்டு தொடர்ந்து

* *மத்தேயு* 21:21.

நம்பிக்கையுடன் இருங்கள். வெளியே, “நான் செய்வேன்,” என்று நீங்கள் கூறிவிட்டு ஆனால் உள்ளே, “என்னால் முடியாது,” என்று நினைத்தால் அப்பொழுது நீங்கள் உங்கள் எண்ணத்தின் ஆற்றலைச் செயலற்றதாக ஆக்கி உங்கள் இச்சா சக்தியை பலவீனப்படுத்துகிறீர்கள்.

❖❖❖

உங்களுக்கு ஒரு வீடு வேண்டும், ஆனால் மனமோ, “அட அப்பாவியே, உன்னால் வீடு வாங்க முடியாது,” எனக் கூறினால் உங்கள் மனஉறுதியை மேலும் திடமாக்க வேண்டும். “முடியாது” என்பது உங்கள் மனத்திலிருந்து மறையும் பொழுது இறையருள் வருகிறது. வீடு சுவர்க்கத்திலிருந்து நேராக உங்களிடம் வந்து விழாது; நீங்கள் உங்கள் மன உறுதியை ஆக்கப்பூர்வமான செயல்களின் மூலம் இடைவிடாது செலுத்திக் கொண்டே இருக்க வேண்டும். நீங்கள் தோல்வியை ஒப்புக்கொள்ளாமல் விடாப்பிடியாக முயன்றால் மன உறுதியின் நோக்கம் நிறைவேறித்தான் ஆக வேண்டும். நீங்கள் உங்கள் எண்ணங்கள் மற்றும் செயல்களின் மூலம் தொடர்ந்து மனதிடத்தை செயல்படுத்திக் கொண்டிருந்தால், நீங்கள் விரும்பும் எண்ணம் நிறைவேறித்தான் ஆக வேண்டும். உலகில் உங்களுடைய விருப்பத்துடன் ஒத்துப் போவதற்கான எதுவுமே இல்லையென்றாலும், உங்கள் மன உறுதி விடாது தொடர்ந்தால், நீங்கள் விரும்பிய முடிவு எப்படியாவது நிகழும்.

❖❖❖

அழிவுறும் மனிதனின் மூளையானது “முடியாத வைகள்”–ஆல் நிறைந்து உள்ளது. குறிப்பிட்ட குணாதிசயங்களும் பழக்க வழக்கங்களும் உடைய

ஒரு குடும்பத்தில் பிறந்திருப்பதால், இவைகளின் தாக்கத்தால் அவன் சில காரியங்களை தான் செய்ய முடியாது என்று நினைக்க நேருகிறது; அவனால் அதிகம் நடக்க முடியாது, அவனால் இதைச் சாப்பிட முடியாது, அவனால் அதைப் பொறுக்க முடியாது. அப்படிப்பட்ட "முடியாதவைகள்" சுட்டெரிக்கப்பட வேண்டும். நீங்கள் விரும்பும் எல்லாவற்றையும் சாதிக்கக் கூடிய சக்தி உங்களுக்குள்ளேயே இருக்கிறது; அந்த சக்தி மன உறுதியில் பொதிந்துள்ளது.

❖❖❖

செயல்திறம் மிக்க இச்சா சக்தியுடன் ஏதாவது ஒரு எண்ணத்தை நீங்கள் பற்றிக் கொண்டால் முடிவில் அது தெளிவான வெளித்தோற்றமாக உருவெடுக்கும்.

❖❖❖

சக்திவாய்ந்த மனவலிமையுடன் ஓர் எண்ணத்தைக் கொண்டிருப்பது என்பது அந்த எண்ண வடிவமைப்பு சக்தி வாய்ந்த ஆற்றலைப் பெறும் வரை, அதைப் பற்றிக் கொண்டிருப்பதாகும். மன உறுதியின் ஆற்றலால் ஓர் எண்ணம் சக்திவாய்ந்ததாக ஆக்கப்படும் பொழுது நீங்கள் உருவாக்கிய மனத் திட்டப் படிவத்திற்கேற்ப அதனால் உருவாக முடியும்.

❖❖❖

உங்கள் இச்சா சக்தியை எவ்விதம் வளர்த்துக் கொள்ள முடியும்? உங்களால் நிறைவேற்றவே முடியாது என நீங்கள் எண்ணும் ஏதாவது இலட்சியத்தைத் தேர்ந்தெடுத்துக் கொள்ளுங்கள், பிறகு அந்த ஒரு விஷயத்தைச் செயல்படுத்துவதற்கு உங்களுடைய

முழு சக்தியுடன் முயற்சி செய்யுங்கள். நீங்கள் வெற்றி அடைந்து விட்டபொழுது அதைவிடப் பெரியதான ஒரு விஷயத்திற்குச் செல்லுங்கள். இந்த முறையில் உங்களது இச்சா சக்தியைப் பயிற்சி செய்து கொண்டேயிருங்கள். உங்களது இன்னல் மிகவும் கடுமையானதாக இருந்தால், ஆழமாகப் பிரார்த்தியுங்கள்: "ஐயனே, எனது இன்னல் கள் அனைத்தையும் வெல்வதற்கான சக்தியை எனக்குத் தாருங்கள்." நீங்கள் என்னவாக இருந்தாலும் சரி, அல்லது யாராக இருந்தாலும் சரி, உங்களது இச்சா சக்தியைப் ***பயன்படுத்த*** வேண்டும். ***நீங்கள் தீர்மானித்துக் கொள்ள வேண்டும்.*** இந்த மனவலிமையை தொழில் மற்றும் தியானம் இரண்டிலும் பயன்படுத்துங்கள்.

❖❖❖

அமைதியாகப் பகுத்தாராய்ந்து அறிந்தபின் நீங்கள் எதைச் செய்ய ஆரம்பித்திருக்கிறீர்களோ அது சரியா னதுதான் என்று நீங்கள் தீர்மானித்ததும், எவரும் உங்களை தடுக்க முடியாதபடி இருக்க வேண்டும். எனக்கு ஒரு வேலை இல்லையென்றால் மக்கள், "அவரை அமைதியாக இருக்க வைக்க அவருக்கு ஒரு வேலையைக் கொடுங்கள்!" என்று கூறும் வரை நான் இந்த முழு உலகத்தையே, உலுக்கி விடுவேன்.

❖❖❖

நீங்கள் ஓர் ஆதரவற்ற மனிதர் என நீங்களே உங் களை நம்ப செய்துவிட்டு, உங்களால் ஒரு வேலையையும் பெற முடியாது என ஒவ்வொருவரும் உங்களை நம்ப வைக்க நீங்கள் அனுமதித்தால், நீங்கள் தாழ்ந்தும் வீழ்ந்தும் விட்டீர்கள் என்று நீங்களே உங்கள் மனத்தில்

தீர்ப்பளித்து விட்டீர்கள். இறைவனிடமிருந்தோ அல்லது விதியிடமிருந்தோ வந்த தீர்ப்பிலிருந்து அல்லாமல், மாறாக உங்கள் மீது நீங்களே வழங்கிக் கொண்ட சொந்த அறிவிப்பே உங்களை வறியவராகவோ அல்லது கவலையுள்ளவராகவோ வைத்திருக்கிறது. வெற்றியோ அல்லது தோல்வியோ உங்கள் சொந்த மனத்திலேயே தீர்மானிக்கப்படுகிறது. மீதி சமுதாயத்தின் எதிர்மறை கருத்துக்கு எதிராகக் கூட, இன்னல்களில் துன்புற நீங்கள் விடப்பட மாட்டீர்கள் என்ற உறுதிப்பாட்டை, இறைவன்-அருளிய அனைத்தையும்-வெல்லும் உங்களது இச்சா சக்தியின் மூலம் நீங்கள் வெளிக்கொணர வேண்டும். அப்போது உங்களிடம் உதயமாகும் ஒரு இரகசிய தெய்வீகச் சக்தியை நீங்கள் உணர்வீர்கள்; மேலும் அந்த உறுதிப்பாடு மற்றும் சக்தியின் காந்தத்தன்மை புதிய பாதைகளை உங்களுக்குத் திறந்து கொண்டிருப்பதையும் காண்பீர்கள்.

தோல்வியை ஆக்கப்பூர்வமாகக் கையாளுதல்

வெற்றியின் விதைகளை விதைப்பதற்கு தோல்விப் பருவம்தான் மிகச் சிறந்த காலமாகும். சந்தர்ப்ப சூழ்நிலை என்னும் தடி அடி உங்களை கன்றிப்போகும்படி காயப்படுத்தலாம், ஆனாலும் தலை நிமிர்ந்து நில்லுங்கள். எத்தனையோ முறை நீங்கள் தோல்வி அடைந்திருந்தாலும் பரவாயில்லை, எப்போதும் ***மேலும் ஒரு முறை*** முயற்சி செய்யுங்கள். நீங்கள் இனிமேலும் போரிட முடியாது என்று நினைக்கும் தருணத்திலோ அல்லது நீங்கள் ஏற்கனவே உங்களால் இயன்றவரை முயற்சி செய்து விட்டீர்கள் என்று நினைக்கும் தருணத்திலோ

அல்லது உங்கள் முயற்சிகள் வெற்றியின் முடிசூடும் வரையிலோ போராடுங்கள்.

❖ ❖ ❖

வெற்றி என்ற மனோதத்துவத்தை எவ்வாறு பயன் படுத்துவது எனக் கற்றுக் கொள்ளுங்கள். சில மனிதர்கள், “தோல்வியைப் பற்றிப் பேசவே பேசாதீர்கள்,” என அறிவுரை கூறுவார்கள். ஆனால் அது மட்டுமே உதவாது. முதலில் உங்களது தோல்வியையும் அதற்கான காரணங்களையும் ஆராய்ந்து, அந்த அனுபவத்திலிருந்து பயன் பெறுங்கள். பின்னர் அதைப் பற்றிய அனைத்து எண்ணங்களையும் நீக்கி விடுங்கள். பலமுறை தோல் வியுற்ற போதிலும், தனக்குள் தோல்வியை ஏற்காமல் தொடர்ந்து முயன்று கொண்டே இருக்கும் ஒரு மனிதர், ஓர் உண்மையான வெற்றி பெற்ற மனிதராவார்.

❖ ❖ ❖

வாழ்க்கை இருண்டிருக்கலாம், இன்னல்கள் வரலாம், சந்தர்ப்பங்கள் பயன்படுத்தப்படாமல் நழுவிப் போகலாம். ஆனால் உங்களுக்குள் ஒருபோதும் சொல்லிக் கொள்ளாதீர்கள்: “என் கதை முடிந்துவிட்டது. கடவுள் என்னை கைவிட்டு விட்டான்.” அம்மாதிரியான மனிதனுக்கு யார்தான் எதுவும் செய்ய இயலும்? உங்கள் குடும்பம் உங்களைக் கைவிட நேரலாம்; நல்லதிர்ஷ்டம் உங்களைக் கைவிடுவது போல தென்படலாம்; மனிதன் மற்றும் இயற்கையின் அனைத்து சக்திகளும் உங்களுக்கு எதிராக அணி வகுக்கலாம்; ஆனால் உங்களுக்குள் உள்ள தெய்வீக தொடக்க முயற்சியின் குணத்தை கொண்டு, உங்களுடைய சொந்த கடந்த கால தவறான செயல்

பாடுகளினால் உருவாக்கப்பட்ட விதியின் ஒவ்வொரு ஆக்கிரமிப்பையும் நீங்கள் தோல்வியுறச் செய்து, சுவர்க் கத்தினுள் வெற்றிகரமாக நடைபோட முடியும்.

❖❖❖

தெய்வீகப் பேருணர்வுநிலையால் நீங்கள் வழிநடத் தப்பட்டால், எதிர்காலம் முழுமையாக இருண்டு தோன்றும் பொழுதும், ஒவ்வொன்றும் உங்களுக்கு இறுதியில் சரியானதாகவே வெளிப்படும். இறைவன் உங்களுக்கு வழிகாட்டும் பொழுது உங்களால் தோல்விடைய முடியாது.

❖❖❖

இறைவன் தன்னுடைய அற்புதமான சக்தியுடன் எங்கோ தூரத்தில் உள்ள சுவர்க்கத்தில் இருக்கிறான், மேலும் நீங்கள் இங்கே பூமியில் இன்னல்களில் உழலும் ஓர் ஆதரவற்ற சிறு புழு என்ற எண்ணத்தை நீங்கள் அகற்றிவிட வேண்டும். உங்களுடைய சித்தத்திற்குப் பின்னால் வல்லமை வாய்ந்த இறைச்சித்தம் இருக்கிறது என்பதை நினைவில் வைத்துக் கொள்ளுங்கள்.

❖❖❖

நிலை தடுமாறி தவறான வழிகளில் விழுந்து விடுவது என்பது கணநேரப் பலவீனம் மட்டுமே. முழுவதுமாக தொலைந்து விட்டதாக நீங்களாகவே எண்ணிக் கொள்ளாதீர்கள். உங்களது அனுபவங்களிலிருந்து நீங்கள் கற்றுக் கொண்டால், நீங்கள் விழுந்த அதே நிலத்தையே நீங்கள் மீண்டும் எழுவதற்கு உதவும் ஒரு துணையாக உபயோகிக்க முடியும்.

❖❖❖

ஒரு தவற்றை நீங்கள் அறிந்து கொண்டு மறுபடியும் அதைச் செய்யாமல் இருக்க திடமாக உறுதி பூண்டால், பின் நீங்கள் விழுந்தாலும் கூட , அந்த வீழ்ச்சி நீங்கள் ஒருபோதும் முயற்சியே செய்யாமல் இருந்திருந்தால் ஏற்படும் வீழ்ச்சியைவிட மிகவும் குறைவானதாகவே இருக்கும்.

❖❖❖

சோதனைகள் எனும் குளிர்காலம் வரும்பொழுது, வாழ்க்கையின் சில இலைகள் வீழ்ந்துவிடுகின்றன. இது இயல்பானது. இது ஒரு பொருட்டல்ல. தடைகளை இடறிக் கொண்டு முன்னேறிச் செல்லுங்கள். கூறுங்கள், “பரவாயில்லை, கோடை வந்து கொண்டிருக்கிறது, நான் மீண்டும் மலர்ந்து விடுவேன்.” இறைவன் மிகக் கடுமை யான குளிர் காலங்களிலும் உயிர் வாழ்வதற்கான அக வலிமையை மரங்களுக்குத் தந்திருக்கிறான். உங்க ளுக்கும் குறைத்து வழங்கப்படவில்லை. வாழ்க்கையின் குளிர்காலப் பருவங்கள் உங்களை அழிப்பதற்காக வருவதில்லை, மாறாக ஒவ்வொருவருக்கும் வருகின்ற புதிய சந்தர்ப்பங்கள் எனும் வசந்தத்தில் மலர்கின்ற புத்தம் புதிய உற்சாகத்திற்கும் ஆக்கப்பூர்வமான முயற்சிக்கும் உங்களைத் தூண்டுவதற்காகவே. நீங்கள் உங்களுக்கே சொல்லிக் கொள்ள வேண்டும், “எனது வாழ்க்கையின் இந்த குளிர்காலம் நீடித்திருக்காது. இந்த சோதனை களின் பிடியிலிருந்து நான் வெளிவருவேன், மேலும் முன்னேற்றங்களின் புதிய இலைகளையும் மலர்களையும் தளிர்விடுவேன். மீண்டும் ஒரு முறை சுவர்க்கப் பறவை என் வாழ்க்கையின் கிளைகளின் மீது அமரும்.”

❖❖❖

எத்தனை முறை நீங்கள் தோல்வியுற்றாலும் பரவாயில்லை, தொடர்ந்து முயன்றவண்ணம் இருங்கள். எது நடந்தாலும் சரி, “இப்பூமியானது சிதறிப் போகலாம், ஆனால் என்னால் முடிந்தவற்றை நான் தொடர்ந்து செய்தவண்ணம் இருப்பேன்,” என நீங்கள் மாற்ற முடியாதபடி தீர்மானித்திருந்தால், நீங்கள் செயல்வலிமை வாய்ந்த இச்சா சக்தியைப் பயன்படுத்துகிறீர்கள், மேலும் நீங்கள் வெற்றி அடைவீர்கள். அந்த செயல்விரைவான சக்திதான் ஒருவரை செல்வந்தராகவும், இன்னொருவரை வலிமையுடையவராகவும், மற்றொருவரை ஒரு மகானா கவும் ஆக்குகிறது.

மனஒருமுகப்பாடு: வெற்றிக்கு ஒரு திறவுகோல்

வாழ்க்கையின் அனேகத் தோல்விகளுக்கு மூல காரணம் மன ஒருமுகப்பாடு இல்லாமையே. கவனத்திறன் என்பது ஒரு தேடும் ஒளியைப் போன்றது; ஒரு பரந்த நிலப்பரப்பில் அதன் ஒளிக்கதிர்கள் பரவும் பொழுது ஒரு குறிப்பிட்ட பொருளின் மீது குவிப்பதற்கான அதன் சக்தி பலவீனமாகிவிடும். ஆனால் ஒரு நேரத்தில் ஒரு பொருளின் மீது மட்டும் குவிக்கப்படும் பொழுது அது வலிமை மிக்கதாக ஆகிவிடும். மகத்தான மனிதர்கள் மன ஒருமுகப்பாடு மிக்க மனிதர்களாவர். அவர்கள் தங்களது முழு மனத்தையும் ஒரு சமயத்தில் ஒரு விஷயத்தின் மீதே வைப்பார்கள்.

❖ ❖ ❖

ஒருவர் தனது கவனத்தை திசை திருப்பும் பொருள் களிலிருந்து விடுவித்து, ஒரு சமயத்தில் ஒரு விஷயத்தின்

மீது கவனம் செலுத்துவதற்கு மனஒருமுகப்பாட்டின்* விஞ்ஞான முறைகளை அறிய வேண்டும். மன ஒருமுகப்பாட்டின் ஆற்றலால் மனிதன் தான் விரும்பி யதை சாதிக்க மனத்தின் சொல்ல முடியாத ஆற்றலைப் பயன்படுத்த முடியும். மேலும் தோல்வி நுழையக்கூடிய அனைத்து வாயில்களையும் அவனால் பாதுகாக்க முடியும்.

❖ ❖ ❖

அனேக மனிதர்கள் தங்களது செயல்கள் படபடப் பாகவோ அல்லது மெதுவாகவோ தான் இருக்க வேண்டும் என நினைக்கின்றனர். அது உண்மையல்ல. தீவிர மன ஒருமுகப்பாட்டுடன் நீங்கள் அமைதியாக இருந்தால், அனைத்துக் கடமைகளையும் சரியான வேகத்துடன் நீங்கள் செய்வீர்கள்.

❖ ❖ ❖

ஓர் அமைதியான மனிதர் தன்னை எந்தச் சூழலில் இருத்திக் கொள்கிறாரோ, அந்தச் சூழலுடன் தன் புலன்களை முழுமையாக அடையாளப்படுத்திக் கொள்கி றார். ஓர் அமைதியற்ற மனிதர் எதையும் கவனிப்பதில்லை; அதன் விளைவாக அவர் தன்னையும் மற்றவர்களையும் தொந்தரவுக்கு ஆளாக்கி அனைத்தையும் தவறாகப் புரிந்து கொள்கிறார்....உங்களது மன ஒருமுகப்பாட்டின் மையத்தை அமைதியிலிருந்து அமைதியற்ற தன்மைக்கு ஒருபோதும் மாற்றாதீர்கள். மன ஒருமுகப்பாட்டுடன் மட்டுமே செயல் புரியுங்கள்.

❖ ❖ ❖

* யோகதா சத்சங்கப் பாடங்களில் போதிக்கப்படுபவை.

நீங்கள் செய்து கொண்டிருப்பது எதுவாயினும் சரி, அது எவ்வளவு சிறியதாயினும் அல்லது முக்கியமில்லாதது போல் தோன்றினாலும் சரி, அதன் மேல் எப்பொழுதும் உங்கள் முழு மனத்தையும் மையப்படுத்துங்கள். மேலும் ஒரு கண நேர முன்னறிவிப்பில் உங்களது கவனத்தை உங்களால் மாற்றக்கூடிய வகையில் உங்கள் மனத்தை வளையும்படி வைத்திருக்கவும்கூடக் கற்றுக் கொள்ளுங்கள். ஆனால் அனைத்திற்கும் மேலாக எல்லாவற்றையும் நூறு சதவிகித மன ஒருமுகப்பாட்டுடன் செய்யுங்கள்.

❖❖❖

பெரும்பாலானவர்கள் எல்லாவற்றையும் அரை மனத்துடன் செய்கின்றனர். அவர்கள் தங்கள் கவனத்தின் ஏறத்தாழ பத்தில் ஒரு பகுதியை மட்டுமே பயன் படுத்துகின்றனர். எனவேதான் வெற்றி பெறுவதற்கான சக்தியை அவர்கள் பெற்றிருக்கவில்லை....கவனத்துடன் ஒவ்வொன்றையும் செய்யுங்கள். அந்தத் திறனின் முழு ஆற்றலையும் தியானத்தின் மூலம் அடைய முடியும். இறைவனது அந்த குவிக்கும் ஆற்றலை நீங்கள் பயன்படுத்தும் பொழுது அதை எதன் மீதும் உங்களால் இருத்தவும் முடியும், வெற்றி கொள்ளவும் முடியும்.

படைப்புத்திறன்

பரமாத்மாவின் படைப்பாற்றலுக்கு ஏற்றாற் போல் உங்களை இணக்கமாக்கிக் கொள்ளுங்கள். உங்களை வழிகாட்டக்கூடியதும் அனைத்து பிரச்சனைகளையும் தீர்க்கக் கூடியதுமான எல்லையற்ற விவேகத்துடன் நீங்கள் தொடர்பு கொள்வீர்கள். உங்களுக்குள் இருக்கும் செயல்திறம் மிக்க ஆதாரத்திலிருந்து சக்தியானது தங்கு

தடையின்றி பெருகுவதால், எந்தத் துறையைச் சேர்ந்த பணியாக இருந்தாலும் உங்களால் படைப்பாற்றலுடன் செயல் புரிய முடியும்.

❖❖❖

இந்தக் கேள்வியை உங்களிடமே கேட்டுக் கொள் ளுங்கள்: "எவருமே செய்யாத ஒன்றைச் செய்வதற்கு நான் எப்பொழுதாவது முயன்று இருக்கின்றேனா?" அது தான் தொடக்க முயற்சியை செயல்படுத்துவதற்கான ஆரம்ப நிலை. நீங்கள் அந்த அளவு வரை சிந்தித் திருக்கவில்லையெனில், நீங்கள், தாம் செய்வதை வேறு விதமாக மாற்றி செய்வதற்குத் தமக்கு சக்தி இல்லை எனத் தவறாக எண்ணும் மற்ற நூற்றுக்கணக்கானோர் போன்று இருக்கிறீர்கள். அவர்கள் தூக்கத்தில் நடப்பவர் கள் போன்றவர்கள்; அவர்களுடைய ஆழ்மனத்திலிருந்து எழும் யோசனைகள் அவர்களுக்கு ஒரு-குதிரைசக்தி கொண்டவர்களின் உணர்வுநிலையைத் தந்துள்ளன.

நீங்கள் இந்த தூக்கத்தில் நடக்கும் நிலையில் வாழ்க்கையில் சென்று கொண்டிருந்தால், உங்களை விழிப்புறச் செய்ய வலியுறுத்திக் கூற வேண்டும்: "நான் மனிதனின் மாபெரும் பண்பைப் பெற்றுள்ளேன்— தொடக்க முயற்சி. ஒவ்வொரு மனிதனும் எதன் மூலம் இதற்கு முன்பு உருவாக்கப்படாத ஒன்றை அவன் சிருஷ்டிக்க முடியுமோ, அந்தச் சக்திச்சுடரைப் பெற்றுள் ளான். இருந்தாலும், நானே என்னைச் சூழ்நிலையினால் வசியப்படுத்தப்பட அனுமதித்தால், உலகை ஊடுருவி இருக்கும் வரையறை என்னும் அழியும் மனித உணர் வினால் நான் எவ்வளவு சுலபமாக ஏமாற்றப் பட முடியும் என்பதைக் காண்கின்றேன்!"

❖❖❖

தொடக்க முயற்சி என்பது என்ன? அது உங்களுள் இருக்கும் படைப்புச் சக்தி, எல்லையற்ற பரம்பொருளின் ஒரு சுடர்ப் பொறியாகும். அது இதுவரை எவரும் படைத்திராத ஒன்றைப் படைக்கும் சக்தியை உங்களுக்கு அளிக்கலாம். அது புதிய வழிகளில் காரியங்களைச் செய்ய உங்களைத் தூண்டுகிறது. தொடக்க முயற்சி யுள்ள மனிதனின் சாதனைகள் எரிநட்சத்திரம் போன்று பிரமிக்கத்தக்கதாக இருக்கும். ஒன்றுமில்லாததிலிருந்து ஏதோ ஒன்றை வெளிப்படையாகப் படைத்து, அவன் நிரூபிப்பது என்னவெனில், பரம்பொருளின் உயரிய படைக்கும் ஆற்றலை ஒருவர் பயன்படுத்தி அசாத்தி யமாக தோன்றுவதை சாத்தியமாக்கிக் காட்டலாம் என் பதாகும்.

❖❖❖

படைக்கும் திறனுள்ள ஒருவர் சூழ்நிலைகளையும், விதிகளையும், தெய்வங்களையும் குறைக் கூறிக் கொண்டு ஒரு வாய்ப்பிற்காகக் காத்திருப்பதில்லை. அவர் வாய்ப்புகளைக் கைப்பற்றுகிறார் அல்லது தனது இச்சா சக்தி, முயற்சி மற்றும் ஊடுருவும் விவேகம் ஆகிய மந்திரக் கோலால் அவற்றை உருவாக்குகிறார்.

❖❖❖

முக்கியமான பொறுப்புகளில் ஈடுபடும் முன்னர் அமைதியாக அமர்ந்து உங்கள் உணர்ச்சிகளையும் எண்ணங்களையும் அமைதிப்படுத்தி, ஆழ்ந்து தியானிக்கவும். பிறகு நீங்கள் பரமாத்மாவின் உயர்ந்த படைப்பாற்றல் மூலமாக வழிகாட்டப்படுவீர்கள்.

❖❖❖

நீங்கள் எதைச் செய்ய விரும்பினாலும் உங்களை அக்கருத்தில் முழுவதும் இழந்துவிடும் வரை அதைப் பற்றிச் சிந்தியுங்கள், சிந்தியுங்கள், சிந்தியுங்கள், சிந்தித்த பிறகு திட்டங்களை உருவாக்குங்கள். பின் சிறிது காலம் எடுத்துக் கொள்ளுங்கள்; உடனடியாக எதிலும் குதித்துவிட வேண்டாம். ஓர் அடி எடுத்து வையுங்கள், பிறகு மேலும் சிந்தியுங்கள். உங்களுக்குள் உள்ள ஏதோவொன்று நீங்கள் என்ன செய்ய வேண்டும் எனக் கூறும். அதைச் செய்யுங்கள், மேலும் சிறிது அதிகமாகச் சிந்தியுங்கள். இன்னும் கொஞ்சம் வழிகாட்டுதல் வரும். உள்ளுக்குள் ஆழமாகச் செல்ல கற்பதன் மூலம் உங்களது உணர்வு நிலையை ஆன்மாவின் உயர்உணர்வுநிலையுடன் நீங்கள் இணைப்பீர்கள். அதன் மூலம் எல்லையற்ற இச்சா சக்தி, பொறுமை மற்றும் உள்ளுணர்வு ஆகியவற்றுடன் வெற்றியின் அந்த கருத்து-விதைகளை நீங்கள் வளர்க்க ஏதுவாகும்.

❖❖❖

ஒரு சரியான எண்ணத்தைச் சிந்தித்த உடனேயே, அதை செயற்படுத்துங்கள். சில மனிதர்கள் ஒரு நல்ல கருத்தை வைத்திருப்பார்கள். ஆனால் அதை முழுவதுமாக சிந்தித்து செயல்படுத்துவதற்கான விடாப் பிடியான உறுதியைப் பெற்றிருக்க மாட்டார்கள். நீங்கள் தைரியத்தையும் விடாமுயற்சியையும் பெற்று, “எனது எண்ணம் நிறைவேறுவதை நான் காணப் போகின்றேன். இந்த வாழ்க்கையில் நான் வெற்றி பெறாமல் போகலாம், ஆனால் நான் முயற்சி எடுப்பேன்,” என சிந்திக்க வேண்டும். சிந்தித்து செயல்படுங்கள், சிந்தித்து செயல்படுங்கள். இவ்வாறுதான் உங்களது மன

வலிமையை வளர்த்துக் கொள்ள வேண்டும். ஒவ்வொரு கருத்தும் ஒரு சிறிய விதையே, ஆனால் அதை நீங்கள் வளர்க்க வேண்டும்.

❖❖❖

எண்ண உலகில் அனேகர் எதையாவது சாதிக்க முயல்கின்றனர், ஆனால் இன்னல்கள் எழும்பொழுது அவர்கள் கைவிட்டு விடுகின்றனர். தனது எண்ணங்களை மிக வலிமையுடன் மன உருவகம் செய்தவர்கள்தான் அவற்றைப்புற வடிவத்தில் வெளிப்படுத்த வல்லமை பெற்றவர்களாக இருந்துள்ளனர்.

❖❖❖

ஆக்கப்பூர்வமான சிந்தனையில் கற்பனைத் திறன் [கற்பனை செய்வதற்கான அல்லது அகக் காட்சியாகக் காணும் ஆற்றல்] ஒரு மிக முக்கியமான காரணியாக இருக்கிறது. ஆனால் கற்பனைத் திறன் திடநம்பிக்கையாக முதிர வேண்டும். ஒரு வலிமை மிக்க இச்சா சக்தியின்றி அதை உங்களால் செய்ய முடியாது. ஆனால் உங்கள் இச்சா சக்தியின் அனைத்து ஆற்றலுடன் நீங்கள் எதையாவது கற்பனை செய்தால், உங்களது கற்பனை திடநம்பிக்கையாக மாற்றப்பட்டு விடும். அந்த திடநம்பிக்கையை அனைத்துத் தடைகளுக்கும் எதிராக உங்களால் பிடித்து வைத்துக் கொள்ள முடியும் பொழுது அது உண்மையாகி விடும்.

❖❖❖

சிறு விஷயங்களின் மனத் திட்டப் படிவங்களை உருவாக்கி அவை நிகழுமாறு செயல்பட்டுக் கொண்டே

இருந்தால், உங்களது மாபெரும் கனவுகளையும் கூட உங்களால் நிஜமாக்க முடியும்.

❖❖❖

இந்த உலகத்தில் தாங்கள் கட்ட விரும்பும் அல்லது உருவாக்க விரும்பும் எதையும் தங்கள் மனங்களில் அழிக்க முடியாத மனத் திட்டப் படிவங்களாக உருவாக் கப் போதுமான அளவு முன்-சிந்தனை செய்தவர்களே வெற்றியாளர்கள் ஆவார்கள். விரும்பிய பலனையோ அல்லது பொருளையோ நிஜ வாழ்வில் உருப்பெறச் செய்ய அவர்கள் தங்களது படைக்கும் திறன் என்ற நிதியாளரால் ஆதரவளிக்கப்பட்டு, தங்களது மன உறுதியை ஒப்பந்தக்காரராகவும், தங்கள் விரிவான கவனத்தைத் தச்சர்களாகவும் மற்றும் தங்கள் மனத்தின் பொறுமையைத் தேவையான உழைப்பாளர்களாகவும் பணியமர்த்துகின்றனர்.

❖❖❖

நீங்கள் ஏதோ ஒன்றை உருவாக்க விழையும் பொழு தெல்லாம் வெளி ஆதாரங்களைச் சார்ந்திராதீர்கள்; ஆழமாக உள்ளே சென்று எல்லையற்ற பேராதாரத்தை நாடுங்கள். இறைவனது பதிவேடுகளில் தொழில் வெற்றி யின் அனைத்து வழிமுறைகளும், அனைத்துக் கண்டு பிடிப்புகளும், இசையின் அனைத்து அதிர்வலைகளும், எழுச்சியூட்டும் அனைத்து எண்ணங்களும் மற்றும் நூல் படைப்புகளும் பதிவு செய்யப்பட்டுள்ளன.

❖❖❖

உங்களது வளர்ச்சிக்காக இறைவனுடன் செயலாற் றுங்கள். இதுதான் அனைத்து ஆக்கப்பூர்வமான சிந்தனை களிலும் மிகவும் இன்றியமையாதது.

பன்முக வெற்றியை உருவாக்குதல்

இறைவனைத் தேடுபவனே மிகச் சிறந்த விவேகி. இறைவனைக் கண்டவனே மிகுந்த வெற்றியாளன்.

❖❖❖

வெற்றி என்பது ஓர் எளிய விஷயம் அல்ல; உங்களிடம் உள்ள பணத்தின் அளவையும் லௌகீக உடைமைகளையும் மட்டுமே வைத்து அதைத் தீர்மானிக்க முடியாது. வெற்றியின் பொருள் இன்னும் அதிக ஆழமானது. அனைத்து சூழ்நிலைகளிலும் உங்களது அக அமைதியும் மனக் கட்டுப்பாடும் உங்களுக்கு எந்த அளவிற்கு மகிழ்ச்சியாக இருக்கும் ஆற்றலை அளிக்கின்றனவோ, அந்த அளவை வைத்துத்தான் அது அளவிடப்பட முடியும். அதுதான் உண்மையான வெற்றி.

❖❖❖

மகா குருமார்கள் நீங்கள் கவனக் குறைவுடன் இருப்பதற்கு ஒருபோதும் அறிவுறுத்த மாட்டார்கள்; நீங்கள் சரிசமநிலையுடன் இருக்க அவர்கள் போதிப்பார்கள். உடலுக்காக உண்பதற்கும் உடுத்துவதற்கும் சந்தேக மில்லாமல் நீங்கள் வேலை செய்தே ஆக வேண்டும். ஆனால் நீங்கள் ஒரு கடமைக்கு எதிராக மற்றொரு கடமையை அனுமதித்தால், அது உண்மையான கடமையாகாது. ஆயிரக் கணக்கான தொழிலதிபர்கள் செல்வத்தைச் சேர்ப்பதில் மிகவும் மும்முரமாக இருக்கின் றார்கள், தாங்கள் அதிக அளவு இதய நோயையும் கூட உருவாக்குவதை அவர்கள் மறந்து விடுகின்றனர்! செல்வ வளத்திற்கான கடமை, உங்களை ஆரோக்கியத்திற்கான கடமையை மறக்கச் செய்தால், அது கடமை அல்ல.

ஓர் இணக்கமான முறையில் ஒருவர் வளர்ச்சியுற வேண்டும். ஓர் அற்புதமான தேகம், ஒரு வேர்க்கடலை அளவு மூளையைக் கொண்டிருந்தால் அத்தேகத்தை வளர்ப்பதற்கு விசேஷ கவனம் செலுத்துவதில் எவ்விதப் பயனும் இல்லை. மனமும் கூட விருத்தியடைய வேண்டும். மேலும் உங்களிடம் சிறந்த ஆரோக்கியம், செல்வ வளம், மற்றும் அறிவுக்கூர்மை இருந்து, ஆனா லும் நீங்கள் மகிழ்ச்சியாக இல்லாவிடில், பின் உங்களது வாழ்க்கையை இன்னும் நீங்கள் வெற்றிகரமான ஒன்றாக ஆக்கவில்லை. “நான் மகிழ்ச்சியாக இருக்கின்றேன், எவரும் என்னிடமிருந்து மகிழ்ச்சியைப் பறித்துக் கொள்ள முடியாது,” என நீங்கள் உண்மையாகக் கூற முடியும் பொழுது நீங்கள் ஓர் அரசன்—உங்களுக்குள் இறைவனின் பிரதிபிம்பத்தை நீங்கள் கண்டுவிட்டீர்கள்.

❖❖❖

நாம் இணக்கமான மற்றும் நன்மை பயக்கும் பலன்களை நமக்கு கொணர்வது மட்டுமல்லாமல், அந்த நன்மைகளை மற்றவர்களுடன் பகிர்ந்து கொள்வதும்தான் வெற்றியின் மற்றொரு பண்பாகும்.

❖❖❖

வாழ்க்கை, முக்கியமாக சேவையின் அடிப்படையில் இருக்க வேண்டும். அந்தக் குறிக்கோள் இல்லாமல் இறைவன் உங்களுக்குக் கொடுத்துள்ள அறிவுத்திறன், அதனுடைய இலட்சியத்தை அடைய முடியாது. சேவையில் உங்களுடைய சிறிய “தான்” – ஐ மறக்கும் பொழுது பரம்பொருளின் பேராத்மாவை உணர்ந்து கொள்வீர்கள். சூரியனது உயிர்த்துடிப்புள்ள கதிர்கள், அனைத்தையும் பேணுவது போல் நீங்கள் ஏழைகள்

மற்றும் கைவிடப்பட்டவர்களின் நெஞ்சங்களில் நம்பிக்கைக் கதிர்களைப் பரப்ப வேண்டும், நம்பிக்கை இழந்தவர்களின் நெஞ்சங்களில் தைரியத்தைத் தூண்ட வேண்டும், மற்றும் தாங்கள் தோல்வியாளர்கள் என்று எண்ணுகிறவர்களின் நெஞ்சங்களில் ஒரு புதிய சக்தியை ஒளிரச் செய்ய வேண்டும். வாழ்க்கை என்பது கடமையின் ஒரு மகிழ்ச்சிகரமான யுத்தம் எனவும், அதே சமயம் ஒரு கடந்து போகும் கனவு எனவும் நீங்கள் உணரும் பொழுதும், மேலும் மற்றவர்களுக்குக் கருணையையும் அமைதியையும் அளிப்பதன் மூலம் அவர்களை மகிழ்ச்சியுறச் செய்த ஆனந்தத்தில் நீங்கள் நிறைந்துவிடும் பொழுதும், இறைவனின் பார்வையில் உங்கள் வாழ்க்கை ஒரு வெற்றியாகும்,

உற்சாகத்தின் மதிப்பு

எந்தவிதப் பணியாக இருந்தாலும் சரி, அது சரியான மனப்பான்மையுடன் செய்யப்பட்டால், அது உங்கள் மீதான வெற்றியை உங்களுக்குத் தருகிறது....எந்த மனோ பாவத்துடன் நீங்கள் பணிபுரிகிறீர்கள் என்பதுதான் முக்கியம். மனோரீதியான சோம்பேறித்தனம் மற்றும் விருப்பமின்றி வேலை செய்தல் ஒருவரைக் கெடுத்து விடுகிறது. மக்கள் அடிக்கடி என்னிடம் கேட்கிறார்கள், “எப்படி நீங்கள் இவ்வளவு பணிகளைச் செய்கிறீர்கள்?” அதன் காரணம் நான் அனைத்தையும் மிக அதிக சந்தோஷத்துடனும் சேவை மனப்பான்மையுடனும் செய்கின்றேன் என்பதாகும். உள்முகமாக நான் எந்நேரமும் இறைவனுடன் உள்ளேன். நான் மிகச் சிறிதளவே உறங்கினாலும், நான் எப்பொழுதும் புத்துணர்ச்சியுடன் இருக்கின்றேன். ஏனென்றால் நான் என் கடமைகளைச்

சரியான மனோபாவத்துடன், அதாவது சேவை செய்வது சிறப்புரிமை என்றவாறு ஆற்றுகின்றேன்.

❖❖❖

வேலை செய்ய விருப்பமில்லாத மனநிலையுடன் ஊக்கமின்மையும் சக்திக் குறைவும் சேர்ந்து கொள்கின்றன. உற்சாகமும் விருப்ப சம்மதமும், சக்தியின் புத்தம்புதிய வரவுடன் கைகோர்த்து செல்கின்றன. இத்தகைய உண்மைகளால் இச்சா சக்திக்கும் சக்திக்கும் இடையே உள்ள நுட்பமான உறவுமுறையை நம்மால் காணமுடியும். எவ்வளவு அதிகமாக இச்சா சக்தி இருக்குமோ, அவ்வளவு அதிகமாக வற்றாத சக்தி இருக்கும்.

❖❖❖

வாழ்க்கையில் உங்கள் பணி தாழ்ந்ததாக இருந்தால், அதற்காக வருந்த வேண்டாம். இறைவன் உங்களுக்கு அளித்த கடமையை நிறைவேற்றுகிறீர்கள் எனப் பெருமையுடன் இருங்கள். உங்களுக்கென குறிப்பிட்ட இடத்தில்தான் நீங்கள் இருக்க வேண்டும் என அவன் விரும்புகிறான்; எல்லோரும் ஒரே கதாபாத்திரத்தை ஏற்று நடிக்க முடியாது. இறைவனை திருப்திபடுத்துவதற்காக நீங்கள் பணியாற்றும் வரை, அனைத்து பிரபஞ்ச சக்திகளும் உங்களுக்கு இணக்கமாக உதவி செய்யும்.

❖❖❖

தெய்வத்தின் பார்வையில் பெரிது அல்லது சிறிது என்பது கிடையாது. படைப்பில் மிக நுண்ணிய அணு வையும் முழு நுட்பமான வகையில் அவன் படைத்த காரணத்தால்தானே வீகா, ஆக்டுயரஸ் போன்ற நட்சத் திரக் கூட்டங்களை வானங்கள் பெருமையுடன் அணிந் துள்ளன? “முக்கியம்” மற்றும் “முக்கியமல்லாதது”

என்னும் பாகுபாடுகள் நிச்சயமாக இறைவன் அறியாதவை. இல்லாவிடில் ஓர் ஊசிக்காக வேண்டி பிரபஞ்சமே நிலைகுலையும்!

❖ ❖ ❖

சின்னஞ்சிறு விஷயங்களை ஒரு சிறப்பான வழியில் செய்ய முயலுங்கள்.

❖ ❖ ❖

நீங்கள் முன்னேற வேண்டும்—உங்கள் தொழிலில் மிகச் சிறந்தவராக இருக்க முயலுங்கள். நீங்கள் மேற்கொள்ளும் எதிலும் ஆன்மாவின் எல்லையற்ற ஆற்றலை வெளிப்படுத்துங்கள்....ஒரு தானியங்கி இயந்திரமாக ஆகிவிடாமல் இடைவிடாது புதிய வெற்றிகளை நீங்கள் படைத்து உருவாக்க வேண்டும். சரியான உள்நோக்கத்துடன் செய்யப்பட்டால் எல்லாப் பணியும் தூய்மைப்படுத்துவதாகவே இருக்கும்.

❖ ❖ ❖

மனஒருமுகப்படுதல் என்பது உங்களுடைய கவனத்தைத் திரட்டி, அதை ஒரு விஷயத்தின் மீது குவிப்பதாகும்....அந்த ஒருமுகப்படுத்தப்பட்ட கவனத்தை, சாதாரணமாக நீண்டகாலம் எடுக்கும் ஏதாவது ஒரு காரியத்தை விரைவாக செய்வதற்குப் பயன்படுத்துங்கள்.

❖ ❖ ❖

கொள்கையில் பிடித்த பிடியாக இருப்பதன் மூலமும், சுய கற்பனை ஆற்றலை வளர்ப்பதன் மூலமும், தினசரி ஆழ்ந்த தியானத்தில் இறைத் தொடர்பிலிருந்து வரும் அவனது எல்லையற்ற ஆற்றலின் வாயிலாக உங்களது திறமைகளை வளர்த்துக் கொள்வதன் மூலமும்; நேர்மை

யான வியாபார உத்திகள், உங்களது முதலாளிக்கு விசு வாசம் மற்றும் அவரது தொழிலை உங்கள் சொந்தத் தொழிலாக எண்ணுதல் ஆகியவற்றின் மூலமாகவும்; மேலும் உங்களது நேரடியான உயர் அதிகாரியுடன் அல்லது தொழிலின் சொந்தக்காரருடன் மற்றும் உங்களது பிரபஞ்ச பெரும் முதலாளி—இறைவனுடன் ஓர் உள்ளுணர்வோடு கூடிய ஒத்திசைவை வளர்ப்பதன் மூலமும் அலுவலகத்தில் உங்கள் முதலாளியையும் உங்களது தெய்வீகப் பெரும் முதலாளியையும் நீங்கள் தவறாது திருப்திப்படுத்தலாம்.

❖❖❖

சோம்பேறியாகவும், நம்பிக்கையின்மை நிறைந்தவரா கவும் இருப்பது எளிது; அதனால் வாழ்வில் பொருளாதார வெற்றிக்காக கடுமுயற்சி செய்வதிலிருந்து விலகி இருக்கலாம். நேர்மையற்ற முறையில் பணத்தை சம்பா திப்பது, அத்தகைய வாய்ப்பு தானாக வரும்பொழுது மிகவும் எளிதாகும். ஆனால் இதனால் ஒருவர், தான் மதிப்புடன் வாழ்வதற்கான முயற்சியிலிருந்து தன்னை விடுவித்துக் கொள்வது தவறாகும்....

ஏராளமாகவும், சுயநலமின்றியும், நேர்மையாகவும், விரைவாகவும், இறைவன் மற்றும் அவனது பணிக்காகவும், மற்றவர்களை மகிழ்ச்சியுறச் செய்வதற்காகவும் மட்டுமே பணத்தை சம்பாதிப்பவர் ஓர் அபூர்வமான மனிதராவார். அத்தகைய செயல் ஒருவருக்கு ஆன்மீகப் பாதையிலும் அதே சமயம் உலகப் பாதையிலும் செல்லத் துணை புரிகின்ற நன்னடத்தையின் அனேக உத்தம குணங்களை வளர்க்கும். இறைப் பணிக்காக சேவைபுரிய நேர்மை யாகவும் கடின உழைப்புடனும் பணத்தை சம்பாதிப்பது

என்பது இறைவனை உணரும் கலைக்கு அடுத்தபடியாக உள்ள மாபெரும் கலையாகும். தொழிலில் வெற்றியை உருவாக்கும் போது பொறுப்புடைமை, நிறுவனத்தைப் பற்றிய அறிவு, ஒழுங்குமுறை, தலைமைப் பண்பு மற்றும் நடைமுறை உபயோகங்கள் ஆகியன வளர்க்கப் படுகின்றன. மேலும் இவை மனிதனுடைய பன்முக வளர்ச்சிக்கும் மிகவும் இன்றியமையாதன ஆகும்.

வளமை மற்றும் செல்வச் செழிப்பு

தங்களுக்காக மட்டுமே செல்வச் செழிப்பை நாடுபவர்கள், இறுதியில் கட்டாயமாக வறியவராகவோ அல்லது மன இணக்கமின்மையால் துன்பப்படுபவரா கவோ ஆகிவிடுவர்; ஆனால் முழுப் பூவுலகையும் தங்கள் வீடாகக் கருதி ஒரு குழுவிற்காக அல்லது உலக வளமைக்காக உண்மையாகவே அக்கறையுடன் பணியாற்றுபவர்கள்....முறைப்படி அவர்களுக்கே உரிய தனிப்பட்ட செல்வ வளத்தைக் காண்பர். இது ஒரு நிச்சயமான மற்றும் இரகசியமான நியதியாகும்.

❖❖❖

சுயநலமின்மை என்பது செல்வச் செழிப்பிற்கான விதிமுறையின் அடிப்படைத் தத்துவமாகும்.

❖❖❖

எனக்கு எதுவும் சொந்தமில்லை, எனினும் எனக்குப் பசித்தால் உணவளிக்க உலகில் ஆயிரக்கணக்கானோர் இருப்பார்கள் என்பது எனக்குத் தெரியும், ஏனெனில் நான் ஆயிரக்கணக்கானோருக்கு அளித்திருக்கின்றேன். இதே விதிமுறையானது தான் பட்டினியோடு இருக்கப் போவதாக தன்னைப் பற்றி எண்ணாமல், தேவையுற்

றிருக்கும் மற்றவரைப் பற்றி சிந்திக்கும் எவருக்கும் செயல்படும்.

❖❖❖

தினமும் பிறருக்கு உதவ, அது வெறும் அற்பமான தாக இருந்தாலும் கூட, ஏதாவது நன்மையைச் செய் யுங்கள். நீங்கள் இறைவனை நேசிக்க விரும்பினால், நீங்கள் மனிதர்களை நேசிக்க வேண்டும். அவர்கள் அவனது குழந்தைகள். வறியவர்களுக்கு பொருள்ரீதி யாக உதவ முடியும்; துயருற்றவர்களுக்கு ஆறுதலை யும், அச்சமுற்றவர்களுக்கு தைரியத்தையும், பலவீன முற்றவர்களுக்கு தெய்வீக நட்பு மற்றும் தார்மீக ஆதரவையும் வழங்குவதன் மூலம் மனரீதியாகவும் நீங்கள் உதவி செய்ய முடியும். நீங்கள் மற்றவர்களுக்கு இறைவன் மீதான ஆர்வத்தைத் தூண்டும் பொழுதும், அவர்களிடத்தில் இறைவனுக்கான மகத்தான அன்பை யும் அவனிடத்தில் ஆழ்ந்த நம்பிக்கையையும் வளர்க் கும் பொழுதும், கூடவே நன்மையின் விதைகளை வளர்க்கவும் செய்கிறீர்கள். நீங்கள் இந்த உலகத்தை விட்டுச் செல்லும் பொழுது உலகச் செல்வங்கள் பின்னே தங்கி விடும்; ஆனால் நீங்கள் செய்திருக்கும் ஒவ்வொரு நற்செயலும் உங்களுடன் செல்லும். கஞ்சத்தனத்தில் வாழ்கின்ற செல்வந்தர்களும், பிறருக்கு உதவியே செய்யாத சுயநலக்காரர்களும் தங்களது அடுத்தப் பிறவியில் செல்வத்தை ஈர்ப்பதில்லை. ஆனால் தங்களிடத்தில் அதிகமாக இருந்தாலும், குறைவாக இருந்தாலும் பிறருக்கு வழங்கி, பகிர்ந்து கொள்பவர்கள் செல்வச் செழிப்பை ஈர்ப்பார்கள். இதுதான் இறைவனின் நியதியாகும்.

❖❖❖

தெய்வீக மகா வளமையை ஒரு பேராற்றல் வாய்ந்த புத்துணர்ச்சியூட்டும் மழையைப் போல் எண்ணுங்கள்; உங்கள் கையில் உள்ள எந்தக் கொள்கலமும் அதைப் பெற்றுக்கொள்ளும்; நீங்கள் ஒரு தகரக் குவளையைப் பிடித்திருந்தால், அந்த அளவு மட்டுமே நீங்கள் பெறுவீர்கள். நீங்கள் ஒரு பாத்திரத்தை வைத்திருந்தால் அது நிரப்பப்படும். தெய்வீக மகா வளமையைப் பெற நீங்கள் எந்த வகையான கொள்கலனை வைத்துள்ளீர்கள்? ஒருவேளை உங்களது கலன் குறையுள்ளதாக இருக்கலாம்; அங்ஙனமாயின் அனைத்து பயம், வெறுப்பு, சந்தேகம் மற்றும் பொறாமை ஆகியவற்றை நீக்குவதன் மூலம் அது பழுதுபார்க்கப்பட வேண்டும். பிறகு அமைதி, சாந்தம், பக்தி மற்றும் அன்பு ஆகிய தூய்மைப்படுத்தும் நீரால் அது சுத்தப்படுத்தப்பட வேண்டும். சேவை மற்றும் உதாரகுணத்தின் விதிமுறையை தெய்வீக மகா வளமை பின்பற்றுகிறது. கொடுங்கள், பிறகு பெறுங்கள். உலகத்திற்கு உங்களிடமுள்ள மிகச் சிறந்ததைக் கொடுங்கள், மிகச் சிறந்தது உங்களிடத்தில் திரும்ப வரும்.

❖❖❖

நன்றி நவில்தலும் புகழ்தலும் உங்கள் உணர்வு நிலையில் ஆன்மீக வளர்ச்சியும் வளமும் உங்களை அடையக்கூடிய பாதையைத் திறக்கின்றன. தான் பாய்ந்தோடுவதற்கான ஒரு பாதை திறக்கப்பட்ட உடனேயே பரம்பொருள் தன்னைக் காணக்கூடிய ஒரு புறத்தோற்றமாக வெளிப்படுத்திக் கொள்கிறது.

❖❖❖

“என்னை தன்னுடைய சொந்தமாகவே நினைத்து தியானித்துக் கொண்டு, இடைவிடாது வழிபட்டு, என்றும்

என்னுடன் ஒன்றுபட்டு இருக்கும் பக்தர்களுடைய குறைகளை நிறைவு செய்து அவர்களது வளத்தை நிரந்தரமாக்குகின்றேன்."* தங்களைப் படைத்தவனிடம் நம்பிக்கை வைத்து, வாழ்வின் அனைத்து வேறுபட்ட நிலைகளிலும் அவனை உணர்ந்தறிபவர்கள், தங்கள் வாழ்க்கையின் சின்னஞ்சிறு விஷயத்திலும் அவன் பொறுப்பு எடுத்துக் கொண்டிருப்பதையும், தங்களது பாதைகளை தெய்வீக தொலைநோக்குடன் எளிதாக் குவதையும் காண்பார்கள்....

கீதையின் இந்தப் பத்தி கிறிஸ்துவின் வார்த்தைகளை நினைவுபடுத்துகிறது: "முதலாவது தேவனுடைய இராஜ்ஜி யத்தையும், அவனுடைய நீதியையும் தேடுங்கள்; அப் பொழுது இவைகளெல்லாம் உங்களுக்குக்கூட கொடுக் கப்படும்."†

வெற்றிக்கான உறுதிமொழிகள்

எனக்குத் தேவைப்படும் நேரத்தில் எனக்குத் தேவையானதை என்னிடம் கொணர சர்வ வியாபக முழு நிறைவானவனின் சக்தியில் பூரண விசுவாசத்துடன் நான் முன்னேறிச் செல்வேன்.

❖❖❖

எல்லாத் தடைகளையும் சபலங்களையும் வெல்வதற்காக என் அகத்தே மறைந்துள்ள

* பகவத் கீதை IX : 22

† *மத்தேயு* 6 : 33.

சக்தி உள்ளது. நான் அந்த வெல்ல முடியாத ஆற்றலையும் சக்தியையும் வெளிக் கொணர்வேன்.

❖❖❖

அவனுடைய உதவியுடன் நான் நிச்சயமாக வெல்லும்வரை, மீண்டும் மீண்டும் என்னால் முயற்சி செய்ய முடியும் என்பதற்காக நான் இறைவனுக்கு நன்றி செலுத்துவேன். எனது இதயத்தின் பயனுள்ள ஆசையை நான் நிறைவேற்றுவதில் வெற்றியடைந்தவுடன், நான் அவனுக்கு நன்றி கூறுவேன்.

தெய்வீகப் பெரும் வளமைக்கான உறுதிமொழிகள்

ஓ எந்தையே, உலக ஆதாரங்களிலிருந்து அல்லாமல் உன்னுடைய அனைத்து-செல்வ வளம் நிறைந்த, அனைத்து-ஆற்றல் நிறைந்த, அனைத்து-வள்ளல் குணம் நிறைந்த திருக் கரங்களிலிருந்து அளவற்ற செல்வச்செழிப்பு, ஆரோக்கியம் மற்றும் ஞானம் எனக்கு வேண்டும்.

வரம்பிற்குட்பட்ட அழியும் செல்வம், ஆரோக்கியம் மற்றும் ஞானம் ஆகியவற்றை யாசிக்கும் ஒரு பிச்சைக்காரனாக நான் இருக்க மாட்டேன். நான் உன் குழந்தை. அதனால் உன்னுடைய வரம்பற்ற செல்வ வளங்களை, ஒரு தெய்வீகப் புதல்வனின் பங்காக வரையறையின்றி நான் உரிமை கோருகின்றேன்.

❖❖❖

தெய்வத் தந்தையே, இதுவே எனது பிரார்த்தனை: நிரந்தரமாக நான் எதைப் பெற்றிருக்கின்றேன் என்பதைப் பற்றி எனக்குக் கவலையில்லை, ஆனால் தினமும் எனக்குத் தேவைப்படும் எதையும் விரும்பியவுடன் அடையும் ஆற்றலை எனக்குக் கொடு.

அத்தியாயம் 8

அக அமைதி: மன அழுத்தம், கவலை மற்றும் பயத்திற்கான மாற்று மருந்து

வாழ்க்கையின் அனைத்து அனுபவங்களையும் நாம் ஏற்றுக் கொள்ள வேண்டிய சீரிய நிலை அமைதியாகும். மன அமைதியின்மை, அமைதிக்கு மாறானதாகும், மேலும் இன்று அதன் பரவல் ஏறத்தாழ ஓர் உலக நோயாக அதை ஆக்குகிறது.

❖❖❖

எவருடைய எண்ணங்கள் இணக்கமற்றவையோ அவர் எப்பொழுதும் இணக்கமின்மையையே காண்பார். அது புறத்தே உள்ள நிலைமைகளைவிட அதிகமாக அகத்தே உள்ள புலனுணர்வாகும். உங்களுக்குள் உள்ள இணக்கத்தை வளரச் செய்யுங்கள், நீங்கள் அதனை மற்ற வர்களுக்குப் பரப்புவீர்கள்....நீங்கள் செல்லும் எல்லா இடங்களிலும், மிகவும் ஒத்துவராத சந்தர்ப்பங்களிலும், ஓர் இணக்கத்தை நீங்கள் காண முடியும் மேலும் வளர்க்கவும் முடியும்.

❖❖❖

நீங்கள் கவலைப்படும் பொழுது உங்கள் மன வானொலியின் மூலமாக இரைச்சல்தான் வருகிறது. இறைவனின் கீதம் அமைதியின் கீதமாகும். மன அமைதியின்மைதான் இரைச்சல்; அமைதி என்பது

உங்கள் ஆன்ம-வானொலி வழியாக உங்களுடன் பேசிக் கொண்டிருக்கும் இறைவனின் குரலாகும்.

❖❖❖

அமைதி உங்களுக்குள் இருக்கும் இறைவனுடைய சாசுவதத்தின் உயிர் மூச்சாகும்.

❖❖❖

நீங்கள் ஆற்றும் எல்லாச் செயல்களும் அமைதியுடன் செய்யப்பட வேண்டும். அதுதான் உங்கள் உடல், மனம், ஆன்மா ஆகியவற்றிற்கு மிக நல்ல மருந்தாகும். அது மிக அற்புதமாக வாழும் வழியாகும்.

❖❖❖

அமைதி இறைவனின் பீடமாகும், அந்த அமைதி நிலையில் மகிழ்ச்சி நிலவுகின்றது.

❖❖❖

உங்கள் அமைதியை ஒருபோதும் இழக்கக் கூடாது என்ற உறுதியுடன் உங்கள் மனத்தை வைத்துக் கொண்டால், அப்பொழுது நீங்கள் இறைத் தன்மையை அடைய முடியும். மௌனமான ஒரு இரகசிய அறையை உங்களுக்குள்ளேயே வைத்துக் கொள்ளுங்கள். அங்கே எதிர்மறை மனநிலைகள், சோதனைகள், சண்டை சச்சரவுகள் அல்லது இணக்கமற்ற தன்மை ஆகியவற்றை நுழைய விடாதீர்கள். அனைத்து வெறுப்புணர்ச்சி, பழி வாங்கும் தன்மை மற்றும் ஆசைகளை வெளியேற்றி விடுங்கள். இந்த அமைதி அறையில் இறைவன் உங்களுக்கு தரிசனம் தருவான்.

❖❖❖

அமைதியை உங்களால் விலைக்கு வாங்க முடியாது; உங்களது தினசரி தியானப் பயிற்சியின் அசைவற்ற நிலையில் உங்களுக்குள்ளேயே அதை எவ்விதம் உருவாக்குவது என நீங்கள் அறிந்து கொள்ள வேண்டும்.

❖❖❖

நாம் நமது வாழ்க்கையை ஒரு முக்கோண வழிகாட்டு தலில் வடிவமைக்க வேண்டும்: அமைதியும் இனிமையும் இரு பக்கங்கள்; மகிழ்ச்சி என்பது அடிப்பக்கம். ஒவ்வொரு நாளும் ஒருவர் தனக்குத் தானே நினைவு படுத்திக் கொள்ள வேண்டும்: "நிதானம் என்னும் சிம்மாசனம் மீது அமர்ந்து கொண்டு, செயல்கள் என்னும் அரசினை ஆட்சிபுரியும் நான், அமைதியின் ஓர் இளவரசனே." ஒருவர் விரைவாகவோ அல்லது மெதுவாகவோ செயலாற்றினாலும் சரி, தனிமையிலோ அல்லது மனிதர்கள் மிகுந்த மும்முரமான சந்தைகளிலோ செயலாற்றினாலும் சரி, அவரது மையம் அமைதியுடன் நிதானமாக இருக்க வேண்டும்.

மன அமைதியின்மை

இயல்பாகவே அமைதியாக இருக்கும் ஒருவர் எந்த சூழ்நிலைகளிலும் தன்னுடைய நியாயம், நீதி மற்றும் நகைச்சுவை உணர்வை இழக்க மாட்டார். அவர் இரத்த ஓட்டத்திற்கு கெடுதல் விளைவிக்கும் கோபம் அல்லது பயத்தினால் தனது உடல் திசுக்களை நச்சுமயமாக்க மாட்டார். கோபமுள்ள தாயினுடைய பாலானது அவளு டைய குழந்தைக்கு தீங்கான விளைவை ஏற்படுத்தும் என்பது நன்றாக நிரூபிக்கப்பட்ட உண்மையாகும்.

தீவிரமான உணர்ச்சிகள் இறுதியில் தேகத்தை இழிவான சீர்குலைந்த பொருளாகக் குறைத்து விடும் என்பதற்கு இதைவிட வேறு எந்த ஆணித்தரமான நிரூபணத்தை நாம் கேட்க முடியும்?

❖ ❖ ❖

அச்சம், கோபம், துக்கம், பச்சாதாபம், பொறாமை, மனவருத்தம், வெறுப்பு, திருப்தியின்மை அல்லது கவலை ஆகியவற்றின் இடைவிடாத நினைவுகளில் மனத்தை ஆழ்த்துதல்; மேலும் சாதாரண மற்றும் மகிழ்ச்சியான வாழ்க்கைக்கு அத்தியாவசியங்களான சரியான உணவு, சரியான உடற்பயிற்சி, தூய காற்று, சூரிய வெளிச்சம், மனத்திற்குகந்த வேலை, வாழ்க்கையில் ஒரு குறிக்கோள் போன்றவற்றின் பற்றாக்குறை ஆகிய எல்லாமே மன அமைதியின்மைக்கு காரணங்களாகும்.

❖ ❖ ❖

நாம் 120-வோல்ட் மின்சார விளக்கை 2000-வோல்ட் மூலத்துடன் இணைத்தோமானால் அது விளக்கை எரித்து அழித்துவிடும். இதே போல் நரம்பு மண்டலமும் தீவிர உணர்ச்சி அல்லது இடைவிடாத எதிர்மறை எண்ணங்கள் மற்றும் உணர்வுகளின் அழிவுச் சக்தி ஆகியவற்றை தாங்கிக் கொள்வதற்கு ஏற்றாற்போல் அமைக்கப்படவில்லை.

❖ ❖ ❖

ஆனால் மன அமைதியின்மை குணமாக்கப்படக் கூடியது. பாதிக்கப்பட்டவர் தனது நிலையை ஆராயவும், கொஞ்சம் கொஞ்சமாகத் தன்னைத் தின்று கொண்டிருக்கும் சிதைவுறும் உணர்ச்சிகள் மற்றும் எதிர்மறை எண்ணங்கள் ஆகியவற்றை நீக்குவதற்கும் விரும்பி

இருக்க வேண்டும். தனது பிரச்சனைகளை* சாட்சி பாவனையில் ஆராய்தல் மற்றும் வாழ்க்கையின் எல்லா சூழ்நிலைகளிலும் அமைதி காத்தல் ஆகியவை மிகவும் நாட்பட்ட மன அமைதியற்ற நோயாளியையும் குணமாக்கிவிடும்.... மன அமைதியின்மையினால் துன்புறுபவர், தன்னுடைய நிலையைப் புரிந்துகொண்டு வாழ்க்கையுடன் தனது இசைவின்மைக்கு காரணமான தொடர்ச்சியான எண்ணத் தவறுகளைப் பற்றி ஆழ்ந்து சிந்தனை செய்ய வேண்டும்.

❖ ❖ ❖

உணர்ச்சிவசப்பட்ட மனக்கிளர்ச்சி நிலையில் ஓர் இடத்தை அடைய விரைந்து, பின்னர் அங்கு சென்றவுடன் உங்களது அமைதியின்மையால் அதை அனுபவிக்காமல் இருப்பதற்குப் பதிலாக, மிகவும் அமைதியோடு இருக்க முயலுங்கள்.... உங்கள் மனம் அமைதியிழந்த உடனேயே உங்கள் மன உறுதியால் அதற்கு ஓர் அடி கொடுத்து அதை அமைதியோடிருக்கக் கட்டளையிடுங்கள்.

❖ ❖ ❖

உணர்ச்சிவசப்பட்ட நிலை சில பகுதிகளுக்கு மிக அதிக சக்தியை அளித்து, மற்ற பகுதிகளுக்கு அவற்றிற் குரிய வழக்கமான பங்கை கிடைக்கச் செய்யாமல், நரம்புச் சமநிலையை நிலைகுலையச் செய்கிறது. நரம்பு சக்தியின் இந்த சரியான பங்கீடு இல்லாத குறைபாடுதான், மன அமைதியின்மைக்கான ஒரே காரணம்.

❖ ❖ ❖

* பார்க்க அத்தியாயம் 6.

ஓய்வாகவும் சாந்தமாகவும் இருக்கும் உடல், மன அமைதியை வரவேற்கிறது,

❖❖❖

[உடலைத் தளர்த்துவதற்கான உத்தி* :]

இச்சா சக்தியுடன் இறுக்கமாக்குங்கள்: இச்சா சக்தியின் கட்டளையினால் உயிர்ச்சக்தியை உடலுக்கோ அல்லது உடலின் ஏதாவது ஒரு பாகத்திற்கோ வெள்ளமாகப் பாயும்படி (இறுக்கமாக்கும் முறையில்) செலுத்துங்கள். உயிர்ச்சக்தி அவ்விடத்தில் சக்தியூட்டிப் புத்துயிர் அளித்து அதிர்வடைவதை உணருங்கள். ***தளர்த்தி, உணருங்கள்:*** இறுக்கத்தைத் தளர்த்துங்கள், மற்றும் சக்தியூட்டப்பட்ட பகுதியில் புத்துயிர் மற்றும் உயிர்த்துடிப்பின் இதமான சிலிர்ப்பை உணருங்கள். நீங்கள் உடல் அல்ல; நீங்கள் உடலைத் தாங்கும் அந்த உயிர் என்பதை ***உணருங்கள்.*** இந்த உத்தியைப் பயிற்சி செய்வதன் மூலம் கிடைத்த சாந்தம், சுதந்திரம் மற்றும் அமைதியுடன் சேர்ந்து வரும் அதிகரிக்கப்பட்ட விழிப்புணர்வு ஆகியவற்றை ***உணருங்கள்.***

❖❖❖

உங்கள் உடலின் ஒவ்வொரு அசைவிலும் அமைதி,

* தேகத்தை உயிர்ச் சக்தியினால் சக்தியூட்டுவதற்கும், பூரண தளர்வை மேம்படுத்துவதற்கும் 1916-ல் பரமஹம்ஸ யோகானந்தரால் உருவாக்கப்பட்ட ஒரு விசேஷ உத்தியைப் பற்றி அளிக்கப்பட்ட குறிப்பு; *யோகதா சத்சங்கப் பாடங்களில்* போதிக்கப்படுகிறது. இறுக்குதல் மற்றும் தளர்த்தலின் பொதுவான விதிமுறை, சமீப வருடங்களில் மருத்துவ விஞ்ஞானத்தினால் நரம்புக் கோளாறையும் மற்றும் உயர் இரத்த அழுத்தத்தையும் குறைப்பது உள்பட பல நோய்களுக்கு உதவும் ஒரு வழியாகப் பிரபலமாக ஆதரிக்கப்பட்டும் பயன்படுத்தப்பட்டும் வருகிறது.

உங்கள் சிந்தனையில் அமைதி, உங்கள் இச்சா சக்தியில் அமைதி, உங்கள் அன்பில் அமைதி மேலும் உங்கள் பேராவல்களில் அமைதி மற்றும் ஆண்டவன் இருந்தால், நினைவில் கொள்ளுங்கள்—நீங்கள் இறைவனை உங்கள் வாழ்க்கையுடன் இணைத்துக் கொண்டு விட்டீர்கள்.

கவலை மற்றும் அச்சம்

வாழ்க்கை ஏறுமாறாகவும், நிச்சயமற்றதாகவும் மேலும் எல்லாவிதமான தொல்லைகள் நிறைந்ததாகவும் தோன்றினாலும் கூட நாம் இறைவனின் வழிகாட்டுதல் மற்றும் அன்பான பாதுகாப்பில் எப்பொழுதும் இருக்கிறோம்.

❖❖❖

எதைக் குறித்தும் வீணாக அலட்டிக் கொள் ளாதீர்கள். கவலைப்படுகிற பொழுதெல்லாம் நினைவில் கொள்ளுங்கள், நீங்கள் உங்களுக்குள் பிரபஞ்ச மாயையை தீவிரமாக்குகின்றீர்கள்.*

❖❖❖

தோல்வி அல்லது நோயைக் குறித்த அச்சமானது, அத்தகைய எண்ணங்களை விழிப்புநிலை மனத்தில்—அவை ஆழ்நிலை மனத்திலும் மற்றும் இறுதியாக

* மனிதனுக்கு அவனுடைய நிஜமான சர்வசக்தி வாய்ந்த ஆன்ம இயல்பைப் பற்றியும் அதனுடைய இறைவனுடனான தெய்வீகத் தொடர்பைப் பற்றியும் உள்ள மறதிதான் அவனுடைய அனைத்து இன்னலுக்கும் வரம்பிற்கும் காரணம். இந்த மறந்துபோன நிலை அல்லது அஞ்ஞானம், *மாயை* அல்லது பிரபஞ்சப் பொய்த் தோற்றத்தினால் ஏற்படுத்தப்படுகிறது என யோகம் போதிக்கின்றது.

உயர்உணர்வு* மனத்திலும் வேரூன்றும் வரை திரும்பத் திரும்ப சிந்திப்பதால் வளர்த்து விடப்படுகிறது. பிறகு உயர் உணர்வு மனத்திலும் ஆழ்நிலை மனத்திலும் வேரூன்றி விட்ட அச்சம், முளைவிட ஆரம்பித்து விழிப்பு நிலை மனத்தை பயம் என்ற செடிகளால் நிரப்புகிறது. மூல எண்ணத்தை அழிக்க முடிவதைப் போன்று இவற்றை அழிப்பது அவ்வளவு எளிதன்று. இவை இறுதியில் அவற்றின் மரணத்தை உண்டாக்கும் நச்சுக் கனிகளைக் கொண்டிருக்கும்....

துணிவின் மீது வலிந்து மன ஒருமுகப்படுவதன் மூலமும், உங்களது உணர்வு நிலையை முழுமையான இறை உள்ளமைதிக்கு இடமாற்றம் செய்வதன் மூலமும் உள்ளேயிருந்து அவற்றை வேரோடு பிடுங்கி எறியுங்கள்.

❖❖❖

எதைப் பற்றி நீங்கள் பயங்கொண்டாலும் உங்கள் மனத்தை அதிலிருந்து அகற்றி அதை இறைவனிடம் விட்டு விடுங்கள். அவனிடத்தில் நம்பிக்கையுடன் இருங்கள். மிகுதியான துன்பம், வெறும் கவலை யினால் மட்டுமே ஏற்படுகிறது. வியாதி இன்னும் வராமலிருக்கின்ற பொழுதே நாம் ஏன் துக்கப்பட வேண்டும்? நமக்கு ஏற்படும் நோய்களில் அதிகமானவை அச்சத்தினால் ஏற்படுகின்றன, ஆகையால் நீங்கள் அச்சத்தைக் கைவிட்டால் அக்கணமே விடுதலை பெறுவீர்கள். குணமாதல் உடனடியாக நிகழும். ஒவ்வோர் இரவும் உறங்கப் போகுமுன்பு உறுதிப்படுத்திக்

* ஆழ்மனம், மற்றும் விழிப்பு மனங்கள் தங்கள் ஆற்றலை பெறுகின்ற உயர் மனம்.

கூறுங்கள்: “தெய்வத் தந்தை என்னுடன் உள்ளார்; நான் பாதுகாக்கப்படுகின்றேன்.” உங்களை பரம்பொருளினால் மானசீகமாக சூழ வையுங்கள்....இறைவனின் அற்புதமான பாதுகாப்பை நீங்கள் உணர்வீர்கள்.

❖❖❖

சித்தமானது இறைவனுடன் ஒன்றுபடும் பொழுது உங்களுக்கு எந்த பயமும் இருக்காது, பிறகு ஒவ்வொரு தடையையும் தைரியத்துடனும் நம்பிக்கையுடனும் மீறி வர இயலும்.

❖❖❖

அச்சம் இதயத்திலிருந்தே தோன்றுகிறது. ஏதாவது நோயைப் பற்றியோ அல்லது விபத்தைப் பற்றியோ உள்ள அச்சத்தினால் நீங்கள் எப்பொழுதேனும் ஆட் கொள்ளப்பட்டால், நீங்கள் மூச்சை மெதுவாகவும் ஆழ மாகவும் ஒரே சீராக பல தடவை உள்ளிழுத்தும் வெளிவிட்டும், ஒவ்வொரு வெளிமூச்சுடனும் உடலைத் தளரவிட வேண்டும். இது இரத்த ஓட்டம் சாதாரண நிலையை அடைவதற்கு உதவுகின்றது. உங்களுடைய இதயம் உண்மையாக அமைதியுடன் இருந்தால் அச்சத்தை நீங்கள் உணரவே முடியாது,

❖❖❖

மனத்தைத் தளர்த்துதல் என்பது கவனத்தை, கடந்த கால மற்றும் நிகழ்கால இன்னல்களைப் பற்றிய ஓயாது நச்சரிக்கும் கவலைகளிலிருந்து; கடமையைப் பற்றிய இடைவிடாத விழிப்புணர்விலிருந்து; விபத்துக்கள் மற்றும் நினைவில் வட்டமிட்டுக் கொண்டிருக்கும் அச்சங்களிலிருந்து; மற்றும் பேராசை, தீவிர உணர்ச்சி அல்லது அமைதியை குலைக்கின்ற அல்லது எதிர்மறை

யான இதர எண்ணங்கள் மற்றும் பற்றுதல்களிலிருந்து விரும்பிய மாத்திரத்தில் விடுவிக்கும் திறனில் அடங்கி யுள்ளது. மனத் தளர்த்துதலில் தேர்ச்சி பெற்றிருத்தல் விசு வாசமானபயிற்சியினால்வருகிறது.அது ஒருவர் அனைத்து அமைதியற்ற எண்ணங்களிலிருந்தும் மனத்தை விரும்பிய மாத்திரத்தில் விலக்க முடிந்து, கவனத்தை முழுவதுமாக அகத்தே உள்ள அமைதி மற்றும் மனநிறைவின் மீது நிலைநாட்டும் பொழுது எய்தப்படுகிறது.

❖❖❖

கடந்த காலத்தை மறந்து விடுங்கள், அது உங்கள் இராஜ்யத்திலிருந்து மறைந்து விட்டது! எதிர் காலத்தை மறந்து விடுங்கள், அது எட்டாத தூரத்தில் உள்ளது! நிகழ் காலத்தைக் கட்டுப்படுத்துங்கள்! இப்பொழுது மிக உயர்ந்த அளவு சிறப்பாக வாழுங்கள்! அது இருண்ட கடந்த காலத்தைத் தூய்மையானதாகத் தோற்றுவிக்கும், மேலும் எதிர்காலத்தை ஒளிமயமானதாக இருக்கக் கட்டாயப்படுத்தும். இதுதான் விவேகிகளின் வழி.

❖❖❖

ஒரே சமயத்தில் நாம் மிகவும் அதிகமாக வேலை செய்யவேண்டி இருக்கும் பொழுது, நாம் வெகுவாக மனம் தளர்ந்து விடுகிறோம். என்ன செய்யப்பட வேண்டும் என்பதைப் பற்றி கவலைப்படுவதற்குப் பதிலாக, "இந்த நேரம் என்னுடையது. நான் முடிந்த அளவு சிறப்பாகச் செயல்புரிவேன்," என்று மட்டும் கூறுங்கள். கடிகாரத்தால் இருபத்தி நான்கு மணி நேரத்தை ஒரு நிமிடத்தில் கடக்க முடியாது, இருபத்தி நான்கு மணி நேரத்தில் உங்களால் என்ன செய்ய முடியுமோ, அதை உங்களால் ஒரு மணி நேரத்தில் செய்ய இயலாது. நிகழ்காலத்தின் ஒவ்வொரு

கணத்திலும் முழுமையாக வாழுங்கள், எதிர்காலம் தன்னைத் தானே கவனித்துக் கொள்ளும். ஒவ்வொரு கணத்தின் அற்புதத்தையும் அழகையும் முழுமையாக அனுபவியுங்கள். அமைதியின் இருப்பைப் பயிற்சி செய்யுங்கள். எந்த அளவிற்கு அதிகமாக அதைச் செய்கிறீர்களோ, அந்த அளவிற்கு அதிகமாக உங்கள் வாழ்க்கையில் அந்த சக்தியின் இருப்பை நீங்கள் உணர்வீர்கள்.

❖❖❖

நவீன மனிதனின் மகிழ்ச்சி மேலும் மேலும் பெறுவதில் அடங்கியுள்ளது, மற்ற எவருக்கும் என்ன நேர்கிறது என்பது பற்றிக் கவலையில்லை. ஆனால் இவ்வளவு அதிகமான ஆடம்பரங்கள் இல்லாமல், குறைவான கவலைகளுடன் எளிமையாக வாழ்வது அதைவிடச் சிறந்ததல்லவா? நீங்கள் பெற்றிருப்பதை உங்களால் அனுபவிக்க இயலாத வரையில் உங்களையே விரட்டிக்கொண்டிருப்பதில் இன்பம் இல்லை....இவ்வளவு அதிகமான உலகப் பொருட்கள் தேவை என்னும் உணர்வுநிலையிலிருந்து மனித இனம் விலகிச் செல்லத் துவங்கும் காலம் வரும். எளிமையான வாழ்வில் அதிகமான பாதுகாப்பையும் அமைதியையும் காணலாம்.

❖❖❖

வாரத்தின் ஏழு நாட்களுக்கும் நிற்காமல் வேலைக்குச் செல்வதில் வேரூன்றிவிட்ட பணியாள், இயந்திரத்தன மான செயலுக்கு தனது ஆன்மாவை ஆளாக்கிவிடு கிறான். இத்தகைய ஒரு மனிதன் தனது செயல்பாட்டை சுதந்திர விருப்பம், பகுத்தறிவு, மற்றும் அமைதி

ஆகியவற்றால் கட்டுப்படுத்தும் தனது திறமையை இழக்கிறான். அவன் ஆன்மீக மகிழ்ச்சி துண்டிக்கப்பட்டு, தேக மற்றும் மனச் சீர்க்குலைவு அடைந்தவனாகிறான். செயல்பாடு மற்றும் மௌன வேளைகளின் பொழுது அமைதி மற்றும் ஆனந்தத்தை உருவாக்குவதற்காக செயல் மற்றும் அமைதி ஆகிய இரண்டுமே விருத்தி செய்யப்பட வேண்டும் மற்றும் ஒன்று மற்றொன்றுடன் சரிசமநிலையில் வைக்கப்பட வேண்டும்.

❖❖❖

சாபத்* (Sabbath)தை இறைவனுக்கும் ஆன்மீகப் பண்புக்கும் அளிக்கப்பட்ட ஒரு நாளாக அனுஷ்டிப்பது, மனத்தை லோகாயத வழிகளில் சிதறடித்து திசைதிருப்பும் எல்லா செயல்பாடுகளையும் விருப்பத்துடன் நிறுத்து வதைக் குறிப்பிடுகின்றது....இந்த தினத்தை இறைவனை நினைவுபடுத்துகின்ற, ஆன்மீகப் புத்துயிரளிக்கின்ற செயல்பாடுகளில் செலவிடுங்கள். சாபத் தினங்களில் உயிர்த்துடிப்புடன் வைக்கப்பட்டிருக்கும் பற்பல லௌகீக வசீகர விஷயங்களுடன் மக்களின் மனங்கள் கட்டுப்பாடு மீறுகின்றன. அடுத்து வருகின்ற வாரத்தில் ஒரு பன்முக வாழ்க்கைக்காக மிகச் சிறந்த செயல்பாடுகளை மேற்கொள்வதற்கான உடல்நலத்தை சீராக்கும் அமைதி, அகமுகநோக்கு, மற்றும் ஆக்கப்பூர்வமான சிந்தனை ஆகியவற்றிற்கு நேரம் எங்கே இருக்கிறது? மௌனத்

* ஹீப்ரு ஷாபத் (shabath) திலிருந்து இவ்வார்த்தை பெறப்படுகிறது, "செய்வதை நிறுத்துதல்; ஓய்வாக இருத்தல்." ஆன்மீகப் புத்துயிர் அளிப்பதற்கான ஒரு "சாபத் தினம்" வாரத்தின் ஒரு குறிப்பிட்ட நாளாகத்தான் இருக்க வேண்டும் என்ற அவசியமில்லை; அது ஒருவருடைய சூழ்நிலைகளுக்கு அல்லது சமூக மரபுக்கு ஏற்ப பயன்தரும் விதத்தில் எந்த நாளிலும் அனுஷ்டிக்கப்படலாம்.

திலும், தியானத்திலும் மற்றும் ஆக்கப்பூர்வமான சிந்தனையிலும் (மூர்க்கத்தனமான வாதங்கள் அல்ல, மாறாக எண்ணங்களை அமைதிப்படுத்துதல், பின்னர் அவற்றை உள்ளுணர்வுபூர்வமான அறியும் சக்தியினால் மாற்றீடு செய்தல்) நன்றாக கழிக்கப்பட்ட ஒரு சாபத், இணக்கம், அமைதி, மன மற்றும் தேகவலிமையுடன் மிகச் சிறந்த சாத்தியமான வழியில் தேகரீதியாக, மனரீதியாக, மற்றும் ஆன்மீகரீதியாக மேம்படுவதற்காக பகுத்தறிவைப் பயன்படுத்துவதற்கு ஆன்ம வலிமையூட்டுதலுக்கு உதவுகின்றது.

❖❖❖

உங்களுடைய வங்கிக் கணக்கில் பணத்தைப் போடாமல் காசோலைகளைத் தொடர்ந்து எழுதுவீர்களானால் உங்களுக்கு பணம் இல்லாமல் போய்விடும். இது போன்றேதான் உங்கள் வாழ்க்கையுடனும். உங்கள் வாழ்க்கைக் கணக்கில் முறை தவறாத அமைதி சேமிப்புகள் இல்லாவிட்டால் வலிமை, சாந்தம், மற்றும் சந்தோஷம் ஆகியவை தீர்ந்துவிடும். இறுதியாக நீங்கள் உணர்ச்சிரீதியாகவும், மனரீதியாகவும், உடல் ரீதியாகவும், ஆன்ம ரீதியாகவும் திவால் ஆகிவிடுவீர்கள். ஆனால் தினசரி இறைவனுடனான ஆழ்ந்த தொடர்பு, உங்களுடைய அக வங்கிக்கணக்கைத் தொடர்ந்து நிரப்பிய வண்ணம் இருக்கும்.

❖❖❖

நாம் எவ்வளவு மும்முரமாக இருந்தாலும் சரி, அவ்வப்போது கவலையிலிருந்தும் எல்லா கடமைகளிலிருந்தும் முழுமையாக நம் மனத்தை விடுவித்துக் கொள்ள மறந்து விடக்கூடாது....ஒரு சமயத்தில் ஒரு

நிமிடத்திற்கு அக அமைதியின் மேல் மனத்தை வையுங்கள். இதைக் குறிப்பாக கவலையுடன் இருக்கும் பொழுது பயிற்சி செய்து, எதிர்மறையாகச் சிந்தனை செய்யாமல் இருக்க முயற்சி செய்யுங்கள். பிறகு பல நிமிடங்களுக்கு அமைதியான மனத்துடன் இருக்க முயலுங்கள். பிறகு அதனைத் தொடர்ந்து ஏதேனும் மகிழ்ச்சியான சம்பவத்தை நினைத்துக் கொள்ளுங்கள்; அதிலேயே ஆழ்ந்துச் சென்று மனக்கண் முன் கொண்டு வாருங்கள்; கவலைகளை நீங்கள் முழுமையாக மறந்து விடும்வரை திரும்பத் திரும்ப மனத்தளவில் ஒரு மகிழ்ச்சியான அனுபவத்தில் திளையுங்கள்.

❖❖❖

தாங்க முடியாத மனச் சோதனைகளாலோ அல்லது கவலைகளாலோ பாதிக்கப்படும் பொழுது உறக்கத்தில் ஆழ்ந்துவிட ஒருவர் முயற்சி செய்ய வேண்டும். அவ ரால் அங்ஙனம் செய்ய முடிந்தால், அவர் விழித்தெழுந்த பின் மன இறுக்கம் தளர்வடைந்திருப்பதையும், கவலை அதன் பிடி*யைத் தளர்த்தியிருப்பதையும் அறிவார். அம்மாதிரியான நேரங்களில் நாம் இறந்து போனாலும் கூட, பூமி அதன் சுற்றுப்பாதையில் செல்வதைத் தொடரும் மற்றும் காரியங்கள் எப்பொழுதும் போலத் தொடர்ந்து நடக்கும் என்பதை நமக்கு நாமே

* பக்கம் 25-ல் விளக்கப்பட்டுள்ளவாறு ஆழ்மன உறக்க நிலைக்குச் செல்வதன் மூலம் ஆன்மாவானது, தேகத்துடன் உள்ள பற்று மற்றும் அதனுடைய அனுபவங்களுடன் தொடர்புடைய தொல்லைகளுக்கு அப்பாற்பட்டு தாற்காலிகமாக மேலெழும்புகிறது. இதைவிட மிக உயர்ந்த முறை, ஆழ்ந்த தியானத்தின் மூலம் இறைவனுடனான உயர் உணர்வுநிலைத் தொடர்புக்குள் செல்வதாகும்.

நினைவுபடுத்திக் கொள்வது அவசியம்; பின் எதற்காகக் கவலை?

❖❖❖

நாம் வாழ்க்கைக்கு மிகுந்த முக்கியத்துவம் கொடுக்காத பொழுது, அது பொழுதுபோக்காக அமைகிறது. மனித தீமைகளுக்கு நல்லதோர் சிரிப்பு ஒரு தலைசிறந்த பரிகாரம். அமெரிக்க மக்களின் மிகச் சிறந்த பண்புகளில் ஒன்று, அவர்களது சிரிக்கக்கூடிய வல்லமை. வாழ்க்கையைப் பார்த்து சிரிக்கக்கூடிய வல்லமை அற்புதமானது. இதை எனது குருதேவர் ஸ்வாமி ஸ்ரீ யுக்தேஸ்வர் எனக்கு கற்பித்தார். அவரது ஆசிரமத்தில் என் பயிற்சியின் ஆரம்ப காலத்தில் நான் ஒருபோதும் புன்னகைக்காமல் தீவிர முகபாவத்துடன் நடமாடினேன். ஒரு நாள் எனது குருதேவர், “இது என்ன? நீ ஓர் ஈமச்சடங்கிற்கு வந்திருக்கிறாயா? இறைவனைக் காண்பது சகல துன்பங்களின் மரணம் என்பதை நீ அறியாயா? அப்படியிருக்க நீ ஏன் வாட்டமுடன் காட்சியளிக்கின் றாய்? நீ இவ்வாழ்க்கைக்கு மிக அதிக முக்கியத்துவம் அளிக்காதே,” எனக் குறிப்பிட்டார்.

❖❖❖

நீங்கள் இறைவனின் குழந்தை என்பதை அறிந்து கொண்டு, என்ன நடந்தாலும் சரி, அமைதியாக இருப்பதற்கு உங்கள் மனத்தில் தீர்மானம் செய்து கொள்ளுங்கள். உங்களது மனம் உங்களது செயல் பாடுகளில் முழுமையாக ஈடுபட்டு இருந்தால், உங்களால் இறைவனைப் பற்றிய உணர்வுடன் இருக்க முடியாது. ஆனால் நீங்கள் புறத்தே செயல்களில் ஈடுபட்டுக் கொண்டு அகத்தே அமைதியாகவும்

இறைவனை ஏற்கும் திறனுடனும் இருந்தால் நீங்கள் சரியான முறையில் செயல்படுகிறீர்கள்.

❖❖❖

தியானத்தின் மூலமாக ஒருவர், வாழ்க்கையின் கடமைப் பொறுப்புகளால் கோரப்படுகின்ற எல்லா இணக்கமுள்ள அல்லது சோதனையான செயல்பாடு களுக்கும் ஒரு நிரந்தர, ஆறுதலளிக்கும் பின்னணியாக இருக்க முடிகின்ற ஒரு நிலைத்த, மௌனமான அக அமைதியை அனுபவிக்க முடியும். கவலைகள் அக சமநிலையை நிலைகுலைய வைக்க நாடும் பொழுதும் கூட, அல்லது வெற்றியானது, மனத்தை இயல்புக்கு மீறிய குதூகல கிளர்ச்சியூட்ட முயலும் பொழுதும் கூட, இந்த சீரான அமைதி நிறைந்த மனநிலையை பராமரிப்பதில்தான் நீடித்த மகிழ்ச்சி அடங்கியுள்ளது.

சமுத்திர அலைகளின் அரிக்கும் விளைவை ஒரு மணற்குவியல் தாக்குப்பிடிக்க முடியாது; எளிதில் நிலைகுலையாத அக அமைதி இல்லாதவர், மனப் போராட்டத்தின் போது அமைதியாக இருக்க முடியாது. ஆனால் எத்தனை அலைகள் தன்னைச் சுற்றி சுழன்றடித்தாலும் வைரம் மாறாமலிருப்பது போன்று, அமைதி-இறுகப்பெற்ற ஒரு மனிதர், சோதனைகள் எல்லாப் பக்கங்களிலும் தன்னை சூழ்ந்து கொள்ளும் போது கூட ஒளிவீசும்படியான சாந்தநிலையில் இருக்கிறார். மாறக்கூடிய வாழ்க்கையெனும் கடலிலி ருந்து, தியானத்தின் மூலமாக பரம்பொருளின்* என்றும்

* "யோக தியானத்தினால் எய்தப் பெற்ற சித்தத்தின் முழு அமைதியில், அகந்தை தன்னையே ஆன்மாவாகக் கண்டு, ஆன்மாவில் நிலைபெறுகின்ற நிலை;

நிலைத்திருக்கும் ஆனந்தத்துடன் மின்னுகின்ற மாற்ற முடியாத ஆன்ம-உணர்வுநிலை எனும் வைரத்தை மீட்டெடுப்போமாக.

❖❖❖

நாம் எண்ணுவதற்கும், பேசுவதற்கும், உணர்வதற்கும் மற்றும் செயலாற்றுவதற்கும் வேண்டிய எல்லாச் சக்தியும் இறைவனிடமிருந்து வருகின்றது, மேலும் அவன் எப்பொழுதும் நம்முடன் இருந்து நம்மை ஊக்குவித்து வழிநடத்தி வருகிறான் என்ற ஞானம், மன அமைதி யின்மையிலிருந்து நமக்கு உடனடி விடுதலையை அளிக்கிறது. இந்த ஞானத்துடன் இறை ஆனந்தத்தின் மின்னல் ஒளி அனுபவங்களும் கிட்டும்; சில சமயங்களில் ஓர் ஆழ்ந்த தெளிவு, ஒருவருடைய இருப்பினை ஊடுருவி, அச்சம் என்கிற எண்ணத்தையே விரட்டிவிடும். ஒரு மகா சமுத்திரத்தைப் போல் இறைவனின் சக்தி உள் அடித்து, தூய்மைப்படுத்தும் வெள்ளமென இதயத்தினூடே பொங்கியெழுந்து மயக்கும் சந்தேகம், மன அமைதியின்மை மற்றும் அச்சம் ஆகிய எல்லாத் தடைகளையும் நீக்கி விடுகின்றது. அழியும் உடலாக

"புலன்-எல்லைக்கடந்த அளவிடற்கரிய பேரின்பமானது விழிப்புற்ற உள்ளுணர்வு புத்தியினால் கிரகிக்கப்பட்டு யோகியானவன் ஒருபோதும் மீண்டும் அகலாதவாறு நிலைபெற்று விடுகின்ற நிலை;

"யோகியானவன் மற்ற எல்லா பொக்கிஷங்களுக்கும் அப்பாற்பட்ட பொக்கிஷத்தை ஒருமுறை அடைந்தவுடன்—அதில் நிலைத்திருந்து பெருந்துன்பத்தாலும் அசைக்கப்படாமல் இருக்கின்ற நிலை:

"அந்த நிலைதான் யோகம்—துன்பம்-அற்ற நிலை. எனவே யோகப் பயிற்சி உறுதியாக, தளரா நெஞ்சத்துடன் பின்பற்றப்பட வேண்டும்." (பகவத் கீதை VI:20-23.)

மட்டும்தான் உள்ளோம் என்ற உணர்வை, அதாவது உலக மாயையை, தினசரி தியானத்தின் மூலமாக அடையக்கூடிய பரம்பொருளின் இனிய பேரமைதியைத் தொடர்பு கொள்வதினால் வெல்லலாம். அப்பொழுது நீங்கள் இந்த உடல் அவனுடைய பிரபஞ்சக் கடலில் ஒரு சிறிய சக்திக் குமிழ் என்பதை அறிவீர்கள்.

❖❖❖

சாந்தம் மற்றும் அமைதிக்கான உறுதிமொழிகள்

நிதானம் என்னும் சிம்மாசனம் மீது அமர்ந்து கொண்டு, செயல்கள் என்னும் அரசினை ஆட்சி புரியும் நான் அமைதியின் ஓர் இளவரசனே.

❖❖❖

நான் அமைதியின்றியோ அல்லது மனக் கலக்கத்துடனோ இருக்கும் அந்தக் கணமே, அமைதியை மீளப்பெறும் வரை மௌனம் மற்றும் தியானத்தில் ஆழ்வேன்.

❖❖❖

நான் சோம்பேறியாகவோ அல்லது பரபரப்புடன் செயற்பட்டுக் கொண்டோ இருக்க மாட்டேன். வாழ்வின் ஒவ்வொரு சவாலிலும் எதிர் காலத்தைப் பற்றி கவலை கொள்ளாமல் என்னால் முடிந்தவரை மிகச் சிறந்ததைச் செய்வேன்.

அத்தியாயம் 9

உங்களுக்குள்ளிருந்து மிகச் சிறந்தவற்றை வெளிக் கொணருதல்

நாம் நம்மை எதுவாக ***நினைக்கின்றோமோ,*** அதுவே நாம் ஆவோம். வழக்கமான நமது எண்ணங்களின் மனப் போக்கே நமது திறமைகள், ஆற்றல்கள் மற்றும் நமது தனித்தன்மையை நிர்ணயிக்கிறது. இங்ஙனம் சிலர் தங்களை எழுத்தாளர்களாக அல்லது கலைஞர்களாக, உழைப்பாளிகளாக அல்லது சோம்பேறிகளாக மற்றும் இவ்வாறாக ***நினைக்கின்றனர்.*** தற்போது நீங்கள் யாராக இருக்கிறீர்கள் என்று நினைக்கிறீர்களோ, அதைவிட வேறுவிதமாக நீங்கள் ஆக விரும்பினால் என்ன? உங்களிடம் இல்லாத, ஆனால் நீங்கள் பெற்றிருக்க விரும்புகிற விசேஷத் திறமையுடன் மற்ற வர்கள் பிறந்திருப்பதாக நீங்கள் வாதம் புரியலாம். இது உண்மைதான். ஆனால் அவர்கள் ஏதோ ஒரு சமயம்—இந்தப் பிறவியில் இல்லாவிட்டாலும் முற்பிறவி ஒன்றில்* அத்திறமையின் பழக்கத்தை வளர்த்துக் கொண்டிருக்க வேண்டும். எனவே நீங்கள் என்னவாக இருக்க விரும்பினாலும் அதன் மாதிரியை இப்போதே வளர்த்துக் கொள்ளத் துவங்குங்கள். இக்கணமே நீங்கள் எந்த மனப்போக்கையும் உங்களது உணர்வுநிலையில் பதிய வைத்துக் கொள்ள, உங்களது மனத்தில் ஒரு வலிமையான எண்ணத்தை நீங்கள் புகுத்தினால் மட்டுமே

* பார்க்க சொல்லகராதியில் *மறுபிறவி.*

முடியும்; அப்பொழுது உங்களது செயல்கள் மற்றும் முழு இருப்புமே அந்த எண்ணத்திற்குக் கீழ்ப்படியும்.

❖❖❖

மேம்பட்டவராக மாறுவதற்கான நம்பிக்கையை ஒருவர் எப்பொழுதும் கைவிடக்கூடாது. ஒரு மனிதர் மாறுவதற்கான முயற்சி எடுப்பதை மறுக்கும் பொழுது மட்டுமே முதியவர் ஆகிறார். அத்தகைய தேக்க நிலையை மட்டுமே "முதுமைக் காலமாக" நான் ஒப்புக் கொள்கின்றேன். ஒரு மனிதர் திரும்பத் திரும்ப "என்னால் மாற முடியாது; இம்மாதிரி தான் நான்," என்று கூறும் பொழுது, "சரி, அவ்வாறு இருப்பதற்கு உங்கள் மனத்தில் தீர்மானித்து விட்டிருப்பதால் அம்மாதிரியே இருங்கள்." என்று நான் கூற வேண்டியிருக்கிறது.

❖❖❖

ஒருவரது தற்போதைய நிலை எப்படி இருந்தாலும் சரி, சுய-கட்டுப்பாடு, ஒழுக்கம், சரியான உணவுமுறை மற்றும் ஆரோக்கிய விதிமுறைகளைப் பின்பற்றுவதன் மூலம் மனிதனால் நல்ல விதமாக மாற முடியும். உங்களால் மாற முடியாது என ஏன் நினைக்கிறீர்கள்? மனச் சோம்பேறித்தனமே அனைத்துப் பலவீனத்திற்கும் இரகசியக் காரணமாகும்.

❖❖❖

ஒவ்வொருவரும் தன்னைக் கட்டுப்படுத்துகின்ற வினோதமான இயல்புகளைக் கொண்டிருக்கின்றனர். இவை உங்களுடைய இயல்பினுள் இறைவனால் வைக் கப்பட்டவை அல்ல, ஆனால் உங்களால் உருவாக்கப் பட்டவை. இவற்றைத்தான் நீங்கள் மாற்ற வேண்டும்—

உங்களது இயல்பிற்குப் பிரத்தியேகமான இந்தப் பழக்கங்கள் உங்களது சொந்த எண்ணங்களின் வெளிப் பாடுகளேயன்றி வேறல்ல என்பதை நினைவுப்படுத்திக் கொள்வதன் மூலம் மாற்ற வேண்டும்.

❖❖❖

முடிவான கருத்தில், எல்லாப் பொருட்களும் தூய உணர்வுநிலையினால் உருவாக்கப் பட்டிருக்கின்றன; அவற்றின் வரையறுக்கப்பட்ட தோற்றமானது உணர்வு நிலையினுடைய சார்புத் தன்மையின்* விளைவாகும். எனவே உங்களுக்குள்ளேயே எதையாவது நீங்கள் மாற்ற விரும்பினால் உணர்வுநிலையை, சடப் பொருள் மற்றும் செயலின் வேறுபட்ட வடிவங்களாகத் தோன்றச் செய்யும் எண்ணத்தின் போக்கை நீங்கள் மாற்ற வேண்டும். உங்களது வாழ்க்கையை மறுவடிவமைக்க இதுவே, இது மட்டுமே ஒரே வழி.

❖❖❖

* இறைவனது எண்ணமே படைப்பின் அடிப்படைக் கட்டமைப்பு என யோகம் போதிக்கிறது. நீராவியானது குளிரூட்டப்படுவதன் மூலம் நீராகவும், இன்னும் அதிகமாக குளிரூட்டப்படும் பொழுது பனிக்கட்டியாகவும் மாறுவதைப் போல, சக்தி மற்றும் சடப் பொருளின் அனைத்து வடிவமைப்புகளும், வகைகளும், உணர்வுநிலையின் உறைவுகள் ஆகும். புராதனக் காலந்தொட்டே யோகிகள் அறிந்திருப்பதை, இருபதாம் நூற்றாண்டின் முன்னோடி இயல்பியல் வல்லுனர்கள் மறுபடியும் கண்டுபிடித்துக் கொண்டிருக்கின்றனர். பிரிட்டிஷ் விஞ்ஞானி ஸர் ஜேம்ஸ் ஜீன்ஸ் எழுதினார்: “பிரபஞ்சம் ஒரு மாபெரும் இயந்திரத்தைப் போன்றதை விட ஒரு மகத்தான எண்ணத்தைப் போன்று வெகுவாகத் தோன்ற ஆரம்பித்திருக்கின்றது.” மேலும் ஐன்ஸ்டைன் கூறினார்: “இறைவன் இந்த உலகத்தை எவ்வாறு படைத்தான் என நான் அறிய விரும்புகின்றேன். எனக்கு இந்த அல்லது அந்த அற்புத நிகழ்ச்சியிலோ, இந்த அல்லது அந்த மூலகத்தின் நிற மாலையிலோ, ஆர்வமில்லை. நான் இறைவனின் எண்ணங்களைத் தெரிந்து கொள்ள விரும்புகின்றேன்; மற்றவை விவரங்களே.”

அகத்துள் நோக்கி உங்களுடைய முக்கியமான தனிச்சிறப்புப் பண்புகளை உறுதி செய்யுங்கள்.... உங்களுக்குள் உள்ள நல்லதை மாற்ற முயற்சி செய்ய வேண்டாம். ஆனால் உங்களுடைய விருப்பத்திற்கு எதிராக நீங்கள் செய்யும் அந்த விஷயங்கள் மேலும் அவற்றை நீங்கள் செய்த பின்னர் உங்களை வருத்தமடையச் செய்பவை, ஆகியவைதான் நீங்கள் விலக்க விரும்புபவை. எவ்வாறு? உறங்கப் போவதற்கு முன்னரும், காலையில் எழுந்தவுடனும், திட நம்பிக்கையுடன் வலியுறுத்திக் கூறுங்கள், “என்னால் மாற முடியும். மாறுவதற்கான மனஉறுதி என்னிடம் உள்ளது. நான் மாறியே தீருவேன்!’’ நாள் முழுவதும் அந்த எண்ணத்தைப் பற்றிக் கொண்டிருங்கள், மேலும் அதை உங்களுடன் உறக்கத்தின் ஆழ்மன பிரதேசத்தினுள்ளும் தியானத்தின் உயர்வுணர்வுநிலை பிரதேசத்தினுள்ளும் எடுத்துச் செல்லுங்கள்.

❖❖❖

சுருங்கக் கூறின், நீங்கள் செய்ய வேண்டியதெல்லாம் நீங்கள் அழிக்க விரும்பும் எண்ணங்களைச் சிந்திப்பதை நிறுத்தி, அவற்றிற்குப் பதிலாக ஆக்கப்பூர்வமான எண்ணங் களைச் சிந்திப்பதுதான். இதுவே வானவர் நாட்டிற்கான திறவுகோல்; இது உங்கள் கைகளில்தான் இருக்கிறது.

உள்முக நோக்கு: வளர்ச்சியின் ஓர் இரகசியம்

முதலில் செய்ய வேண்டியது உள்முக நோக்குதான். உங்களையும், உங்கள் பழக்கங்களையும் மதிப்பீடு செய்து, உங்கள் வழியில் குறுக்கே நிற்பது எது என்று கண்டுபிடியுங்கள். பெரும்பாலும் அது மந்தத் தன்மையாகவோ அல்லது உறுதியான, முழுமையான

முயற்சி மற்றும் கவனத்தினுடைய குறைபாடாகவோ இருக்கும். சில சமயங்களில் உங்கள் வாழ்க்கைத் தோட்டத்திலிருந்து அவசியமாக களை பிடுங்க வேண்டிய பழக்கங்கள் இருக்கும், அதனால் உண்மையான மகிழ்ச்சி மிகவும் திடமாக வேரூன்றும்.

❖❖❖

முன்னேற்றத்தின் ஓர் இரகசியம் சுய ஆராய்வாகும். உள்முக நோக்கு என்னும் கண்ணாடியில் பார்க்கக் கூடிய உங்களுடைய மனத்தின் உள்ளிடங்கள், மற்றபடி உங்களிடமிருந்து மறைந்து இருக்கின்றன. உங்கள் தோல்விகளை ஆராய்ந்து நல்ல மற்றும் தீய இயல்புகளைப் பிரித்தெடுங்கள். நீங்கள் யார், நீங்கள் என்னவாக ஆக விரும்புகிறீர்கள், உங்களை தடைப்படுத்தும் குறை பாடுகள் யாவை என ஆராயுங்கள்.

❖❖❖

இலட்சக் கணக்கானவர்கள் தங்களை ஒருபோதும் ஆராய்வு செய்வதில்லை. காலைச் சிற்றுண்டி, மதிய மற்றும் இரவு உணவு, வேலை செய்தல், உறங்குதல் மற்றும் பொழுதுபோக்கிற்காக அங்குமிங்கும் செல்லுதல் என்றவற்றில் தன்னை மறந்து ஆழ்ந்து, மனத்தளவில் தங்களது சூழ்நிலை என்னும் தொழிற்சாலையின் இயந்திர உற்பத்திப் பொருட்களாக இருக்கிறார்கள். தாங்கள் எதை அல்லது ஏன் தேடுகின்றோம் என்பதையோ அல்லது முழு இன்பத்தையும், நிலைத்திருக்கும் மன நிறைவையும் தாங்கள் என்றுமே ஏன் உணரவில்லை என்பதையோ அவர்கள் அறியார். சுய-ஆராய்வைத் தவிர்ப்பதன் மூலம் மக்கள் தமது சூழ்நிலையால் கட்டுப்பட்டு, இயந்திர

பொம்மைகளாக தொடர்கின்றனர். உண்மையான சுய-ஆராய்வுதான் முன்னேற்றத்தின் மிக உயர்ந்த கலையாகும்.

ஒவ்வொருவரும் உணர்ச்சிவசப்படாமல் தன்னை சுய-ஆராய்வு செய்யக் கற்றுக் கொள்ள வேண்டும். தினந் தோறும் உங்கள் எண்ணங்களையும் விருப்பங்களையும் எழுதி வைத்துக் கொள்ளுங்கள். நீங்கள் எப்படிப்பட்டவர் என்பதைக் கண்டுபிடியுங்கள்—நீங்கள் உங்களை எவர் என கற்பனை செய்துக் கொண்டிருக்கிறீர்களோ அப் படியல்ல!—ஏனென்றால் நீங்கள் எப்படியானவராக ஆக வேண்டுமோ, அப்படியே ஆக வேண்டும். அனேகர் மாறுவதில்லை, ஏனென்றால் அவர்கள் தங்களுடைய சொந்த குற்றம் குறைகளைக் காண்பதில்லை.

❖❖❖

ஒரு மன நாட்குறிப்பை வைத்திருக்காத ஒருவர் இந்த நன்மை பயக்கும் பயிற்சியினைத் துவக்க வேண்டும். வாழ்க்கையின் தினசரி அனுபவங்களில் எந்த அளவில் மற்றும் எந்த வழியில் அவர் தோல்வி அடைகிறார் என்ற வெறும் அறிவு மட்டுமே, அவர் என்னவாக இருக்க வேண்டுமோ அதற்கு அதிக முயற்சிகள் மேற்கொள்ள அவரைத் தூண்டிவிடலாம். இதைப் போன்ற ஒரு நாட்குறிப்பு வைத்துக் கொள்வதன் மூலமும் நமக்கும் பிறருக்கும் வலியையும் துன்பத்தை யும் உருவாக்கும் தீய பழக்கங்களை அழிக்க பகுத்த றிவை உபயோகிப்பதன் மூலமும் நாம் அவற்றிலிருந்து விடுபடுவோம். ஒவ்வோர் இரவும் நாம் நம்மிடம் கேட்டுக் கொள்ள வேண்டும்: “இன்று எவ்வளவு நேரம் நான் இறை வனுடன் இருந்திருக்கிறேன்?” எந்த அளவிற்கு நாம் ஆழமாக சிந்தித்திருக்கின்றோம், நமது கடமைகளை

எந்த அளவிற்கு நிறைவேற்றியிருக்கிறோம், பிறருக்காக எந்த அளவிற்கு நாம் சேவை செய்திருக்கிறோம், நாளின் பல்வேறு சூழ்நிலைகளில் நம்மை நாம் எவ்வாறு நெறிப்படுத்தியிருக்கிறோம் என்றெல்லாம் கூட நாம் ஆராய வேண்டும்.

❖❖❖

உங்களது மனத்தின் வரைப்படங்களை கண்காணிப் பதன் மூலம், ஒவ்வொரு நாளும் நீங்கள் முன்னேறிக் கொண்டிருக்கிறீர்களா என நீங்கள் காண முடியும். உங்களிடமிருந்து நீங்கள் உங்களை மறைக்க விரும்பு வதில்லை. உள்ளவாறே உங்களை நீங்கள் அறிந்து கொள்ள வேண்டும். உங்களது உள்முக நோக்கின் ஒரு நாட்குறிப்பை வைத்துக் கொள்வதன் மூலம் உங்களது தீய பழக்கங்களைக் கண்காணித்து, அவற்றை அழிக்க இன்னும் நன்றாகத் தயாராகிறீர்கள்.

சபலங்களை வெல்லுதல்

சில சமயங்களில் தீயவராக இருப்பது எளிதாகவும், நல்லவராக இருப்பது கடினமானதாகவும் தோன்றுகிறது; மேலும் தீய விஷயங்களை விட்டுவிடுவது ஏதோ ஒன்றை இழப்பது போலவும் தோன்றுகிறது. ஆனால் துக்கத்தைத் தவிர வேறு எதையும் நீங்கள் இழக்க மாட்டீர்கள் என நான் கூறுகின்றேன்.

❖❖❖

மகான்கள் எவற்றிற்கு எதிராக எச்சரித்திருக்கின்றார் களோ, அவை ஒவ்வொன்றும் விஷமாக்கப்பட்ட தேனிற்கு ஒப்பானது. அதைச் சுவைக்காதீர்கள் என நான் கூறுகின்றேன். “ஆனால் அது இனிக்கிறது,” என நீங்கள்

விவாதிக்கலாம். சரி, எனது வாதம் என்னவெனில், அந்த இனிப்பை நீங்கள் சுவைத்து விட்ட பிறகு அது உங்களை அழித்துவிடும். உங்களை ஏமாற்றுவதற்காக தீமை இனிப்பாக்கப்பட்டது. விஷமாக்கப்பட்ட தேனுக்கும் உங்களுக்கு மிகச் சிறந்த நன்மையைப் பயக்கும் பொருளுக்கும் இடையே பிரித்தறிவதற்கு உங்களுடைய பகுத்தறிவை நீங்கள் பயன்படுத்த வேண்டும். உங்களை முடிவில் புண்படுத்தும் விஷயங்களைத் தவிர்த்து, உங்களுக்கு விடுதலையையும் மகிழ்ச்சியையும் கொடுப்பவற்றைத் தேர்ந்தெடுங்கள்.

❖❖❖

துயரம், உடல் நலமின்மை, மற்றும் தோல்வி ஆகியவை இறைவனது விதிமுறைகளுக்கு எதிரான அத்துமீறல்களின் இயல்பான விளைவுகளே ஆகும். அத்தகைய அத்துமீறல்களைத் தவிர்ப்பதிலும் உங்களது நிஜமான ஆன்மத்துடன் இணக்கமாக இருக்கும் சிந்தனைகள் மற்றும் செயல்களின் மூலம் உங்களுக்குள் அமைதியையும் ஆனந்தத்தையும் கண்டு கொள்வதிலும் விவேகம் அடங்கியுள்ளது.

❖❖❖

குறிப்பிட்ட ஒன்றிற்காகப் பிரார்த்திப்பதற்கு உங்கள் இதயத்தில் அளவு கடந்த ஆசை எழும்பொழுதெல் லாம்....உங்களுடைய பகுத்தறிவைப் பயன்படுத்துங்கள். உங்களையே கேட்டுக் கொள்ளுங்கள், "நான் நிறைவேற்ற விரும்பும் அந்த ஆசை நல்லதா அல்லது தீயதா?"

❖❖❖

திருப்தி மற்றும் மகிழ்ச்சியின் போலியான நம்பிக்கை களை உண்டாக்குவதன் மூலம் உலக ஆசைகள், நமது

தீய பழக்கங்களை ஊக்குவிக்கின்றன. அத்தகைய சமயங்களில், தீய பழக்கங்கள் இறுதியாகத் துயரத் திற்கு இட்டுச் செல்லும் என்ற உண்மையை வெளிப் படுத்துவதற்கு ஒருவர் தனது பகுத்தறியும் ஆற்றலைக் கொணர வேண்டும். இவ்வாறு தீய பழக்கங்கள், வெளிப் படுத்தப்பட்டு அவற்றின் துன்பம்-விளைவிக்கும் ஊசலாட்டத்தில் மனிதனைப் பிடித்து வைக்க வலிமையற்றதாகி விடுகின்றன.

❖❖❖

சபலங்களை எதிர்ப்பது என்பது வாழ்க்கையின் அனைத்து மகிழ்ச்சிகளையும் மறுப்பது என்பதல்ல; அது, நீங்கள் செய்ய விரும்புவதன் மீது மேன்மையான ஆதிக்கத்தைப் பெற்றிருப்பதாகும். நான் உங்களுக்கு நிஜமான விடுதலைக்கான வழியைக் காண்பிக்கிறேன்; உண்மையில், உங்களுடைய பழக்கங்கள் எதைச் செய்வதற்கு உங்களை இட்டுச் செல்கின்றனவோ, அதைச் செய்ய உங்களைக் கட்டாயப்படுத்தும் போலியான விடுதலை உணர்வுக்கு அல்ல.

❖❖❖

சபலத்தை மறுப்பதும், அதை அடக்குவதும் பழைய சாத்திரப் பாதை. ஆனால் நீங்கள் சபலத்தைக் ***கட்டுப்படுத்தக்*** கற்றுக்கொள்ள வேண்டும். சபலத்திற்கு ஆளாகுதல் ஒரு பாவச் செயல் அல்ல. நீங்கள் சபலத்தினால் கொந்தளித்துக் கொண்டிருந்தாலும், நீங்கள் கெட்டவரல்ல; ஆனால் நீங்கள் சபலத்திற்கு இணங்கி விட்டால், தீமையின் வலிமையில் தாற்காலிகமாக அகப்பட்டுக் கொள்கிறீர்கள். நீங்கள் உங்களைச் சுற்றி விவேகத்தாலாகிய பாதுகாப்பு அரண்களை எழுப்ப

வேண்டும். சபலத்தை எதிர்க்க நீங்கள் உபயோகிப்பதற்கு விவேகத்தை விட அதிக வலிமை வாய்ந்த சக்தி வேறு எதுவும் கிடையாது. இன்பத்திற்கு ஆசைக் காட்டி, ஆனால் முடிவில் உங்களுக்கு துன்பத்தை மட்டுமே விளைவிக்கும் செயல்களைச் செய்ய உங்களை எதுவும் சபலப்படுத்த முடியாத அந்த நிலைக்கு பூரண அறிவானது உங்களை இட்டுச் செல்லும்.

❖❖❖

ஞானத்தை அடையும் வரை, சபலம் எழும்போது அந்தச் செயல் அல்லது உந்துதலை முதலில் நிறுத்த வேண்டும், ***பிறகு*** பகுத்தாராய வேண்டும். நீங்கள் பகுத்தாராய முதலில் முயன்றால், நீங்கள் செய்ய விரும்பாத செயலை, உங்களையும் மீறி நீங்கள் செய்யுமாறு வற்புறுத்தப்படுவீர்கள்; ஏனெனில் சபலமானது எல்லா பகுத்தாராய்வையும் வென்று விடும். "முடியாது!" என்று மட்டும் சொல்லி விட்டு எழுந்து சென்று விடுங்கள். அதுதான் சாத்தானிடமிருந்து* தப்பிப்பதற்கான மிக நிச்சயமான வழி. சபலம் நுழையும் பொழுது, "மாட்டேன்" என்னும் சக்தியை நீங்கள் எவ்வளவு அதிகம் விருத்தி செய்கிறீர்களோ, அவ்வளவு அதிகம் சந்தோஷமுடையவராக இருப்பீர்கள்; ஏனென்றால் உங்கள் மனச்சாட்சி எதை நீங்கள் ***செய்ய வேண்டும்*** என்று கூறுகிறதோ, அதைச் செய்யும் வல்லமையில்தான் அனைத்து ஆனந்தமும் அடங்கி உள்ளது.

❖❖❖

* சாத்தான்; மனிதனை அவனுடைய தெய்வீக இயல்பைக் குறித்த அறியாமையில் வைத்திருக்க முயலும் மாயையின் உணர்வுப் பூர்வமான ஆற்றல். பார்க்க சொல்லகராதியில் *மாயை.*

சபலத்திற்கு நீங்கள் ***முடியாது*** என்று கூறும் பொழுது, உண்மையாகவே ***முடியாது*** என நீங்கள் பொருள்பட வேண்டும், விட்டுக் கொடுக்காதீர்கள். முதுகெலும்பற்ற பலவீனன் எல்லா நேரமும் ***சரி*** என்று கூறுவான். ஆனால் உயர்ந்த மனங்கள் ***முடியாதுகளால்*** நிரம்பியவை.

❖❖❖

புகை பிடிப்பதில்லை என்றோ அல்லது முறையற்று உண்பதில்லை என்றோ அல்லது பொய் சொல்வதில்லை என்றோ அல்லது ஏமாற்றுவதில்லை என்றோ நீங்கள் தீர்மானம் செய்த பிறகு இந்த நல்ல ஆசைகளில் உறுதியுடன் இருங்கள்; பலவீனமடையாதீர்கள். தவறான சூழ்நிலை உங்கள் மனவலிமையை பலவீனப்படுத்தி தவறான ஆசைகளை வரவழைக்கின்றது. திருடர்களுடன் வாழ்ந்தால் அது மட்டுமே வாழும் முறையென நீங்கள் எண்ணுவீர்கள். தெய்வீகப் புருஷர்களுடன் வாழுங்கள், தெய்வீகத் தொடர்பு ஏற்பட்ட பிறகு, வேறு எந்த ஆசையும் உங்களை சபலப்படுத்த முடியாது.

❖❖❖

நீங்கள் ஒரு குறிப்பிட்ட தீய பழக்கத்தையோ அல்லது கர்மவினை சார்ந்த மனப்பாங்கையோ கொண்டிருந்தால், அதே வகையான தீய பழக்கம் கொண்டவர்களுடன் கலந்து பழகாதீர்கள். நீங்கள் பேராசை கொண்ட இயல்புடையவர்களாக இருந்தால், பேராசை கொண்டவர் களுடன் கூடி இருத்தலைத் தவிருங்கள். நீங்கள் மது அருந்துவதற்கான ஒரு விருப்பத்துடன் இருந்தால், மது அருந்துபவர்களிடமிருந்து விலகி இருங்கள். உங்களது தீய பழக்கங்களுக்கு ஆதரவளிக்கும் மனிதர்கள்

உங்களது நண்பர்கள் அல்ல. உங்களது ஆன்ம மகிழ்ச்சியை நீங்கள் தூக்கி எறிய அவர்கள் காரணமாய் இருப்பார்கள். தவறு செய்பவர்களின் தோழமையைத் தவிர்த்து, நல்லவர்களுடன் கலந்து இருங்கள்.

❖❖❖

உங்களது வாழ்க்கையில் உங்களுடைய இச்சா சக்தியை விட வலிமையான மிகப் பெரிய தாக்கம், உங்களுடைய சூழ்நிலையாகும். தேவைப்பட்டால், அதை மாற்றுங்கள்.

❖❖❖

நீங்கள் கவனமாகக் கண்காணிக்க வேண்டிய சூழ்நிலை இரண்டு வகையானவை—வெளிப்புறம் மற்றும் உட்புறம்.

❖❖❖

உங்களது எண்ணங்களைக் கவனியுங்கள். உங்களுடைய அனைத்து அனுபவங்களும் உங்களது எண்ணங்களின் வழியாக ஊடுருவி வருகின்றன. உங்களை உயர்த்துவதோ அல்லது தாழ்த்துவதோ உங்களுடைய எண்ணங்களின் தோழமையே.

❖❖❖

பிற மனிதர்களிடமிருந்து இடைவிடாது அதிர்வடைந்துக் கொண்டிருக்கும் எண்ணங்கள் மற்றும் யோசனைகளைவிட நீங்கள் அதிக வலிமை வாய்ந்தவராக இருக்க வேண்டும். உங்களது சூழ்நிலைக்குள் வருகின்ற தவறான அதிர்வலைகளை வெல்வதற்கு இதுவே வழி.

❖❖❖

இறைவனை உங்களது சுற்றுச்சூழலாக எண்ணிக் கொள்ளுங்கள். இறைவனுடன் ஒன்றாகி இருங்கள், உங்களுக்கு எதுவும் தீங்கிழைக்க முடியாது.

❖❖❖

ஒவ்வொரு செயலும் அதற்கு ஒத்த பகுதியை மனத்தில் கொண்டிருக்கும். நாம் நமது உடற் சக்தியைக் கொண்டு செயல்களைச் செய்கிறோம், ஆனால் அந்தச் செயல்பாடு மனத்தில் அதன் மூலத்தைக் கொண்டிருக்கிறது; மேலும் அது மனத் தலைவனால் வழிகாட்டப்படுகிறது. திருடுவது தீயது; ஆனால் உடலால் திருடுதலை தொடங்கி வைக்கும் திருட வேண்டும் என்ற மனச் செயல்பாடே, அதை விடக்கொடிய தீங்காகும். ஏனெனில் மனமே நிஜமான குற்றவாளி. நீங்கள் தவிர்க்க விரும்பும் எந்தத் தவறான செயலையும் முதலில் மனத்தை விட்டு வெளியே தூக்கி எறியுங்கள். வெளிப்புறச் செயலில் மட்டுமே நீங்கள் கவனம் செலுத்தினால் கட்டுப்பாட்டை அடைவது மிகவும் கடினம். மனத்தின் மீது ஒருமுகப்படுங்கள்: உங்களது எண்ணங்களைத் திருத்துங்கள், செயல்கள் தாமாகவே கவனித்துக் கொள்ளப்படும்.

❖❖❖

கெட்ட எண்ணம் தோன்றும் ஒவ்வொரு முறையும், அதை அகற்றி விடுங்கள். அப்போது சாத்தான் உங்களை எதுவும் செய்ய முடியாது. ஆனால் நீங்கள் தவறாக எண்ணிய உடனே, நீங்கள் சாத்தானை நோக்கிச் செல்கின்றீர்கள். நீங்கள் நல்லவற்றிற்கும் தீயவற்றிற்கும் இடையே ஊசலாடிய வண்ணம் உள்ளீர்கள். இவற்றிலிருந்து தப்பித்துக் கொள்வதற்கு நீங்கள் செல்ல

வேண்டியது சாத்தான் உங்களை அணுக முடியாத இடமாகும்: இறைவனுடைய இதயத்தின் ஆழம்.

❖❖❖

நல்லொழுக்கமும் தூய்மையும் பலவீனத்தில் வேரூன்றியவை அல்ல. மாறாக அவை தீயசக்திகளுடன் போரிடுகிற வலிமையான பண்புகளாகும். தூய்மை, அன்பு, அழகு மற்றும் ஆன்மீக மகிழ்ச்சியை உங்களது செயல்களின் வழியாக மட்டுமல்லாமல் உங்களது எண்ணங்கள், உணர்ச்சிகள், மற்றும் ஆசைகளில் எந்த அளவு நீங்கள் வெளிப்படுத்துவீர்கள் என்பதைத் தேர்ந்தெடுப்பது உங்களது சக்திக்கு உட்பட்டதாகும்.... ஒரு தூய்மையான மனத்தை வைத்திருங்கள், இறைவன் எப்பொழுதும் உங்களுடன் இருப்பதை நீங்கள் காண்பீர்கள். உங்களது இதய மொழியில் அவன் உங்களுடன் பேசுவதை நீங்கள் கேட்பீர்கள்; ஒவ்வொரு பூவிலும், புதர்ச்செடியிலும், ஒவ்வொரு புல்லின் கீற்றிலும், கடந்து செல்லும் ஒவ்வொரு எண்ணத்திலும் அவனது கணநேரக் காட்சியை நீங்கள் காண்பீர்கள். “இதயத்தில் சுத்தமுள்ளவர்கள் பாக்கியவான்கள்: அவர்கள் தேவனைத் தரிசிப்பார்கள்.”*

❖❖❖

ஒப்பிடுவதன் மூலம் சபலத்தை வெல்லுதல் மிகச் சிறந்த வழியாகும். அதிகமான தியானம் செய்து, தியானம் உங்களுக்கு அதிகமான மகிழ்ச்சியை அளிக்கவில்லையா என்பதைக் காணுங்கள்.

❖❖❖

* *மத்தேயு* 5:8 (பைபிள்).

உங்களது மனத்தை உட்புறமாக உள்வாங்கிக் கொள்ளும் பொழுது, வெளியிலிருப்பதை விட உள்ளுக்குள் மிக அதிகமான வியத்தகு விஷயங்கள் இருப்பதை நீங்கள் காண ஆரம்பிப்பீர்கள்.

❖❖❖

உங்களுக்குள் உள்ள இறைவனின் முழு-பரிபூரண பிரதிபலிப்பான உங்கள் ஆன்மாவை மட்டும் நீங்கள் ***கண்டுவிட்டால்***, உங்களுடைய சகல ஆசைகளும் நிறைவேற்றப்படுவதைக் காண்பீர்கள்!

❖❖❖

அக ஆனந்தம் இல்லாத பொழுது, மனிதன் தீயதை நோக்கித் திரும்புகிறான். பேரின்பமயமான இறைவன் மீதான தியானம் நம்மை நற்பண்புகளால் நிரப்புகிறது.

❖❖❖

இறைவனுக்கான ஆன்மாவின் இடைவிடாத, தணியாத ஏக்கத்தை உலக வழிகளின் மூலமாகத் திருப்தி செய்ய அகந்தை முயல்கிறது. அதனுடைய குறிக் கோளை அடைவதிலிருந்து மிகவும் விலகி, அது மனிதனின் துன்பத்தை அதிகரிக்கிறது. ஆன்மாவின் பசியை புலன்களின் இன்ப நுகர்வுகள் மூலம் ஒருபோதும் தணிக்க முடியாது. மனிதன் இதனை உணர்ந்து, தனது அகந்தையை வெற்றிகொள்ளும் பொழுது, அதாவது அவன் சுயக் கட்டுப்பாட்டைச் சாதிக்கும் போது அவன் இன்னும் தேகத்தில் இருக்கும் பொழுதே, அவனது வாழ்க்கை திவ்விய ஆனந்தத்தின் விழிப்புணர்வால் உன்னதமாக்கப்படுகிறது. பிறகு உலக ஆசைகள் மற்றும் ஏக்கங்களுக்கு அடிமையாக இருப்பதற்கு பதிலாக, மனி தனின் கவனமானது சர்வ வியாபகத்தின் இதயத்திற்கு

மாற்றப்பட்டு, அங்கே எல்லாவற்றிலும் மறைந்திருக்கும் பேரானந்தத்துடன் என்றென்றைக்கும் இளைப்பாறுகிறது.

கடந்தகாலத் தவறுகள் குறித்த சரியான மனப்பாங்கு

நீங்கள் செய்திருக்கும் அனைத்துத் தவறான விஷயங்களைப் பற்றி நினைத்துக் கொண்டிருப்பதைத் தவிருங்கள். அவை இப்பொழுது உங்களுக்குச் சொந்தமானவை அல்ல. அவை மறக்கப்படட்டும். கவனம்தான் பழக்கத்தையும் நினைவையும் உருவாக்குகிறது. ஒரு ஒலிப்பதிவுத் தட்டின்மீது நீங்கள் ஊசியை வைத்தவுடன் அது ஒலிக்கத் துவங்குகிறது. கவனம்தான், கடந்த கால செயல்களின் பதிவை ஒலிக்கச் செய்யும் ஊசியாகும். எனவே நீங்கள் தீயவற்றின் மீது உங்கள் கவனத்தை வைக்கக் கூடாது. உங்களது கடந்தகால அறிவற்ற செயல்களைப் பற்றி ஏன் தொடந்து துன்பப்பட்டுக் கொண்டே இருக்க வேண்டும்? உங்கள் மனத்திலிருந்து அவற்றின் நினைவை அகற்றி விட்டு, அத்தகைய செயல்களை மீண்டும் செய்யாமலிருக்கக் கவனமுடன் இருங்கள்.

❖❖❖

நீங்கள் புரிந்திருக்கும் தவற்றைப் பற்றி நீங்கள் கவலை கொண்டிருக்கலாம், ஆனால் இறைவன் அப்படி அல்ல. எது நடந்ததோ அது கடந்துவிட்டது. நீங்கள் அவனது குழந்தை. நீங்கள் செய்திருக்கும் தவறு எதுவாயினும் சரி, நீங்கள் அவனை அறியாமல் இருந்ததினாலேயே ஏற்பட்டது. அறியாமையின் தாக்கத்தினால் செய்யப்பட்ட தீமைக்காக அவன் உங்களைப் பற்றி தாழ்வாக எண்ணுவதில்லை. அவன் கேட்பதெல்லாம், நீங்கள்

உங்களது தவறான செயல்களை மீண்டும் செய்யக் கூடாது என்பதே. நல்லவராக இருக்க வேண்டுமென்ற உங்களது நோக்கத்தில் நீங்கள் நேர்மையுடன் இருக்கிறீர்களா, இல்லையா என்பதை மட்டுமே அவன் காண விழைகிறான்.

❖❖❖

"கடந்ததை மறந்துவிடு," ஸ்ரீ யுக்தேஸ்வர் கூறினார். "எல்லா மனிதர்களின் கடந்த கால வாழ்க்கைகளும் பல அவமானங்களால் இருள் படர்ந்தவைதான். மனிதன் தெய்வீகத்தில் நங்கூரம் பாய்ச்சி நின்றால் அல்லாது, மனித நடத்தையை நம்புவதற்கில்லை. இப்பொழுது நீ ஆன்மீக முயற்சியில் ஈடுபட்டால் எதிர்காலத்தில் எல்லா விதத்திலும் முன்னேற்றம் அடைவாய்."

❖❖❖

நீங்கள் உங்களை ஒரு பாவியாக எண்ணாதீர்கள். நீங்கள் தெய்வத் தந்தையின் ஒரு குழந்தை. நீங்கள் மகாபாவியாக இருந்தாலும் சரி, அதை மறந்து விடுங்கள். நல்லவராக இருக்க வேண்டும் என்று நீங்கள் முடிவு செய்துவிட்டால், இனிமேலும் நீங்கள் ஒரு பாவியல்ல....*பழையனவற்றை மறந்து விட்டு புதிதாகத் தொடங்கிக் கூறுங்கள்: "நான் என்றும் நல்லவனாகவே இருந்திருக்கிறேன்; நான் கெட்டவன் என்று கனவு

* "என்னைப் பலகாலம் இடைவிடாது தியானிக்கிறவன், மிக மோசமான கர்மவினைகளுடன் இருந்தாலும் கூட, தனது கடந்த காலத் தீவினைகளின் வினைப்பயனை விரைவாக இழக்கிறான். ஓர் உயர்ந்த-ஆன்மாவாக ஆவதால், விரைவில் அவன் வற்றாத அமைதியை அடைகிறான். இதை உறுதியாக அறிந்து கொள்: என்னில் தனது நம்பிக்கையை வைக்கும் பக்தன் ஒருபோதும் அழிவதில்லை!" (பகவத் கீதை IX : 30-31).

மட்டுமே கண்டு கொண்டிருந்தேன்.” இதுதான் உண்மை: தீமை என்பது ஒரு கெட்ட கனவு, அது ஆன்மாவிற்குச் சொந்தமானது அல்ல.

❖❖❖

உங்களுடைய தவறுகள், கடலைப் போன்று அவ்வளவு ஆழமாக இருந்தாலும், அவை ஆன்மா வையே விழுங்கி விட முடியாது. கடந்த காலத் தவறுகளின் கட்டுப்படுத்தும் எண்ணங்களால் தடைபடா வண்ணம் உங்கள் பாதையில் முன்னேற சஞ்சலமற்ற திட உறுதியைப் பெற்றிருங்கள்.

❖❖❖

நீங்கள், சாசுவத பெருஞ்ஜோதியின் ஒரு சிறு பொறி ஆவீர். பொறியை உங்களால் மறைக்க முடியும், ஆனால் உங்களால் அதை ஒருபோதும் அழிக்க முடியாது.

❖❖❖

ஆயிரக் கணக்கான வருடங்களாக ஒரு குகையில் இருள் ஆட்சி செய்யலாம், ஆனால் ஒளியைக் கொணரு கையில் இருட்டானது, அது என்றுமே இல்லாததைப் போன்று மறைந்து விடுகிறது. அதைப் போன்றே, உங்களது குறைகள் என்னவாயினும் பரவாயில்லை, நற்பண்பின் ஒளியை நீங்கள் கொணரும் பொழுது அவை இனிமேலும் உங்களுடையதாக இருக்காது. ஆன்மாவின் பிரகாசம் எவ்வளவு மகத்தானதெனில், தீமையின் எத்தனைப் பிறவிகளாலும் அதை அழிக்க முடியாது.

❖❖❖

எந்தப் பாவமும் மன்னிக்க முடியாததல்ல, எந்தத்

தீமையும் வெல்ல முடியாததல்ல; ஏனெனில் சார்பியல் உலகம் முழுமைகளைக் கொண்டதல்ல.

❖❖❖

கடவுள் எவரையும் ஒருபோதும் கைவிடுவதில்லை. பாவம் செய்த பிறகு உங்களுடைய குற்றம் அளவு கடந்தது, விமோசனத்திற்கும் அப்பாற்பட்டது என்று நீங்கள் நம்பும் பொழுதும்; மேலும் இவ்வுலகம் உங்களை ஓர் உதவாக்கரை என்று பறைச்சாற்றி, உங்களுக்கு எதற்கும் யோக்யதை இல்லை என்று சொல்லும் பொழுதும், தெய்வத் தாயை* நினைக்க ஒரு கணப்பொழுது நிதானியுங்கள். அவளிடம் கூறுங்கள், "தெய்வத் தாயே, நான் உன் குழந்தை, உனது விஷமத்தனமான குழந்தை. தயவு செய்து என்னை மன்னித்துவிடு." இறைவனின் தாய்மை அம்சத்திற்கு நீங்கள் வேண்டுகோள் விடுக்கும் போது அதற்கு மறுப்பே கிடையாது—தெய்வ இதயத்தை நீங்கள் சுலபமாக உருகச் செய்து விடுகிறீர்கள். ஆனாலும் தொடர்ந்து தவறில் நீங்கள் ஈடுபட்டால், இறைவன் உங்களை ஆதரிக்க மாட்டான். பிரார்த்திக்கும் அதே சமயம் உங்களுடைய தீய செயல்களைக் கைவிட வேண்டும்.

❖❖❖

முயற்சியைக் கைவிடாத பாவிகள்தான் மகான்கள் ஆவார்கள். உங்களது கஷ்டங்கள் என்னவாக இருப்பினும் சரி, நீங்கள் முயற்சியைக் கைவிட்டு விடவில்லை என்றால் நீரோட்டத்திற்கு எதிராக உங்களது போராட்டத்தில் நீங்கள் முன்னேற்றம் அடைந்து கொண்டிருக்கிறீர்கள்.

* பார்க்க சொல்லகராதி.

போராடுவது என்பது இறைவனின் அருளைப் பெறுவதில் வெற்றி அடைவதாகும்.

❖❖❖

சேற்றால் மூடப்பட்டிருப்பதால் வைரம் மதிப்புக் குறைந்ததாகி விடுமா? இறைவன் நம் ஆன்மாக்களின் மாறாத அழகைப் பார்க்கிறான். நாம், நமது தவறுகள் அல்ல என்பது அவனுக்குத் தெரியும்.

❖❖❖

ஒரு சில பிறவிகளுக்கு நீங்கள் ஒரு மனிதனாக இருந்திருக்கிறீர்கள், ஆனால் முடிவற்ற காலம் முழுவதும் நீங்கள் இறைவனின் ஒரு குழந்தையாக இருக்கிறீர்கள். ஒருபோதும் உங்களை ஒரு பாவியாக எண்ணாதீர்கள், ஏனெனில் பாவமும் அறியாமையும் அழியக் கூடிய கெட்ட கனவுகள் மட்டுமே. நாம் இறைவனில் விழித்தெழும் பொழுது நாம்—தூய உணர்வுநிலையான ஆன்மா—எப்பொழுதும் தவறாக எதையும் செய்யவில்லை என்பதை நாம் காண்போம். அழியக் கூடிய அனுபவங்களால் கறைபடியாமல், இறைவனின் புதல்வர்களாக நாம் இருக்கிறோம், மேலும் எப்பொழுதும் இருந்து வந்திருக்கிறோம்.

❖❖❖

நாம் ஒவ்வொருவரும் இறைவனின் குழந்தை ஆவோம். நாம் அவனுடைய பேரான்மாவிலிருந்து, அதன் அனைத்து தூய்மை, கீர்த்தி மற்றும் ஆனந்தத்துடன் பிறந்துள்ளோம். அந்த மரபுரிமை மறுத்துக் கூற முடியாதது. தவறான பாதையில் சிக்குண்ட ஒரு பாவியாக

தன்னைத்தானே பழித்துக் கொள்வது பாவங்கள் அனைத்திலும் மிகப் பெரிய பாவமாகும். "நீங்கள் தேவனுடைய ஆலயமாய் இருக்கிறீர்கள் என்றும், தேவனுடைய ஆவி உங்களில் வாசமாய் இருக்கிறா ரென்றும் அறியாதிருக்கிறீர்களா?"* என பைபிள் கூறுகிறது. எப்பொழுதும் ஞாபகத்தில் வைத்துக் கொள்ளுங்கள்: உங்களுடைய பரமபிதா உங்களை நிபந்தனையின்றி நேசிக்கிறான்.

நல்லப் பழக்கங்களை உருவாக்குதலும் தீயவற்றை அழித்தலும்

இறைவனை நோக்கித் திரும்புங்கள். பிறகு உங்கள் பழக்கங்கள் மற்றும் சுற்றுப்புறச் சூழல்கள் ஆகிய சங்கிலிகளை நீங்களே உதறி எறிவதை நீங்கள் காண்பீர்கள்....உயிர்அகந்தையுடன்அடையாளப்படுத்திக் கொள்ளும் பொழுது கட்டுண்டதாகிறது; அதுவே ஆன்மாவுடன் அடையாளப்படுத்திக் கொள்ளும் பொழுது, விடுதலைப் பெற்றதாகிறது.

❖❖❖

மனம் ஒரு குறிப்பிட்ட பழக்கத்திலிருந்து நீங்கள் உங்களை விடுவித்துக் கொள்ள முடியாது என உங்களிடம் கூறலாம்; ஆனால் பழக்கங்கள் என்பது மீண்டும் மீண்டும் சிந்திக்கப்படுகிற உங்களுடைய சொந்த எண்ணங்களே

* *I கொரிந்தியர்* 3:16. ஒப்பிடுக. பகவத் கீதை XIII : 22, 32; "மகா பரம்பொருள், அறிவெல்லைக்கு அப்பாற்பட்டும் இத்தேகத்திலும் உள்ளவன் சாக்ஷி, அனுமதிப்பவன், தாங்குபவன், அனுபவிப்பவன், பரம ஈஸ்வரன் மற்றும் பரமாத்மா....ஆவான். ஆத்மன் தேக முழுவதும் நிறைந்திருந்தாலும், எப்பொழுதும் களங்கமற்றது."

அன்றி வேறல்ல, மேலும் இவற்றை மாற்றுவதற்கு உங்களிடம் திறமை இருக்கிறது.

❖❖❖

புகை பிடிப்பதை நிறுத்தவோ அல்லது மிக அதிகமான இனிப்புகளை உண்பதை நிறுத்தவோ தங்கள் மனத்தில் தீர்மானித்துக் கொள்ளும் அனேக மனிதர்கள் அவர்களையும் மீறி அத்தகைய செயல் களைத் தொடருவார்கள். அவர்கள் மாறுவதில்லை, ஏனெனில் மை உறிஞ்சும் காகிதத்தைப் போன்று, அவர்களது மனங்கள் எண்ணங்களின் பழக்கங்களை உறிஞ்சியுள்ளன. பழக்கம் என்பது ஒரு குறிப்பிட்ட எண்ணத்திடமிருந்து தன்னை விடுவித்துக் கொள்ள முடியாது என மனம் நம்புவதாகும். பழக்கம், உண்மையிலேயே விடாப்பிடியானது. நீங்கள் ஒரு செயலை செய்த உடனேயே அது உணர்வுநிலையில் ஒரு விளைவு அல்லது பதிப்பை விட்டுச் செல்கிறது. இந்தத் தாக்கத்தின் விளைவாக அந்தச் செயலை நீங்கள் மீண்டும் மீண்டும் செய்ய நேருகிறது.

❖❖❖

ஒரு செயலை திரும்பத் திரும்பச் செய்வது ஒரு மன திட்ட வரைப்படத்தை உண்டாக்குகின்றது. ஒவ்வொரு செயலும் மனத்தாலும் தேகத்தாலும் செய்யப்படுகின்றது. அத்துடன் குறித்த ஒரு செயலை மீண்டும் மீண்டும் செய்தலும், அதனுடன் சேர்ந்த எண்ண-மாதிரி வடிவமும் தேகத்தின் மூளையில் ஏறக்குறைய ஓர் ஒலிப்பதிவுத் தட்டில் உள்ள ஆழமான கீறல்களைப் போன்ற சூட்சு மமான மின்னோட்டப் பாதைகளை ஏற்படுத்தக் காரணமாகின்றன. சில காலம் கடந்த பின்னர், அந்த

மின்னோட்டப் பாதைகளின் "ஆழமான கீறல்" களில் கவனமாகிய ஊசியை நீங்கள் வைத்ததும் மனோரீதியான மூலவரைப்பட "பதிவை" அது திரும்ப இசைக்கின்றது. ஒரு செயல் திரும்பச் செய்யப்படும் ஒவ்வொரு முறையும் இந்த மின்னோட்டப் பாதைகளின் ஆழமான கீறல்கள், மிகச் சிறிய அளவிலான கவனம் செலுத்தப்பட்டதும் அந்த ஒரே மாதிரியான செயல்களைத் தானாகவே மறுபடியும் மறுபடியும் "இசைக்கும்" வரை இன்னும் அதிக ஆழமாகின்றன.

❖❖❖

இத்தகைய வடிவமைப்புகள், பெரும்பாலும் உங்களது விருப்பத்திற்கு எதிராக ஒரு குறிப்பிட்ட வழியில் உங்களை நடந்து கொள்ளச் செய்கின்றன. உங்களது மூளையில் நீங்களாகவே உருவாக்கியுள்ள அத்தகைய வரிப்பள்ளங்களை உங்களது வாழ்க்கை பின்பற்றுகிறது. அந்த அர்த்தத்தில், நீங்கள் ஒரு சுதந்திரமான மனிதர் அல்ல; நீங்கள் உருவாக்கியிருக்கும் பழக்கத்திற்கு ஏறக்குறைய ஒரு பலி ஆகிறீர்கள். அத்தகைய வடிவமைப்புகள் எங்ஙனம் அமைக்கப்பட்டுள்ளன என்பதைப் பொறுத்து அந்த அளவிற்கு நீங்கள் ஒரு கைப்பாவை ஆகிறீர்கள். ஆனால் அத்தகைய தீய பழக்கங்களின் சர்வாதிகாரத்தை உங்களால் ***தடுக்க*** முடியும். எப்படி? நேர்மாறான நல்ல பழக்கங்களின் மூளை வடிவமைப்புகளை உருவாக்குவதன் மூலம். மேலும் தியானத்தின் மூலம் கெட்ட பழக்கங்களின் வரிப்பள்ளங்களை உங்களால் முழுவதுமாக ***அழிக்க*** முடியும்.

❖❖❖

தீய பழக்கங்களை, அவற்றிற்கு எதிரான நல்லப் பழக்கங்களைக் கொண்டு சுட்டெரிப்பதன் மூலம் உங்களை நீங்கள் குணப்படுத்திக் கொள்ள வேண்டும். உதாரணமாக உங்களிடம் பொய் கூறும் ஒரு தீய பழக்கம் இருந்தால், மேலும் அவ்வாறு கூறுவதனால் அனேக நண்பர்களை இழந்திருந்தால், அதற்கு எதிரான உண்மையை உரைக்கின்ற நல்லப் பழக்கத்தை துவக்குங்கள்.

❖❖❖

ஒரு தீய பழக்கத்தை உண்டாக்கிய அல்லது தூண்டிய அனைத்தையும் தவிர்த்து, அதனை பலவீனப் படுத்துங்கள். மேலும் அப்பழக்கத்தை விலக்க வேண்டும் என்ற ஆர்வத்தினால் அதன் மீது கவனத்தைச் செலுத்தாமல் இருக்க வேண்டும். பின்னர் உங்கள் மனத்தை ஏதாவது நல்ல பழக்கத்தின் மீது திசைத் திருப்பி அது உங்களுடைய நம்பத்தகுந்த பாகமாக ஆகும் வரை அதனை ஒரே சீராகப் பேணி வளர்க்கவும்.

❖❖❖

ஒரு தீய பழக்கத்திற்குக் கூட தலைமை அதிகாரம் அடைவதற்கு கால அவகாசம் தேவைப்படுகின்ற போது, எதிரியான நல்ல பழக்கத்தின் வளர்ச்சி குறித்து ஏன் பொறுமை இழந்திருக்க வேண்டும்? உங்களுடைய விரும்பத்தகாத பழக்கங்களைப் பற்றி சோர்வடையாது இருங்கள்; அவற்றிற்கு உணவளிப்பதையும், இவ்வாறு திரும்பத் திரும்ப செய்வதன் மூலம் அவற்றை வலு வாக்குவதையும் வெறுமனே நிறுத்துங்கள். பழக்கங் களை உருவாக்குவதில் கழிகின்ற காலம், தனி நபரின் நரம்பு மண்டலம் மற்றும் மூளையை பொறுத்து மாறு

படுகிறது. மேலும் ஒருவருடைய கவனத்தின் தரத்தால் முக்கியமாகத் தீர்மானிக்கப்படுகிறது.

❖❖❖

ஆழ்ந்த ஒருமுகப்படுதலில் பயிற்சி பெற்ற கவன சக்தியின் மூலமாக எந்தப் பழக்கம் வேண்டுமானாலும் நிலை நாட்டப்படலாம்—அதாவது மூளையில் புது அமைப்புகள் ஏற்படுத்தப்படலாம்—கிட்டத்தட்ட உடனுக் குடனேயே மற்றும் நினைத்த மாத்திரத்திலேயே.

❖❖❖

ஒரு புதிய பழக்கத்தை உருவாக்கவோ அல்லது ஒரு கெட்ட பழக்கத்தை அழிக்கவோ நீங்கள் விரும்பும் பொழுது, பழக்கங்கள் என்ற இயந்திர நுட்பங்களின் (mechanism) சேமிப்பு கிடங்கான மூளை செல்களில் கவனம் செலுத்துங்கள். ஒரு நல்ல பழக்கத்தை உருவாக்கு வதற்கு தியானம் செய்யுங்கள்; பின்னர் புருவங் களுக்கிடையே உள்ள இச்சா சக்தியின் மையமான கூடஸ்த மையத்தில் ஒருமித்த கவனத்தை நிலை நிறுத்தி நீங்கள் பதிக்க விரும்புகிற நல்ல பழக்கத்தை ஆழமாக சங்கல்பித்துக் கொள்ளுங்கள். மேலும் தீய பழக்கங்களை நீங்கள் அழிக்க விரும்புகிற பொழுது, கூடஸ்த மையத்தில் ஒருமுகப்பட்டு தீய பழக்கங்களின் அனைத்து வரிப்பள்ளங்களும் அழிக்கப்படுவதாக ஆழமாக சங்கல்பம் செய்யுங்கள்.

❖❖❖

மனத்தை ஒருமுகப்படுத்தலாலும் இச்சா சக்தியினா லும், நெடுங்காலமாக உள்ள பழக்கங்களின் ஆழமான கீறல்களை நீங்கள் அழித்து விட முடியும். உதாரணமாக நீங்கள் புகைப்பிடித்தலுக்கு அடிமையாகி இருந்தால்:

“புகைப்பிடிக்கும் பழக்கம் எனது மூளையில் நெடுங் காலமாகக் குடிகொண்டுள்ளது. இப்பொழுது எனது முழுக் கவனத்தையும் மன ஒருமுகப்படுத்தலையும் எனது மூளையில் செலுத்தி அப்பழக்கம் வெளியேற் றப்பட வேண்டுமென நான் *தீர்மானிக்கின்றேன்,*” என உங்களுக்கே கூறிக் கொள்ளுங்கள். இவ்விதமாக உங்களுடைய மனத்திற்கு மீண்டும் மீண்டும் கட்டளை யிடுங்கள். இதைச் செய்வதற்கான மிகச் சிறந்த நேரம் மன உறுதியும் கவனமும், புத்துணர்ச்சியுடன் உள்ள காலை வேளையாகும். உங்களுடைய இச்சா சக்தியின் முழு வலிமையையும் உபயோகித்து மீண்டும் மீண்டும் உங்களுடைய சுதந்திரத்தை உறுதிப்படுத்திக் கூறுங்கள். நீங்கள் அந்தப் பழக்கத்தின் பிடியில் இனியும் இல்லாததை ஒரு நாள் திடீரென உணர்வீர்கள்.

❖ ❖ ❖

தற்போதைய தீய பழக்கங்களிலிருந்து நீங்கள் உங்களை உண்மையிலேயே விடுவித்துக் கொள்ள விரும்பினால்...உங்களுக்கு தியானத்தை விடச் சிறந்த புகலிடம் வேறு இல்லை. இறைவன் மீது ஆழமாக நீங்கள் தியானம் புரியும் ஒவ்வொரு முறையும், உங்களது மூளையின் வடிவமைப்புகளில் நலம் பயக்கும் மாறுதல்கள் ஏற்படுகின்றன.

❖ ❖ ❖

உங்கள் இதயத்தில் ஓர் அமைதியையும், பிறகு ஒரு மகத்தான ஆனந்தத்தையும் உணர முயற்சி செய்து கொண்டே, “நானும் எனது தெய்வத் தந்தையும் ஒன்றே ஆவோம்,” என்ற எண்ணத்தின் மீது தியானம் செய்யுங்கள். அந்த ஆனந்தம் வருகிற பொழுது,

"தெய்வத் தந்தையே, நீ என்னுடன் இருக்கின்றாய். எனது மூளை செல்களிலிருந்து தீய பழக்கங்களையும், கடந்த கால கர்ம வினைகளையும் சுட்டெரிப்பதற்கு எனக்குள் இருக்கும் உனது சக்திக்கு நான் கட்டளையிடுகிறேன்," என்று கூறுங்கள். தியானத்தில் இறைவனது சக்தி அதைச் செய்துவிடும். நீங்கள் ஓர் ஆண் அல்லது ஒரு பெண் என்ற வரம்பிற்குட்பட்ட உணர்வுநிலையிலிருந்து உங்களை விடுவித்துக் கொள்ளுங்கள்; நீங்கள் இறை வனின் குழந்தை என்பதை ***அறிந்து*** கொள்ளுங்கள். பின்னர் மனத்தில் சங்கல்பித்துக் கொண்டு இறை வனிடம் வேண்டுங்கள்: "என்னை ஒரு கைப்பாவையாக ஆக்கியிருக்கும் தீய பழக்கங்களின் வரிப்பள்ளங்களை அழிக்குமாறு எனது மூளை செல்கள் மாற்றமடைய நான் கட்டளையிடுகிறேன். இறைவா, உனது திவ்விய ஒளியில் அவற்றை எரித்து விடுவாயாக."

❖❖❖

ஒருவேளை உங்களது பிரச்சனையானது, அடிக்கடி கோபம் அடைந்து அதற்குப் பிறகு உங்களது நிதானத்தை இழந்ததற்காக மிகவும் வருத்தம் கொள்வதாக வைத்துக் கொள்வோம். ஒவ்வோர் இரவும் காலையும், கோபத்தைத் தவிர்க்க உங்களது மனத்தில் தீர்மானம் செய்து கொள்ளுங்கள், பின்பு உங்களை கவனமாகக் கண்காணியுங்கள். முதல் நாள் கடினமாக இருக்கலாம், ஆனால் இரண்டாவது நாள் ஒரு சிறிது எளிதாகலாம். மூன்றாம் நாள் இன்னும் எளிதாக இருக்கும். ஒரு சில நாட்களுக்குப் பிறகு வெற்றி சாத்தியமாவதை நீங்கள் காண்பீர்கள். ஒரு வருடத்தில், உங்களது முயற்சியைத் தொடர்ந்தீர்கள் என்றால், நீங்கள் வேறொரு மனிதராக ஆகி விடுவீர்கள்.

பகுத்தறியும் விவேகத்திற்கான பிரார்த்தனை

நன்னெறிப் பாதைகளை மகிழ்ச்சியுடன் பின்பற்ற எனக்கு விவேகத்தை அருள்க. தீமையை அதன் நுட்பமான வடிவங்களிலும் கூட கண்டறிகின்ற, மேலும் நற்குணத்தின் பணிவான பாதைகளுக்கு எனக்கு வழிகாட்டுகின்ற ஆன்மத் திறனான பகுத்தறிவை நான் வளர்த்துக் கொள்வேனாக.

தீய பழக்கங்களை களைவதற்கான உறுதிமொழி

[பரமஹம்ஸ யோகானந்தர் பழக்கங்களை வெல்வது குறித்த தனது பொதுக்கூட்ட சொற்பொழிவுகளில் ஒன்றை முடிக்கும் தறுவாயில் அவரது அவையினரிடம் கீழ்க்கண்டவாறு கூறினார்:]

உங்களது கண்களை மூடி நீங்கள் விலக்க விரும்பும் ஒரு தீய பழக்கத்தை நினைத்துக் கொள்ளுங்கள்....என்னுடன் உறுதிமொழி எடுத்துக் கொள்ளுங்கள்: "நான் அந்தத் தீய பழக்கத்திலிருந்து **இப்பொழுது** *விடுதலை அடைந்து விட்டேன்! நான் விடுதலையடைந்து விட்டேன்!" அந்த விடுதலை எண்ணத்தைப் பற்றிக் கொண்டிருங்கள்; தீய பழக்கத்தை மறந்து விடுங்கள்.*

நான் கூறிய பின்னர் திரும்பக் கூறுங்கள், "எனது உணர்வு நிலையை நான் மறுவடிவமைப்பேன். இந்தப் புதிய வருடத்தில் நான் ஒரு புதிய மனிதன். மேலும் அறியாமையின் அனைத்து இருளையும் நான் விரட்டிவிட்டு, யாருடைய பிரதிபிம்பத்தில்

நான் உருவாக்கப்பட்டுள்ளேனோ, அந்தப் பரம்பொருளின் பிரகாசிக்கும் ஒளியை வெளிப் படுத்தும் வரையில் என் உணர்வுநிலையை மீண்டும் மீண்டும் நான் மாற்றியமைப்பேன்."

பிரார்த்தனை

ஓ தெய்வீக ஆசானே, எனது அறியாமை இருள் எத்துணை பழமையானதாக இருப்பினும், உனது பேரொளியின் விடியலுடன், இருளானது என்றுமே இல்லாதிருந்ததைப் போல் மறைந்து விடும் என்பதை நான் உணர்வேனாக.

அத்தியாயம் 10

மகிழ்ச்சி

எப்பொழுதும் மகிழ்ச்சியுடன் இருப்பதன் மீது நம்பிக்கையை நீங்கள் கைவிட்டு விட்டிருந்தால், உற்சாகம் கொள்ளுங்கள். நம்பிக்கையை ஒருபோதும் இழக்காதீர்கள். என்றும் ஆனந்தமயமான பரம்பொருளின் ஒரு பிரதிபலிப்பாக இருக்கின்ற உங்களது ஆன்மா, அடிப்படையில் மகிழ்ச்சியே வடிவானது.

❖❖❖

சந்தோஷத்தைத்தான் நீங்கள் விரும்புகிறீர்கள் என்றால், அதைப் பெற்றிருங்கள்! எதுவும் உங்களைத் தடுக்க முடியாது.

ஆக்கப்பூர்வமான மனப்பான்மைகள்

மகிழ்ச்சி வெளிப்புற நிலைகளை சிறிதளவு பொறுத்துள்ளது, ஆனாலும் முக்கியமாக மனப்பான்மைகளைச் சார்ந்துள்ளது.

❖❖❖

ஆன்மீக அறிவியலின்படி மனத்தின் எண்ணப் போக்குதான் எல்லாமே....ஒவ்வொரு நிலைமையிலும் நடுநிலையில் இருக்க மனத்திற்கு பயிற்சி அளியுங்கள். மனமானது, தன் மீது இடப்படும் எந்த வண்ணச் சாயத்தையும் உடனடியாக ஈர்த்துக் கொள்ளும் மை உறிஞ்சும் தாளைப் போன்றது. பெரும்பாலான மனங்கள் தங்களுடைய சுற்றுப்புறத்தின் வண்ணங்களை ஈர்த்துக் கொள்கின்றன. ஆனால் வெளிப்புறச்

சூழ்நிலைகளால் தோற்கடிக்கப்படுவதற்கு, மனத்திற்கு எந்த காரணமும் இல்லை. சோதனைகளின் அழுத்தத்தால் உங்களுடைய மனப்பான்மை இடைவிடாது மாறினால், வாழ்க்கைப் போராட்டத்தில் நீங்கள் தோற்றுக் கொண்டிருக்கிறீர்கள்.

❖❖❖

மகிழ்ச்சியாக இருக்க வேண்டும் என்ற ஒரு வலிமையான தீர்மானம் உங்களுக்கு உதவிபுரியும். சூழ்நிலைகளில்தான் பிரச்சனை உள்ளது எனத் தவறாக நினைத்துக்கொண்டு, அவை மாறுவதற்கென காத்திருக்க வேண்டாம்.

❖❖❖

உங்களது சூழ்நிலைகளை நீங்கள் மாற்ற விரும்பினால் உங்கள் எண்ணங்களை மாற்றுங்கள். உங்களது எண்ணங்களுக்கு நீங்கள் மட்டுமே பொறுப்பாளி, எனவே நீங்கள் மட்டும்தான் அவற்றை மாற்ற முடியும். ஒவ்வொரு எண்ணமும் அதன் சொந்த இயல்புக்கு ஏற்ற வாறு உருவெடுப்பதை நீங்கள் உணரும் பொழுது, நீங்கள் அவற்றை மாற்ற விரும்புவீர்கள். இந்த விதி எல்லா சமயங்களிலும் வேலை செய்கிறது என்பதையும், நீங்கள் வழக்கமாக மேற்கொள்ளும் எண்ணங்களின் வகைக்குத் தக்கவாறு நீங்கள் எப்பொழுதும் நடந்து கொள்கிறீர்கள் என்பதையும் நினைவில் கொள்ளுங்கள். எனவே உங்களுக்கு ஆரோக்கியத்தையும், மகிழ்ச்சியையும் கொணரும் அத்தகைய எண்ணங்களை மட்டும் எண்ணுவதற்குத் துவங்குங்கள்.

❖❖❖

தனது சொந்த அறிவாற்றலே தன் உடலின் அணுக்களைக் கட்டுப்படுத்துகிறது என்பதை மனிதன் புரிந்து கொள்ள வேண்டியிருக்கிறது. குறுகிய மனப் பான்மை என்ற மூடப்பட்ட அறைக்குள் அவன் வசிக்கக் கூடாது. பிற மனிதர்களின் சக்தியூட்டும் எண்ணங்கள் மற்றும் கருத்துகளாகிய தூய காற்றைச் சுவாசியுங்கள். ஊக்கமின்மை, திருப்தியின்மை, நம்பிக்கையின்மை ஆகிய விஷ எண்ணங்களை வெளியேற்றுங்கள். லோகாயத மற்றும் ஆன்மீக வழிகளில் முற்போக்கான மனங்களிலிருந்து மன ஊட்டத்தைப் பெற்று உயிர்த் துடிப்பை அருந்துங்கள். உங்களுக்குள்ளும் பிறருக் குள்ளும் உள்ள ஆக்கத் திறன் பெற்ற சிந்தனைகளை தாராளமாக உண்டு மகிழுங்கள். தன்னம்பிக்கையின் பாதையில் நீண்ட மனநடை போடுங்கள். சீர்தூக்கிப் பார்த்தல், சுயசோதனை மற்றும் தொடக்க முயற்சி ஆகிய கருவிகளுடன் பயிற்சி செய்யுங்கள்.

❖❖❖

அனைத்து உயிருள்ள செல்களின் மூளை, உணர்ச்சி மற்றும் உணர்ந்தறியும் ஆற்றலாக விளங்கும் மன மானது, மனித உடலை சுறுசுறுப்புள்ளதாகவோ அல்லது சோர்வுற்றதாகவோ வைத்திருக்க முடியும். மனமேதான் அரசன், மேலும் அதனுடைய அனைத்து செல்களாகிய குடிமக்களும் தங்களது தலைவனான அரசனின் மனோ நிலைக்கு ஏற்றவாறு மிகச் சரியாக நடந்து கொள்கின்றன. நமது தினசரி உணவுவகைப் பட்டியல்களின் ஊட்டச்சத்து மதிப்பினைப் பற்றி நாம் அக்கறைக் கொள்வது போலவே, தினமும் நாம் மனத்திற்குப் பரிமாறும் மனோரீதியான

உணவுவகைப் பட்டியல்களின் ஊட்டச்சத்து வீர்யத்தையும் நாம் கருத்தில் கொள்ள வேண்டும்.

❖❖❖

ஆன்மாவின் இயல்பு பேரானந்தம்: என்றும்-புதிய, என்றும்-மாறிக் கொண்டிருக்கும் ஆனந்தம் கொண்ட நீடித்திருக்கும் ஓர் அக நிலை....உங்களுடைய முரண்டு பிடிக்கும் உணர்வுநிலையை உங்களது அகத்தே உள்ள இறைவனின் அரியணையான மாற்றமற்ற அமைதியில் நிலைநாட்டுங்கள்; பின்னர் உங்களது ஆன்மா பேரானந்தத்தை இரவும் பகலும் வெளிப்படுத்தட்டும்.

❖❖❖

நீங்கள் மகிழ்ச்சியற்று இருக்க முடிவெடுத்தால் வேறு யாரும் உங்களை மகிழ்விக்க முடியாது. அதற்காக இறைவனைக் குற்றம் கூறாதீர்கள்! மேலும் நீங்கள் மகிழ்ச்சியாக இருக்க முடிவெடுத்தால், வேறு யாரும் உங்களை மகிழ்ச்சியற்று இருக்கச் செய்ய முடியாது. நமது சொந்த இச்சா சக்தியைப் பயன்படுத்த அவன் நமக்கு சுதந்திரம் அளித்திருக்கவில்லையெனில் நாம் மகிழ்ச்சியற்று இருக்கும் பொழுது, நாம் அவனைக் குறை கூற முடியும். ஆனால் அந்தச் சுதந்திரத்தை அவன் நமக்கு அளித்தே இருக்கிறான். வாழ்க்கை எப்படி இருக்கிறதோ, அப்படி அதை உருவாக்குவதே நாம்தான்.

❖❖❖

மாறுவதற்கு வேண்டிய ஒரு முயற்சியையும் செய்யாமல், நாம் பெரும்பாலும் தொடர்ந்து துன்புறுகின்றோம்; இதனால்தான் நிலையான அமைதியையும், திருப்தியையும் நாம் காண்பதில்லை. நாம் விடாமுயற்சி செய்வோமானால், எல்லா விதமான இடுக்கண்களையும்

நிச்சயமாக வெல்ல முடியும். தேவையான முயற்சியை நாம் எடுக்க வேண்டும், அப்போது துன்பத்திலிருந்து இன்பத்திற்கும், மனச் சோர்விலிருந்து தைரியத்திற்கும் நாம் செல்லக்கூடும்.

❖ ❖ ❖

எல்லையற்ற இறைவனின் சிரிப்பு உங்களுடைய புன்னகையின் மூலமாக அதிர்வுற வேண்டும். இறைவனுடைய அன்பு எனும் தென்றல் உங்களுடைய புன்னகைகளை மனிதர்களின் இதயங்களில் பரவச் செய்யட்டும். உங்களுடைய தெய்வீகப் புன்னகைகள் தொற்றிக்கொள்ளக் கூடியவை; அவற்றின் நெருப்பு மற்றவர்களுடைய இதயங்களிலிருந்து இருளை விரட்டிவிடும்.

❖ ❖ ❖

திடமான நடத்தை இயல்பு கொண்ட மனிதர்கள் வழக்கமாக மிகுந்த மகிழ்ச்சியுடையவர்களாக இருப்பார்கள். வழக்கமாகத் தங்களுடைய சொந்த செயல்கள் மற்றும் தவறாகப் புரிந்து கொள்ளுதல் ஆகியவற்றினால் நேரக்கூடிய தொந்தரவுகளுக்கு அவர்கள் பிறரைக் குறை கூறுவதில்லை. மற்றவர்களின் பாதகமான எண்ணங்களும், தீய செயல்களும் தங்களைப் பாதிப்பதற்கு அனுமதிக்கும் அளவிற்கு தாங்களே மிகுந்த பலவீனர்களாக இருந்தாலொழிய, தங்களது மகிழ்ச்சியை அதிகப்படுத்தவோ அல்லது குறைவுபடுத்தவோ எவருக்கும் எந்த சக்தியும் கிடையாது என்பதை அவர்கள் அறிவார்கள்.

❖ ❖ ❖

நினைவில் கொள்ளுங்கள்: உங்களுக்கு அனைத்தும்

எவ்வளவு தவறாக நடந்துவிட்டிருந்தாலும் சரி, எதிர்மறை மனநிலையில் இருப்பதற்கு உங்களுக்கு எந்த உரிமையும் இல்லை. உங்களுடைய மனத்தில் நீங்கள் ஒரு வெற்றியாளராக இருக்க முடியும். சூழ்நிலையால் நெருக்கப்படும் பொழுது, மனச் சோர்வுற்ற மனிதன் தோல்வியை ஒப்புக் கொள்கிறான். ஆனால் எவனுடைய மனம், உலகமே அவனுடைய காலருகில் கனலில் தகித்துக் கொண்டிருந்தாலும்கூட வெல்லப்பட முடியாமல் இருக்கின்றதோ, அவன்தான் வெற்றியாளன்.

❖❖❖

கற்றுக் கொள்வதற்கும் சரியான முறையில் நடந்து கொள்வதற்கும் எப்பொழுதும் தயாராக இருக்கின்ற விருப்பத்துடன் இருப்பதில்தான், உங்களது மிக உயர்ந்த ஆனந்தம் அடங்கியுள்ளது. எவ்வளவு அதிகமாக நீங்கள் உங்களையே மேம்படுத்திக் கொள்கிறீர்களோ, அவ்வளவு அதிகமாக உங்களைச் சுற்றி உள்ளவர்களை உயர்த்துவீர்கள். தன்னை முன்னேற்றிக் கொள்ளும் மனிதன் மகிழ்ச்சியை அதிகரித்துக் கொண்டே இருக்கும் மனிதன் ஆவான். நீங்கள் எவ்வளவு அதிகம் மகிழ்ச்சி யாக இருக்கிறீர்களோ, அவ்வளவு அதிகமாக உங்களைச் சுற்றியுள்ள மனிதர்களும் மகிழ்ச்சியாக இருப்பர்.

❖❖❖

வாழ்க்கையில் எதிரிடையாக அணுகும் பழக்கத்தை தவிர்த்து விடுங்கள். நம்மைச் சுற்றி அழகு சூழ்ந்திருக்கும் பொழுது, ஏன் சாக்கடையை நோக்கி கீழே பார்க்கிறீர்கள்? கலை, சங்கீதம், மற்றும் இலக்கியம் ஆகியவற்றில் உள்ள தலைசிறந்த படைப்புகளில்கூட ஒருவர்

ஏதாவது குறையைக் காணலாம். ஆனால் அதைவிட அவற்றின் அழகையும், எழிலையும் அனுபவிப்பது சிறந்ததல்லவா?

❖❖❖

“தீயதைப் பார்க்காதே, தீயதைக் கேட்காதே, தீயதைப் பேசாதே” என்ற மூதுரையை விளக்கும் மூன்று சிறிய குரங்குகளின் உருவங்களை ஏறத்தாழ ஒவ்வொரு வரும் நன்கு அறிந்திருப்பர். ஆக்கப்பூர்வமான அணுகு முறையை நான் வலியுறுத்துகின்றேன்: “எது நல்லதோ அதைப் பார், எது நல்லதோ அதைக் கேள், எது நல்லதோ அதைப் பேசு.”

❖❖❖

நன்மை மற்றும் தீமை, நேர் மற்றும் எதிர் என இரண்டும் இந்த உலகில் இருக்கின்றன. உணர்வுநிலையை ஆக்கப்பூர்வமாக வைத்திருக்க முயலுகையில், அனேகர் எதிர்மறை எண்ணங்களைக் கண்டு காரணமின்றி பயப் படுகின்றனர். எதிர்மறை எண்ணங்கள் உள்ளன என்பதை மறுப்பது பயனற்றது, ஆனால் அவற்றைக் கண்டு நீங்கள் அஞ்சவும் வேண்டாம். தீய எண்ணங்களை ஆராய உங்களது பகுத்தறிவைப் பயன்படுத்துங்கள்; பின் அவற்றை எறிந்து விடுங்கள்.

❖❖❖

வாழ்க்கை ஓர் ஒளிமயமான பக்கமும், ஓர் இருண்ட பக்கமும் கொண்டது. ஏனெனில் சார்பியல் உலகு ஒளியாலும், நிழல்களாலும் ஆனது. நீங்கள் உங்கள் எண்ணங்களைத் தீயவை மீது வாசம் செய்ய அனுமதித்தால், நீங்களே அழகற்றவராக ஆகிவிடுவீர்கள்.

அனைத்திலும் நல்லவற்றை மட்டுமே பாருங்கள். அதனால் நீங்கள் அழகின் குணத்தை உட்கிரகிப்பீர்கள்.

❖❖❖

சத்திய உரைகளை ஆழ்ந்த கவனத்துடன் சிந்தித்தல், படித்தல் மற்றும் மீண்டும் மீண்டும் சொல்லுதல் ஆகியவை உங்கள் மனத்தில் எதிர்மறையை அகற்றி ஓர் ஆக்கப் பூர்வமான மனப்பான்மையை நிலைநிறுத்த உதவி புரியும். ஒரு சிந்தனைப் பழக்கத்தை நீங்கள் ஏற்படுத்திக் கொள்ளும் வரையில், முன்பு எதிர்மறையாக எண்ணுவது உங்களுக்கு இயல்பாக இருந்ததைப் போல, சரியான வழியில் எண்ணுவது உங்களுக்கு இயல்பான தாக ஆகும் வரையில் ஆழ்ந்த மன ஒருமைப்பாட்டுடன் உங்களது பிரார்த்தனைகளையும், சங்கல்பங்களையும் திரும்பத் திரும்பக் கூறுங்கள்.

எதிர்மறை மனநிலைகளிலிருந்து விடுதலை

ஆன்மாவில் உள்ளார்ந்து இருக்கும் இறைவனின் என்றும் புதிய ஆனந்தம் அழிக்க முடியாதது. அதைப் போன்றே, மனத்தில் அதன் வெளிப்பாடும் என்றுமே அழிக்க முடியாததாக இருக்க, ஒருவர் அதை எவ்வாறு தொடர்ந்து பிடித்து வைத்துக் கொள்வது என்பதை அறிந்திருக்க வேண்டும். மற்றும் அவர் வேண்டுமென்றே தன் மனத்தை மாற்றிக் கொண்டு எதிர்மறை மனநிலைகளைப் பேணுவதன் மூலம் துயரம் நிறைந்தவராக ஆகாமலும் இருக்க வேண்டும்.

❖❖❖

நீங்கள் இறைவனின் பிரதிபிம்பமாக இருக்கிறீர்கள்; நீங்கள் ஒரு தெய்வத்தைப் போன்று நடந்து கொள்ள

வேண்டும். ஆனால் என்ன நடக்கிறது? காலையில் முதல் விஷயமாக நீங்கள் நிதானமிழந்து, "எனது காப்பி ஆறிவிட்டது!" என்று குறை கூறுகிறீர்கள். அதனால் என்ன? ஏன் அத்தகைய விஷயங்களால் தொந்தரவு அடைகிறீர்கள்? நீங்கள் முழுமையான அமைதி உடையவராக, எல்லாக் கோபத்தினின்றும் விடுபட்டவராக இருப்பதற்கான சமநிலையான மனத்தைக் கொண்டிருங்கள். அதுவே உங்களுக்கு வேண்டியது. எவரும், எதுவும் உங்களது "அமைதிக் கோட்டை" யைப் பிடிக்க அனுமதிக்காதீர்கள். உங்கள் அமைதியை உங்களிடமிருந்து எதுவும் எடுத்துச் செல்ல விடாதீர்கள்.

❖❖❖

வாழ்க்கையின் அற்பத்தனத்திலிருந்து, உங்களைத் தொந்தரவு செய்யும் சிறு சிறு விஷயங்களிலிருந்து உங்களை மீட்டுக் கொள்ளுங்கள்.

❖❖❖

ஒருவரும் துன்பத்தை ***விரும்புவதில்லை.*** அடுத்த முறை சிடுசிடுப்பான மனநிலையில் உள்ள போது உங்களையே ஏன் ஆராயக் கூடாது? உங்களை நீங்களே உங்கள் சம்மதத்துடனும், வேண்டுமென்றேயும் துக்கம் மிகுந்தவராக ஆக்கிக் கொள்வதை உணர்வீர்கள். நீங்கள் அவ்வாறு செய்யும் பொழுது, உங்களைச் சூழ்ந்துள்ளவர்களும் உங்கள் மனநிலையின் மகிழ்வற்ற தன்மையை உணர்கிறார்கள்....நீங்கள் எதிர்மறை மனநிலைகளை உங்களுடைய மனக் கண்ணாடியிலிருந்து நீக்க வேண்டும்.

❖❖❖

உங்கள் மனத்தை ஒரு பூந்தோட்டமாக எப்பொழுதும் எண்ணி, அதை தெய்வீக எண்ணங்களுடன் அழகான தாகவும் நறுமணமுடையதாகவும் வைத்திருங்கள்; அதை துர்நாற்றமுள்ள வெறுப்பு மிகுந்த மனநிலைகளால், களைகள் அடர்ந்த ஒரு சேற்றுக் குட்டையாக மாற விடாதீர்கள். நீங்கள் தெய்வ மணம் கமழும் மலர்களான அமைதி மற்றும் அன்பு ஆகியவற்றைப் பயிரிட்டீர் களானால், ***கூடஸ்த சைதன்யம்*** [கிறிஸ்து உணர்வு]* என்ற தேனீ உங்கள் பூந்தோட்டத்தில் இரகசியமாக நுழையும். தேன் நிறைந்த இனிப்பான மலர்களை மட்டும் தேனீ நாடுவதைப் போன்று, இறைவனும் உங்களுடைய வாழ்க்கை, தேன் நிறைந்த எண்ணங்களால் இனிப்பாக இருக்கும்போது மட்டுமே வருகின்றான்.

❖❖❖

ஒவ்வொரு வகைப்பட்ட மனநிலையும் ஒரு குறிப்பிட்டக் காரணத்தைக் கொண்டுள்ளது, மேலும் அது உங்கள் சொந்த மனத்திலேயே அடங்கியுள்ளது.

❖❖❖

ஒருவர் தன்னுடைய மனநிலையின் இயல்பை புரிந்து கொள்வதற்காகவும், அது தீங்கிழைக்கும் ஒன்று என்றால் அதைத் திருத்துவதற்காகவும், ஒவ்வொரு நாளும் தன்னை உள்முகமாக ஆராய்ந்து பார்க்க வேண்டும். ஒருவேளை நீங்களே ஓர் அலட்சிய மனநிலையில் இருப்பதைக் காணலாம். எந்த யோசனை கூறப்பட்டாலும் சரி, நீங்கள் ஆர்வமற்று இருக்கிறீர்கள்.

* படைப்பில் சர்வ வியாபகமாக உள்ள இறைவனின் உணர்வுநிலை. பார்க்க சொல்லகராதி.

அப்பொழுது சிறிது ஆக்கப்பூர்வமான ஆர்வத்தை உண்டு பண்ணுவதற்கு தெரிந்தே ஒரு முயற்சியை எடுக்க வேண்டியது அவசியம். அலட்சியம் உங்கள் இச்சா சக்தியை முடக்குவதன் மூலம் உங்கள் வளர்ச்சியை கடினமாக்கி விடுவதால், அதைப் பற்றி எச்சரிக்கையுடன் இருங்கள்.

ஒருவேளை உங்கள் மனநிலையானது, நோயைப் பற்றிய அச்சமாக இருந்தால்; நீங்கள் ஆரோக்கியத்தை ஒருபோதும் மீண்டும் பெறப்போவது இல்லை என்ற உணர்வினால் இருக்கலாம். ஆரோக்கியமான, சுறுசுறுப்பான, ஒழுக்கமான வாழ்க்கைக்கு வழிவகுக்கும் சரியான வாழ்க்கை நெறிகளை நீங்கள் கையாள முயன்று, இறைவனின் குணப்படுத்தும் சக்தியில் அதிகமான நம்பிக்கை வைக்கப் பிரார்த்திக்க வேண்டும்.

அல்லது உங்கள் மனநிலையானது நீங்கள் தோல்வி அடைபவர், எதிலும் ஒரு போதும் வெற்றி பெற முடியாதவர் என்ற திட நம்பிக்கையாக இருக்கிறது என வைத்துக் கொள்வோம். பிரச்சனையை ஆராய்ந்து நீங்கள் மேற்கொண்டிருக்கக் கூடிய அனைத்து முயற்சியையும் உண்மையில் எடுத்திருக்கிறீர்களா எனப் பாருங்கள்.

❖❖❖

உங்களுடைய மனநிலைகளை, அவை எவ்வளவு பயங்கரமானவையாகத் தோன்றினாலும் சரி, நீங்கள் அவற்றை வெல்ல முடியும். இனிமேலும் நீங்கள் எதிர்மறை மனநிலைகளுக்கு ஆளாகப் போவதில்லை என்று மனத்தை திடப்படுத்திக் கொள்ளுங்கள்; உங்கள் தீர்மானத்தையும் மீறி ஒரு சிடுசிடுப்பான மனநிலை

வந்தால், அதை ஏற்படுத்திய காரணத்தை ஆராய்ந்து அதைப்பற்றி ஆக்கப்பூர்வமாக ஏதாவது செய்யுங்கள்.

❖❖❖

சிடுசிடுப்பான மனநிலைகளுக்கு மிகச் சிறந்த மாற்று மருந்து ஆக்கப்பூர்வமான சிந்தனையாகும்.* நீங்கள் எதிர்மறையான அல்லது செயலற்ற மனநிலையில் உள்ள போது சிடுசிடுப்பான மனநிலைகள் உங்கள் உணர்வுநிலையை இறுகப் பற்றிக் கொள்கின்றன. உங்கள் மனம் காலியாக உள்ள நேரம்தான், அது சிடுசிடுப்பான மனநிலைக்கு மாறும் நேரம்; அத்துடன் நீங்கள் சிடுசிடுப்பாக இருக்கும் போது சாத்தான் உள் நுழைந்து உங்கள் மீது அதன் தாக்கத்தை ஏவுகிறது. எனவே ஆக்கப்பூர்வமான சிந்தனையை வளருங்கள். நீங்கள் தேகரீதியாக செயல்படாமல் இருக்கும் பொழுது, உங்கள் மனத்தில் எதையாவது ஆக்கப்பூர்வமாக செய்து கொண்டிருங்கள். சிடுசிடுப்பான மனநிலையில் ஈடுபட நேரம் இல்லாதவாறு மனத்தை மிகவும் சுறுசுறுப்பாக வைத்துக் கொள்ளுங்கள்.

❖❖❖

ஆக்கப்பூர்வமாக நீங்கள் சிந்திக்கும் போது தேகத்தைப் பற்றியோ, அல்லது மனநிலைகளைப் பற்றியோ நீங்கள் உணர்வது இல்லை; நீங்கள் மெய்ப்பொருளுடன் இசைந்து விடுகிறீர்கள். நமது மனித அறிவுத்திறமானது, எதன் மூலம் அனைத்தும் சாத்தியமாகின்றதோ, அந்தப் படைப்பாற்றல்மிக்க இறைவனுடைய அறிவுத் திறத்தின் பிரதிபிம்பத்தில் உருவாக்கப்பட்டுள்ளது. அந்த உணர்வு

* பார்க்க பக்கங்கள் 105–110

நிலையில் நாம் வாழாவிட்டால், நாம் மனோ பாவங்களின் ஒரு மூட்டையாக ஆகிவிடுன்றோம். ஆக்கப்பூர்வமாக சிந்திப்பதின் மூலம், நாம் அந்த மனோபாவங்களை அழித்து விடுகின்றோம்.

❖❖❖

நினைவில் கொள்ளுங்கள், நீங்கள் மகிழ்ச்சியற்ற வராக இருப்பதற்கு பொதுவாக இவைதான் காரணங்கள்: வாழ்க்கையில் நீங்கள் நிச்சயமாக நிறைவேற்ற விரும்புகிற மகத்தான விஷயங்களைப் போதுமான வலிமையுடன் மன உருவகப்படுத்தாமல் இருத்தல்; உங்களது கனவுகள் நனவாகும் வரையில் உங்களது இச்சா சக்தியை, உங்களது படைக்கும் திறனையும் மற்றும் உங்களது பொறுமையையும் போதுமான அளவு உறுதியாக பயன்படுத்தாமல் இருத்தல்.

❖❖❖

உங்களுடைய சுய அபிவிருத்திக்காகவும், மற்றவர் களின் நன்மைக்காகவும் ஆக்கப்பூர்வமானவற்றைச் செய்து கொண்டிருப்பதில் மும்முரமாக இருங்கள், ஏனெனில் இறைவனின் இராஜ்யத்திற்குள் நுழையும் எவருமே ஒவ்வொரு நாளும் மற்றவர்களுக்கு நன்மை செய்ய முயல வேண்டும். இந்த முறையைப் பின்பற்றினால், நீங்கள் மனரீதியாகவும், தேகரீதியாகவும், ஆன்மீகரீதியாகவும் முன்னேறிக் கொண்டிருக்கிறீர்கள் என்பதை அறிந்து கொள்ளும், உற்சாகமற்ற மனநிலையை அகற்றும் ஆனந்தத்தை உணர்வீர்கள்.

பிறருக்குச் சேவை புரிதல்

பிறரை மகிழ்ச்சியடையச் செய்வதிலும், பிறருக்கு

மகிழ்ச்சியை அளிப்பதற்காக சுய-விருப்பத்தை விட்டுக் கொடுப்பதிலும் ஆனந்தம் அடங்கியுள்ளது.

❖❖❖

மற்றவர்களுக்கு மகிழ்ச்சி அளித்தல் என்பது நமது சொந்த ஆனந்தத்திற்கு மிக முக்கியமானது, மேலும் அது ஒரு மிகச் சிறந்த திருப்தி அளிக்கும் அனுபவம். சிலர் தங்களது சொந்த குடும்பத்தைப் பற்றி மட்டுமே எண்ணு கின்றனர்: "நாம் நால்வர், இல்லை வேறொருவர்." மற்ற வர்கள் தங்களைப் பற்றி மட்டுமே சிந்திக்கின்றனர்: "***நான்*** எவ்வாறு மகிழ்ச்சியாக இருக்கப் போகிறேன்?" ஆனால் மகிழ்ச்சியை அடையாத மனிதர்கள் இவர்களேதான்!

❖❖❖

தனக்காக மட்டும் வாழ்வது எல்லாத் துன்பங் களுக்கும் மூல காரணமாகும்.

❖❖❖

மற்றவர்களுக்கு ஆன்மீக, மன மற்றும் லௌகீக ரீதியாக சேவை செய்வதால், உங்களுடைய சொந்தத் தேவைகள் பூர்த்தி செய்யப்படுவதைக் காணலாம். மற்ற வர்களுக்குச் சேவை செய்வதில் நீங்கள் ***தன்னையே*** மறக்கும் பொழுது, நீங்கள் நாடாமலேயே உங்கள் மகிழ்ச்சிக் கோப்பை நிரம்பி விடுவதைக் காண்பீர்கள்.

❖❖❖

நீங்கள் இந்த உலகிற்கு வந்த பொழுது, நீங்கள் அழுதீர்கள், மற்ற ஒவ்வொருவரும் சிரித்தனர். நீங்கள் இவ்வுலகை விட்டுச் செல்லும் பொழுது உங்கள்

வாழ்க்கையை, பிறர் அழுது கொண்டிருக்குமாறும், நீங்கள் சிரித்துக் கொண்டிருக்குமாறும் வாழ வேண்டும்.

❖❖❖

நீங்கள் எவ்வளவு ஆழ்ந்து தியானம் செய்கிறீர்களோ எவ்வளவு அதிகமாக மனமுவந்து சேவை புரிகிறீர் களோ, அவ்வளவு அதிகமாக நீங்கள் மகிழ்ச்சியுடன் இருப்பீர்கள்.

மகிழ்ச்சியின் அக நிபந்தனைகள்

உங்கள் மகிழ்ச்சிக்கான எல்லா நிபந்தனைகளையும் உங்களுக்குள்ளேயே வைத்துக் கொள்ள கற்றுக் கொள்ளுங்கள்—என்றும்-உள்ள, என்றும்-விழிப்புள்ள, என்றும்-புதிய ஆனந்தமான இறைவனை தியானித்தல் மூலமும் மற்றும் உங்கள் உணர்வுநிலையை அவனுடன் இசைந்திருக்கச் செய்தல் மூலமும். உங்களுடைய சந்தோஷம் ஒருபோதும் எவ்வித வெளிப்பாதிப்பிற்கும் உட்பட்டு இருக்கக் கூடாது. உங்கள் சுற்றுச்சூழல் எவ்விதமாக இருப்பினும் அது உங்கள் அக அமைதியைப் பாதிக்க அனுமதிக்காதீர்கள்.

❖❖❖

நீங்கள் உங்களது உணர்ச்சிகளை அடக்கி ஆளும்போது, உங்களது உண்மையான சொரூபத்தில் நீங்கள் உறைகிறீர்கள். பரமாத்மாவின், ஆன்மாவின் உண்மையான சொரூபம் ஆனந்தம், அறிவு, அன்பு, அமைதி ஆகியவையாகும். நீங்கள் எதைச் செய்து கொண்டிருந்தாலும் சரி, அதை அனுபவித்து மகிழும் வண்ணம் அவ்வளவு மகிழ்ச்சியாக இருப்பீர்கள். எதிலும் திருப்தி காண முடியாமல் அமைதியற்ற அரக்கனைப்

போல் உலகில் குருட்டுத்தனமாக அலைவதை விட இது எவ்வளவு நல்லது? உங்களது உண்மையான ஆன்மத்தில் மையம் கொண்டு இருக்கிற பொழுது, நீங்கள் ஒவ்வொரு பணியையும் மேற்கொண்டு எல்லா நல்ல விஷயங்களையும் இறைவனது ஆனந்தத்துடன் அனுபவிக்கிறீர்கள். அவனுடைய மதிமயக்கும் பேரின்பம் நிரம்பப் பெற்றவராய் அனைத்து செயல்களையும் நீங்கள் சந்தோஷத்துடன் நிறைவேற்றுகிறீர்கள்.

❖ ❖ ❖

ஆன்மீக வாழ்வில் ஒருவர் சிறு குழந்தையைப் போல்—மனக்கசப்பின்றி, பந்தமின்றி, உயிரோட்டமும் ஆனந்தமும் நிறைந்தவராக ஆகிவிடுகிறார்.

❖ ❖ ❖

எல்லா புற அனுபவங்களின் சவாலையும் உண்மை யான மகிழ்ச்சி எதிர்கொள்ள முடியும். நீங்கள் உங்களுக்கு எதிராக இழைக்கப்படும் மற்றவர்களுடைய அநீதிகளின் சித்திரவதைகளைத் தாங்கிக் கொண்டு, அப்போதும் அன்பையும் மன்னிப்பையும் திருப்பித்தர முடியுமா னால்; மேலும் வெளிப்புற சூழ்நிலைகளின் வேதனை தரும் அனைத்துத் தாக்குதல்களின்போதும்கூட உங்களால் அந்த அகமுகமான தெய்வீக அமைதியை தக்க வைத்திருக்க முடியுமானால், அப்போது நீங்கள் இந்த மகிழ்ச்சியை அறிவீர்கள்.

❖ ❖ ❖

ஒவ்வோர் இரவும் உறங்கச் செல்வதற்கு முன்னரும் குறைந்த பட்சம் அரைமணி நேரத்திற்கு, இன்னும்

நீண்ட நேரம் விரும்பத்தக்கது, மீண்டும் காலையில் அந்நாளின் நடவடிக்கைகளைத் துவங்கும் முன்னரும், மௌனமாகவும் அமைதியாகவும் தியானத்தில் இருங்கள். இது மகிழ்ச்சியின் ஓர் உறுதி தளராத, தகர்க்க முடியாத உள்ளார்ந்த பழக்கத்தை உண்டு பண்ணும். இப்பழக்கம் தினசரி வாழ்க்கைப் போராட்டத்தில் அனைத்து சோதனையான சந்தர்ப்பங்களையும் எதிர் கொள்ள முடியும்படி உங்களை உருவாக்கும். அகத்தே அந்த மாற்ற முடியாத மகிழ்ச்சியுடன் உங்களது தினசரித் தேவைகளின் கோரிக்கைகளை நிறைவேற்ற முயற்சியை மேற்கொள்ளுங்கள்.

❖❖❖

உங்களது மன ஒருமுகப்பாட்டின் கண்களை நீங்கள் மூடி வைத்திருந்தால், உங்கள் நெஞ்சத்தின் உள்ளே சுடர் வீசிக் கொண்டிருக்கும் மகிழ்ச்சி-சூரியனை உங்களால் காண முடியாது; ஆனால் உங்களது கவனத்தின் கண்களை நீங்கள் எவ்வளவுதான் இறுக்கமாக மூடினாலும், மகிழ்ச்சியின் கதிர்கள் உங்களது மனத்தின் மூடிய கதவுகளைத் துளைப்பதற்கு எப்போதும் முயன்ற வண்ணமே இருக்கும் என்பது உண்மை. அமைதி ஜன்னல் களைத் திறவுங்கள், உங்களது நிஜமான ஆன்மத்தின் உள்ளேயே ஆனந்தத்தின் பிரகாசமான சூரியனின் ஒரு திடீர்த் தோற்றத்தை நீங்கள் காண்பீர்கள்.

❖❖❖

உங்களது கவனத்தை நீங்கள் உள்முகப்படுத்தி னால் ஆன்மாவின் ஆனந்தமயமான கதிர்கள் உணர்ந் தறியப்படலாம். இந்த ஆற்றலைப் பெற உங்களுக்குள் உள்ள, கண்ணுக்குப் புலப்படாத, தொட்டறிய முடியாத

இராஜ்யத்தில் எண்ணங்களின் எழில்மிகு காட்சியை அனுபவிக்க உங்கள் மனத்திற்குப் பயிற்சி அளிக்க வேண்டும். அழகிய ஆடைகள், தூய்மையான வீடுகள், சுவைமிக்க விருந்துகள், மிருதுவான மெத்தைகள் மற்றும் போகப் பொருட்களில் மகிழ்ச்சியைத் தேடாதீர்கள். இவை புறக்காட்சி மற்றும் புறவாழ்க்கை ஆகிய கம்பிகளுக்குப் பின்னால் உங்களது மகிழ்ச்சியை சிறை பிடித்து விடும்.

❖❖❖

இறைவன் எனக்கு அளிப்பது எதுவாயினும் நான் மதித்துப் பாராட்டுகின்றேன். ஆனால் அதை இழந்து விடும்பொழுது அது இல்லாத குறையை நான் உணர்வதில்லை. யாரோ ஒருவர், ஒருமுறை எனக்கு ஒரு விலை உயர்ந்த ஆடையான, ஓர் அழகிய மேலங்கியும் ஒரு தொப்பியும் அளித்தார். அப்பொழுது எனது கவலை தொடங்கியது. அது கிழிந்து விடவோ அழுக்காகி விடவோ கூடாதே என்பது குறித்து நான் அக்கறை கொள்ள வேண்டியிருந்தது. அது என்னை அசௌகரியத்திற்கு உள்ளாக்கியது. நான் கூறினேன், “இறைவா எதற்காக எனக்கு நீ இந்த சங்கடத்தைக் கொடுத்தாய்?” ஒரு நாள் இங்கே லாஸ் ஏஞ்ஜலீஸில் டிரினிடி ஹாலில் நான் உரையாற்ற வேண்டியிருந்தது. நான் அரங்கத்தை அடைந்து எனது மேலங்கியைக் கழற்றத் துவங்கியபோது இறைவன் என்னிடம் கூறினான், “உனது உடைமைகளை மேலங்கியின் பைகளிலிருந்து எடுத்துவிடு.” நான் அவ்வாறே செய்தேன். எனது உரைக்குப் பிறகு பொருள்–வைப்பு அறைக்கு நான் திரும்பியபொழுது, மேலங்கி அங்கே இல்லை. நான் கோபம் அடைந்தேன், யாரோ ஒருவர் கூறினார், “கவலைப் படாதீர்கள், நாங்கள்

உங்களுக்கு வேறொரு மேலங்கியைத் தருகின்றோம்." நான் கூறினேன், "மேலங்கியை இழந்து விட்டதற்காக நான் கோபப்படவில்லை, ஆனால் அதை எடுத்துச் சென்றவர், அதற்குப் பொருத்தமான தொப்பியையும் கூட எடுத்துச் செல்லவில்லையே என்பதற்காகத்தான்!"

உங்களது உணர்ச்சிகள் உங்களை ஆட்சி செய்ய விடாதீர்கள். உங்களது உடைகள் மற்றும் பிற உடைமைகள் குறித்து எப்பொழுதும் நீங்கள் அலட்டிக் கொண்டே இருந்தீர்கள் என்றால் உங்களால் எப்படி மகிழ்ச்சியோடு இருக்க முடியும்? தூய்மையான ஆடைகளை நேர்த்தியாக அணிந்து, பின் அவற்றைப் பற்றி மறந்து விடுங்கள்; உங்கள் வீட்டைச் சுத்தம் செய்துவிட்டு, அதை மறந்து விடுங்கள்.

❖ ❖ ❖

மகிழ்ச்சிக்காக உங்களது வெளிப்புறச் சூழ்நிலைகளை நீங்கள் எவ்வளவு அதிகமாக சார்ந்திருக்கிறீர்களோ, அவ்வளவு குறைவான மகிழ்ச்சியையே நீங்கள் அனுபவிப்பீர்கள்.

❖ ❖ ❖

இறைவனை மறந்து உங்களால் மகிழ்ச்சியுடன் வாழ முடியும் என நீங்கள் நினைத்தால் நீங்கள் தவறு செய்கிறீர்கள். ஏனெனில் பிரபஞ்சத்தின் ஒரே நிஜமாக எல்லாவற்றிலும் முழுவதுமாக இருக்கும் இறைவனை நீங்கள் உணரும் வரையில், தனிமையில் திரும்பத் திரும்ப நீங்கள் கதறுவீர்கள். நீங்கள் அவனது பிரதிபிம்பத்தில் உருவாக்கப்பட்டிருக்கிறீர்கள். நீடித்த மகிழ்ச்சியை

எந்த விஷயத்திலும், எப்பொழுதும் உங்களால் காண முடியாது, ஏனெனில் இறைவனைத் தவிர எதுவுமே முழுமையானதல்ல.

❖❖❖

இறைவனுடன் ஆழ்ந்த தொடர்பு கொள்வதில் நான் காணும் கலப்பற்ற இன்பத்தைச் சொற்களால் வர்ணிக்க இயலாது. இரவும் பகலும் நான் ஓர் ஆனந்தமான நிலையில் உள்ளேன். அந்த ஆனந்தமே இறைவன். அவனைத் தெரிந்து கொள்வது என்பது உங்களுடைய எல்லா துக்கங்களுக்கும் இறுதிச் சடங்குகளை செய்வதற்கு ஒப்பாகும். அவன் உங்களை விருப்பு, வெறுப்பற்ற வராகவோ அல்லது சோகமாகவோ இருக்க வேண்டுமென விரும்பவில்லை. இது இறைவனைப் பற்றிய சரியான கருத்தல்ல, அத்துடன் இது அவனை மகிழ்விக்கும் மார்க்கமும் அல்ல. சந்தோஷமாக இருந்தாலன்றி நீங்கள் அவனைக் காணக்கூட முடியாது....அதிக சந்தோஷம் உடையவர்களாக நீங்கள் இருக்க இருக்க, அவனுடனான உங்கள் இசைவு வெகு அதிகமாக இருக்கும். இறைவன் ஆனந்தமேயாதலால், அவனை அறிபவர்கள் எப்பொழுதும் சந்தோஷமாக இருப்பார்கள்.

❖❖❖

உறுதிமொழிகள்

விடியற்காலையின் துவக்கத்துடன், இன்று சந்திக்கும் ஒவ்வொருவரிடமும் எனது உற்சாகத்தை நான் பரவச் செய்வேன். இன்று எனது பாதையில் சந்திக்கும் அனைவருக்கும் நான் மனக் கதிரொளியாக இருப்பேன்.

❖❖❖

எல்லா இடங்களிலும் நல்லதைக் காண்பதின் மூலமும், எல்லா விஷயங்களையும் இறைவன் வெளிப்படுத்திய பூரண எண்ணமாக நோக்கு வதன் மூலமும் புதிய சிந்தனைப் பழக்கங்களை நான் உருவாக்குகின்றேன்.

❖❖❖

இன்று நான் இருக்கும் இடத்தில் இப்பொழுதே, எனக்குள் மகிழ்ச்சியாக இருக்க என் மனத்தில் நான் தீர்மானித்துக் கொள்வேன்.

அத்தியாயம் 11

பிறருடன் ஒத்துப் போதல்

தெய்வீக ஆனந்தத்திற்கு அடுத்ததாக அனைத்து ஆனந்தங்களிலும் மிகச் சிறந்தது எதுவெனில், ஒருவர் வருடத்தின் ஒவ்வொரு நாளும் தான் சேர்ந்து வாழ வேண்டிய நெருங்கிய உறவினர்களுடன் சமாதான மாக இருப்பதாகும். மனித உணர்வுகள் என்னும் மிகவும் சிக்கலான இயந்திரத்தை எந்தவிதப் பயிற்சியும் இல்லாமல் கையாள, மனிதர்கள் முயற்சி செய்யும் பொழுது பின்தொடரும் பலன்கள் பெரும்பாலும் சேதம் விளைவிப்பனவாகவே இருக்கும். மனித நடத்தையின் இயல்பு விதிகளைப் புரிந்து கொள்ளும் கலையிலேயே நமது மிகுதியான மகிழ்ச்சி அடங்கியுள்ளது என்பதை மிகக் குறைவான மனிதர்களே உணர்கின்றனர். எனவேதான், பெரும்பாலான மனிதர்கள் அடிக்கடி தங்களது நண்பர்களுடன் “இக்கட்டில்” சிக்கிக் கொள்கின் றனர். மேலும் இன்னும் மோசமாக, வீட்டில் தங்களுக்குச் சொந்தமான மிகவும் அன்புக்குரியவர்களிடம் தொடர்ந்து போரிடுகின்றனர்.

இணக்கமற்ற உறவுமுறைகளைக் கையாளுதல்

சரியான மனித நடத்தையின் அடிப்படை விதிமுறை சுய சீர்திருத்தமாகும்....நமது நண்பர்களுடனோ அல்லது அன்புக்குரியவர்களுடனோ ஏதாவது பிரச்சனை நேரிடுகிறபொழுது, ஓர் இனிமையற்ற சூழ்நிலைக்கு ஆளாகிவிட்டதற்காக உள்ளுக்குள் நம் மீதே நாம்

குற்றம் சுமத்திக் கொள்ள வேண்டும். பிறகு நம்மால் முடிந்தவரை விரைவாகவும் நயத்துடனும் அதிலிருந்து வெளிவர முயற்சி செய்ய வேண்டும். குற்றம் அவர்களில்தான் என்று நாம் கண்டாலும், மற்றவர்களை உரத்த சப்தத்துடனும், கனிவில்லாமலும், பண்பற்றும் குற்றம் சாட்டி பிரச்சனையை அதிகப்படுத்துவது பலனற்றது. முன்கோபமுள்ள அன்புக்குரியவர்கள் தங்களது குறைகளைத் திருத்திக் கொள்ள கடுமையான அல்லது வீறாப்பு வார்த்தைகளின் வாயிலாக நம்மால் முடிவதை விட ஒரு சிறந்த எடுத்துக் காட்டாகத் திகழ்வதன் மூலம், நூறு மடங்கு அதிகமாக நம்மால் கற்பிக்க முடியும்.

❖ ❖ ❖

ஒரு சண்டை நிகழும் பொழுது, குறைந்த பட்சம் இரண்டு பிரிவினர் சம்பந்தப்பட்டிருக்கின்றனர். எனவே நீங்கள் பங்கெடுத்துக் கொள்ள மறுத்தால் அங்கே எந்த சண்டையும் உங்களுடன் இருக்க முடியாது.

❖ ❖ ❖

யாராவது புண்படுத்தும் மொழியில் உங்களிடம் பேசினால், அமைதியாக இருங்கள்; அல்லது "உங்களைப் புண்படுத்தும் வகையில் நான் ஏதாவது செய்திருந்தால், நான் வருந்துகின்றேன்," என்று கூறிவிட்டு மௌனமாக இருங்கள்.

❖ ❖ ❖

ஆன்மீகமான மனிதன் அமைதியின் மூலம் கடுஞ்சினத்தை வெற்றி கொள்கிறான், மௌனத்தைக் கடைப்பிடிப்பதன் மூலம் சண்டை சச்சரவுகளை நிறுத்துகிறான், பேச்சில் இனிமையோடிருப்பதன் மூலம் இணக்கமின்மையை அகற்றுகிறான், மேலும் பிறர்

நலனைக் குறித்த சிந்தனையோடு இருப்பதன் மூலம் அவமதிப்பை நாணமுறச் செய்கிறான்.

❖❖❖

இரக்கமின்மைக்கு பதில்செயலாக இரக்கத்தை சிரத்தையுடன் மக்களுக்கு அளிப்பதைவிட விடுதலை அளிக்கும் மேம்பட்ட செயல் ஒன்றுமில்லை.

❖❖❖

அற்பத்தனமாக ஒருபோதும் இருக்காதீர்கள். எவரிடமும் வெறுப்புக் கொள்ளாதீர்கள். குருட்டுப் பிடிவாதம் உடையவர்களாகவும் கருணையற்றவர்களாகவும் இருக்கும் நல்ல மனிதர்கள் என்றழைக்கப்படும் சிலரைவிட நல்ல இதயங்களுடன் இருக்கும் சில பாவிகளை நான் விரும்புகிறேன். ஆன்மீகமாக இருப்பது என்பது பரந்த மனப்பான்மையுடன், புரிந்து கொண்டு மன்னிப்பவராக, அனைவருக்கும் ஒரு நண்பராக இருப்பதாகும்.

❖❖❖

மொத்த ரோம சாம்ராஜ்யமும் கிறிஸ்துவினிடத்தில் இரக்கமின்மையை எழுப்ப முடியவில்லை. தன்னைச் சிலுவையில் அறைந்தவர்களுக்காகவும் கூட அவர் பிரார்த்தித்தார்: “பிதாவே, இவர்களை மன்னியும்; தாங்கள் செய்கிறது இன்னதென்று அறியாதிருக்கிறார்கள்.”*

❖❖❖

உள்முக பண்புநயம், உள்ளார்ந்த இதயபூர்வமான நற்பண்பு மற்றும் தொடர்ந்த நல்லெண்ணம் ஆகியவை

* *லூக்கா* 23:34.

அனைத்து தீய நடத்தைக்கான மிகச் சரியான சர்வரோக நிவாரணி ஆகும்.

❖❖❖

பெரும்பாலான நேரங்களில், மனிதர்கள் தங்களது சொந்தக் கண்ணோட்டத்திலிருந்தே பேசவும் செயல்படவும் செய்கின்றனர். அரிதாகவே அவர்கள் பிற மனிதர்களின் பக்கத்தைப் பார்க்கவோ அல்லது பார்க்க முயற்சிக்கவோ செய்கின்றனர். புரிந்து கொள்ளுதல் இல்லாமல் எவருடனாவது சண்டையில் நீங்கள் ஈடுபட்டால், யார் வாதத்தைத் துவக்கினார் என்பது பொருட்டில்லாவண்ணம், நீங்கள் ஒவ்வொருவரும் மற்றவரைப் போலவே குற்றம் சாட்டப்பட வேண்டியவர்கள் ஆவீர்கள். "முட்டாள்கள் வாதிடுவர்; அறிவாளிகள் விவாதிப்பர்."

❖❖❖

அமைதி உணர்வுடன் இருப்பது என்பது பிறர் என்ன கூறினாலும் சரி, எப்பொழுதும் சிரித்தவாறு ஒவ்வொருவருடனும் ஒத்துப் போகிறீர்கள் என்பதல்ல— அதாவது நீங்கள் உண்மையை மதிக்கிறீர்கள், ஆனால் அதனால் எவரையும் எரிச்சலூட்ட விரும்ப வில்லை. இது உச்சநிலைக்குச் செல்லுதல் ஆகும். தங்களது நல்ல இயல்புக்காக பாராட்டைப் பெறும் விருப்பத்துடன், ஒவ்வொருவரையும் மகிழ்விக்க இந்த வழியில் முயற்சி செய்பவர்கள், உணர்ச்சியின் கட்டுப்பாட்டை பெற்றிருக்கும் அவசியமில்லை.... உணர்ச் சியின் கட்டுப்பாட்டைக் கொண்டிருப்பவர் யாராயினும், உண்மையைப் பின்பற்றுவார், அந்த உண்மையை எங்கெல்லாம் முடிகிறதோ அங்கு பகிர்ந்து கொள்வார்,

மேலும் எந்த வழியிலும் ஏற்றுக் கொள்ளும் மனப்பான்மை இல்லாதவரிடம் தேவையற்ற எரிச்சலூட்டுவதைத் தவிர்ப்பார். அவருக்கு எப்பொழுது பேச வேண்டும், எப்பொழுது அமைதியாக இருக்க வேண்டும் என்று தெரியும். ஆனால் தனது சொந்தக் கொள்கைகளையும் அக அமைதியையும் எப்பொழுதும் விட்டுக் கொடுக்க மாட்டார். அத்தகைய மனிதர் இந்த உலகத்தில் மகத்தான நன்மைக்கான ஒரு சக்தியாவார்.

❖❖❖

நாம் போலியற்ற நற்பண்புடைய மொழியாகிய அழகிய ஆடையை அணிவதன் மூலம் நம்மைக் கவர்ச்சியுள்ளவராக செய்து கொள்ள வேண்டும். அனைத் திற்கும் முதலாக நமது நெருங்கிய உறவினர்களுடன் நாம் அன்பாதரவாக இருக்க வேண்டும். ஒருவர் அதைச் செய்ய முடிந்தால், அவர் அனைத்து மக்களிடமும் வழக்கமாகக் கனிவுடையவர் ஆகிவிடுவார். நிஜமான குடும்ப மகிழ்ச்சியானது புரிந்து கொள்ளுதல் மற்றும் கனிவான வார்த்தைகள் ஆகிய பீடத்தின் மேல் தனது அஸ்திவாரத்தைக் கொண்டுள்ளது. கனிவைக் காண்பிப்பதற்கு ஒவ்வொன்றையும் ஒத்துக் கொள்ளத் தேவையில்லை. பிறருடன் ஒருவர் ஒத்துப் போனாலும் அல்லது ஒத்துப் போகாவிட்டாலும், அமைதியான மௌனம், நேர்மை மற்றும் பணிவான வார்த்தைகள் ஆகியவை எவ்வாறு நடந்து கொள்ள வேண்டும் என அறிந்திருக்கிற மனிதரை அடையாளம் காட்டுகின்றன.

❖❖❖

நேசிக்கப்பட வேண்டும் என நீங்கள் விரும்பினால்

உங்களது நேசம் தேவைப்படுபவர்களிடத்தில் அன்பு செலுத்தத் துவங்குங்கள்....பிறர் உங்களிடம் இரக்கம் காட்ட வேண்டும் என நீங்கள் விரும்பினால், உங்களைச் சுற்றியுள்ளவர்களிடம் இரக்கம் காட்டத் துவங்குங்கள். நீங்கள் மதிக்கப்பட வேண்டும் என விரும்பினால், ஒவ்வொருவரிடமும், இளைஞர் மற்றும் வயோதிகர் ஆகிய இருவரிடமும் மரியாதையுடன் இருக்க நீங்கள் கற்றுக் கொள்ள வேண்டும்....மற்றவர்கள் எப்படி இருக்க வேண்டும் என நீங்கள் விரும்பினாலும், முதலில் நீங்களே அப்படி இருங்கள்; பிறகு அதே முறையில் மற்றவர்கள் உங்களிடம் நடந்துக் கொள்வதை நீங்கள் காண்பீர்கள்.

ஓர் இணக்கமான ஆளுமையை வளர்த்தல்

நீங்கள் மற்றவர்களுடன் இருக்கும் பொழுது உண்மையான நட்புள்ளம் கொண்டவராக இருங்கள். ஒருபோதும் "சிடுமூஞ்சி"யாக இராதீர்கள். நீங்கள் பேரிரைச்சலுடன், கழுதைப்புலியைப் போல் சிரிக்க வேண்டியதில்லை; அதே சமயம் சோகம் தோய்ந்த முகத்துடனும் இருக்க வேண்டாம். புன்னகையுடனும், இசைவுடனும், கனிவுடனும் மட்டுமே இருங்கள். ஆனால் நீங்கள் மனத்தினுள் கோபம் அல்லது ஆத்திரம் உடையவராக இருந்து கொண்டு, வெளியில் புன்னகை புரிந்து கொண்டிருந்தால் அது கபடமாகும். நீங்கள் விரும்பத்தக்கவராக இருக்க வேண்டுமென்றால், நேர்மையானவராக இருக்க வேண்டும். நேர்மையாயிருத்தல், கடவுள் ஒவ்வொரு மனிதனுக்கும் கொடுத்துள்ள ஓர் ஆத்ம குணமாகும், ஆனால் எல்லோரும் அதை வெளிப்படுத்துவதில்லை. எல்லாவற்றிற்கும் மேலாக பணிவுள்ளவராக இருங்கள்.

யாவரும் போற்றும்படியான மனவலிமை பெற்றவராக நீங்கள் இருந்த போதிலும், உங்களது வலிமையான சுபாவத்தினால் மற்றவர்களை திணற அடிக்காதீர்கள். அமைதியானவராகவும் அவர்களை அனுசரித்து செல் பவராகவும் இருங்கள். இதுதான் விரும்பத்தக்க காந்த சக்தியை வளர்க்கும் விதமாகும்.

❖❖❖

செயற்கைத்தனமான நடத்தைப் பாங்கைக் மேற்கொள்வதன் மூலம் பிறருடன் ஒத்துப்போவதற்கான முயற்சி செய்யாதீர்கள். அன்புடனும் உதவிபுரிய எப்பொழுதும் தயாரானவராகவும் மட்டுமே இருங்கள். மேலும் தெய்வீகத் தொடர்பினால், உங்களை நிரப்பிக் கொள்ளுங்கள்—பின் உங்களது சுற்றுப்புறத்தில் உள்ள ஒவ்வொருவருடனும் ஒத்துப் போகக் கூடியவராக உங்களையே நீங்கள் காண்பீர்கள்.

❖❖❖

மற்றவர்களுடனான உங்களது உறவுமுறைகளில் அவர்கள் தங்களில் செதுக்கி வெளிக்கொணர்ந்திருக்கும் குணநலன்களைஅடையாளம்கண்டுபாராட்டுவதுமிகவும் அவசியமாகும். ஒரு திறந்த மனத்துடன் மனிதர்களை நீங்கள் ஆய்வு செய்தால், உங்களால் அவர்களை நன் றாகப் புரிந்து கொண்டு அவர்களுடன் ஒத்துப் போக முடியும். நீங்கள் தொடர்பு கொண்டிருக்கும் மனிதர் எந்த வகையைச் சேர்ந்தவர் என்று உடனடியாக கூறுவதற்கும் அவரை எவ்வாறு கையாளுவது என்று அறிவதற்கும் உங்களால் முடியும். ஒரு தத்துவ அறிஞரிடம் குதிரைப் பந்தயத்தைப் பற்றியும், அல்லது ஒரு விஞ்ஞானியிடம் வீட்டுப் பராமரிப்பைப் பற்றியும் பேசாதீர்கள். ஒரு

மனிதனுக்கு ஆர்வமூட்டுவது எது என்பதைக் கண்டறிந்து பிறகு அவருடன் அந்த விஷயத்தைப் பற்றிப் பேசுங்கள், உங்களுக்கு ஆர்வமான விஷயத்தைப் பற்றி அல்ல.

❖ ❖ ❖

நீங்கள் பேசும் பொழுது உங்களைப் பற்றியே அதிகம் பேசிக் கொள்ளாதீர்கள். மற்றவர் ஆர்வம் காட்டுகிற விஷயம் பற்றி பேச முயலுங்கள். மேலும் கவனித்துக் கேளுங்கள். இதுதான் வசீகரமாய் இருப்பதற்கான வழி. மற்றவர்களால் நீங்கள் எவ்வளவு விரும்பப்படுகிறீர்கள் என்பதை நீங்கள் பார்க்கலாம்.

❖ ❖ ❖

நிஜமான அல்லது கற்பனை செய்யப்பட்ட பலவீனங்களை இரகசியமாக அறிவதால் தாழ்வு மனப்பான்மை ஏற்படுகிறது. அத்தகைய பலவீனங்களை ஈடுசெய்ய முயல்வதில், ஒரு மனிதர் போலி கர்வம் என்கிற கவசத்தை உருவமைத்து, வீறாப்பான அகந்தையைப் பகட்டாகக் காட்டக்கூடும். அப்போது அத்தகைய நடத்தையின் நிஜமான காரணத்தைப் புரிந்து கொள்ளாதவர்கள் அந்த மனிதர் ஓர் உயர்வு மனப்பான்மை கொண்டவர் எனக் கூறலாம். அவரது அக இணக்கமின்மையின் இரண்டு வெளிப்பாடுகளும் சுய-முன்னேற்றத்திற்கு ஊறு விளைவிக்கின்றவையாகும். இரண்டுமே கற்பனையின் மூலமும் உண்மைகளைப் புறக்கணிப்பதன் மூலமும் பேணி வளர்க்கப்படுகின்றன. அதே நேரத்தில், இரண்டில் எதுவுமே ஆன்மாவின் உண்மையான சர்வ-சக்தி வாய்ந்த இயல்புக்கு உரியதல்ல. உங்களது தன்னம்பிக்கையை நிஜமான சாதனைகள் மீதும் மற்றும் உங்களது மெய்யான ஆன்மம் எந்த விதத்திலும் "தாழ்வானதாக" இருக்க

முடியாது என்கிற அறிவின் மீதும் ஆதாரமாக்குங்கள்; பின் அனைத்து மனச் சிக்கல்களிலிருந்தும் நீங்கள் விடுபடுவீர்கள்.

❖❖❖

பெரும்பாலோர் உங்களை ஒரு கவர்ச்சியற்ற மனிதராகக் கருதினால், உங்களையே ஆராயுங்கள். பிறருக்கு வெறுப்பளிக்கும் சில பண்புக் கூறுகள் உங்களது மன ஒப்பனையில் இருக்கலாம் அல்லது ஒவ்வொருவரது விஷயத்திலும் தேவையின்றித் தலையிடும் ஒரு பழக்கத்தைக் கொண்டவராக இருக்கலாம். அல்லது பிறரிடம், அவர்களிடம் என்ன தவறு உள்ளது மற்றும் அவர்கள் தங்கள் வாழ்க்கையை எவ்வாறு நடத்த வேண்டும் என்று கூறுகிற பழக்கம் உடையவராக இருக்கலாம். மேலும் உங்களை மேம்படுத்துவதற்கான எந்த ஆலோசனையையும் ஏற்றுக் கொள்ளாதவராக நீங்கள் இருக்கலாம். இவை பிறரிடம் நம்மை கவர்ச்சி யற்றவராகச் செய்யும் உளவியல் குணாதிசயங்களின் உதாரணங்கள் ஆகும்.

❖❖❖

பிறரிடம் காட்டும் பரிவு என்பது மிகவும் அற்புதமான ஒரு பண்பு. இதுதான் நீங்கள் பெற்றிருக்கக் கூடிய மிகப்பெரும் கவர்ச்சி. அதைப் பயிற்சி செய்யுங்கள்! ஒருவர் தாகம் உடையவராக இருந்தால், முன்யோசனை யுள்ள மனிதன் அவரது தேவையை எதிர்பார்த்து அவருக்கு ஒரு பானத்தை அளிக்கிறான். மற்றவர்களிடம் காட்டும் பரிவு என்பது மற்றவர்கள் தேவையைப் பற்றி அறிந்து கொண்டு அதற்கு வேண்டியதைச் செய்வது

என்று பொருளாகும். மற்றவர்கள் நலனில் அக்கறையுள்ள மனிதன் அவர்களது தோழமையில் இருக்கும் பொழுது, அவர்களது தேவைகளைப் பற்றிய ஓர் உள்ளுணர்வைப் பெற்றிருப்பான்.

❖❖❖

ஒவ்வொருவரும் பார்க்க விரும்பும் ஓர் அழகிய மலர் போன்று நீங்கள் ஆகும்வரை மற்றவர்களைப் பற்றி அக்கறை மற்றும் அன்புடைமை ஆகியவற்றைப் பயிற்சி செய்யுங்கள். ஒரு மலரில் உள்ள அழகாகவும், ஒரு தூய மனத்தில் உள்ள வசீகரமாகவும் இருங்கள். நீங்கள் அந்த விதத்தில் வசீகரமாக இருக்கும் பொழுது, நீங்கள் எப்பொழுதும் உண்மையான நண்பர்களைப் பெற்றிருப்பீர்கள். நீங்கள் மனிதன் மற்றும் இறைவன் ஆகிய இருவராலும் நேசிக்கப்படுவீர்கள்.

எதிர்மறை உணர்ச்சிகளை வெல்லுதல்

நீங்கள் கொடுப்பது எதுவாயினும், உங்களிடமே திரும்பி வந்து சேரும். வெறுத்தால் பதிலுக்கு நீங்கள் வெறுப்பை பெறுவீர்கள். இணக்கமற்ற எண்ணங்களாலும் உணர்ச்சிகளாலும் நீங்கள் உங்களை நிறைத்துக் கொண் டால், நீங்கள் உங்களையே அழித்துக் கொள்கிறீர்கள். ஏன் எவரிடமும் வெறுப்போ அல்லது கோபமோ கொள்ள வேண்டும்? உங்களுடைய எதிரிகளையும் நேசியுங்கள். கோபக்கனலில் ஏன் மனம் புழுங்குகிறீர்கள்? நீங்கள் கோபவசப்பட்டால், உடன் அதனிடமிருந்து மீண்டு விடுங்கள். வெளியே நடந்து செல்லுங்கள், பத்து முதல் பதினைந்து வரை எண்ணுங்கள், அல்லது உங்கள் மனத்தை இனிமையான எதன் மீதாவது திருப்புங்கள்.

பழிவாங்கும் ஆசையை விட்டுவிடுங்கள். நீங்கள் கோபமாக இருக்கும் பொழுது உங்களுடைய மூளை அதிக சூடாகின்றது, உங்கள் இதயத்தில் வால்வு தொந்தரவு உண்டாகிறது, உங்களுடைய முழு தேகமும் உயிர்ச்சக்தியற்றதாகிறது. அமைதியையும் நல்லெண்ணத் தையும் வெளிப்படுத்துங்கள்; ஏனெனில் அதுதான் உங்களுக்குள் உள்ள இறை பிரதிபிம்பத்தின் இயல்பாகும்—உங்களுடைய உண்மையான இயல்பு. பின்னர் எவரும் உங்களைத் தொந்தரவு செய்ய முடியாது.

❖❖❖

நீங்கள் பொறாமைப்படும் பொழுதெல்லாம், சாத்தானின்* பிரபஞ்ச மாயையுடன் கூட்டுசதியில் ஈடுபடு கிறீர்கள். நீங்கள் கோபப்படும்பொழுதெல்லாம், சாத்தான் உங்களை வழி நடத்திக் கொண்டிருக்கி றான்....பொறாமை, பயம் அல்லது கோபத்தின் குரல் பேசுகிற எந்த நேரத்திலும், அது உங்களது குரலல்ல என்பதை நினைவில் கொண்டு அதை வெளியேறக் கட்டளை இடுங்கள். ஆனால் அந்தத் தீய உணர்ச்சிக்கு உங்களது மனத்தில் ஒரு பாதுகாப்பான புகலிடத்தை நீங்கள் அளிக்கும் காலம் வரையில், நீங்கள் எவ்வளவு முயன்றாலும் சரி, அந்தத் தீமையை உங்களால் விரட்ட முடியாது. பொறாமை, பயம் மற்றும் கோபத்தை உள்ளிருந்து அடியோடு அழியுங்கள், அதனால் ஒரு தீய தூண்டுதல் உங்களிடம் வெறுக்குமாறும் புண் படுத்துமாறும் ஒவ்வொரு முறை கூறும் பொழுதும், மற்றொரு வலிமையான குரல் உங்கள் உள்ளிருந்து

* பார்க்க சொல்லகராதியில் *மாயை.*

அன்பு செலுத்துமாறும் மன்னிக்குமாறும் கூறும். ***அந்தக்*** குரலுக்கு செவிசாயுங்கள்.

❖❖❖

பொறாமை, ஒரு தாழ்வு மனப்பான்மையிலிருந்து வருகிறது, மேலும் சந்தேகம் மற்றும் அச்சத்தின் வாயிலாக தன்னை வெளிப்படுத்துகிறது. ஒரு மனிதர் பிறருடனான தனது உறவுமுறைகளில், அவர்கள் வாழ்க்கைத் துணையாகவோ, வாரிசாகவோ, சமூகத்தினரா கவோ இருந்தாலும், தனது உரிமையைப் பிடிப்பில் வைத்துக் கொள்ள முடியாதோ என அஞ்சுவதை அது உணர்த்துகிறது. எவரிடத்திலாவது பொறாமை கொள்வதற்கு உங்களிடம் காரணம் இருப்பதாக நீங்கள் உணர்ந்தால்—உதாரணத்திற்கு, நீங்கள் நேசிக்கும் ஒருவர் அவனது அல்லது அவளது கவனத்தை மற்றொ ருவரிடம் மாற்றிக் கொண்டிருப்பதாக நீங்கள் அஞ்சி னால்—உங்களுக்குள் ஏதாவது குறைபாடு உள்ளதா என்பதைப் புரிந்து கொள்ள முதலில் முயற்சி செய்யுங்கள். உங்களைச் செம்மைப்படுத்திக் கொள்ளுங்கள்; உங்களை மேம்படுத்திக் கொள்ளுங்கள். மற்றவரின் அன்பையோ அல்லது மரியாதையையோ பிடிப்பில் வைத்துக் கொள்ள ஒரே வழி நேசத்தின் நியதியை நடைமுறைப்படுத்துவதும், சுய-முன்னேற்றத்தின் மூலம் அந்த அங்கீகாரத்திற்குத் தகுதியுடையவராக ஆதலுமாகும்....உங்களை எப்பொழு தும் முன்னேற்றிக் கொள்வதில் முழு நிறைவு அடங்கியுள்ளது, அதனால் நீங்கள் பிறரை நாடுவதற்குப் பதிலாக, பிறர் உங்களை நாடுவர்.

❖❖❖

உங்களை முன்னேற்றிக் கொள்ள பாடுபடும்

வேளையிலும்கூட, உங்களது சொந்த நற்பண்புகளிலும் மற்றும் சுய-மதிப்பிலும் பாதுகாப்பாக தனித்து நிற்க கற்றுக் கொள்ளுங்கள். பிறர் உங்களிடம் நம்பிக்கைக் கொள்ள வேண்டுமென நீங்கள் விரும்பினால், நினைவில் கொள்ளுங்கள்: உங்களது வார்த்தைகளுக்கு மட்டுமின்றி நீங்கள் எத்தகையவர், உள்ளுக்குள் நீங்கள் என்ன உணர்கிறீர்கள்—உங்களது ஆன்மாவில் என்ன இருக்கிறது என்பவையே பலனை விளைவிக்கும். பிறர் எவ்வாறு நடந்து கொண்டாலும் சரி, அகத்தே ஒரு தேவதையைப் போல இருப்பதற்கு எப்பொழுதும் கடும் முயற்சி செய்யுங்கள். நேர்மையாக, கனிவாக, அன்பாக மற்றும் புரிந்து கொள்பவராக இருங்கள்.

❖ ❖ ❖

யாராவது உங்களிடத்தில் கோபத்துடன் வந்தால், உங்கள் கட்டுப்பாட்டிற்குள் இருங்கள். “நான் எனது நிதானத்தை இழக்க மாட்டேன். அவரது எண்ணம் மாறும் வரையில் நான் அமைதியை வெளிப்படுத்திக் கொண்டே இருப்பேன்.”

❖ ❖ ❖

நேசிக்கப்படும் ஒருவர்...நமது பொறுமையைத் தாங்க முடியாத அளவிற்கு சோதிக்கும் பொழுது, நாம் ஒரு தனிமையான இடத்திற்குச் சென்று, கதவைத் தாளிட்டு, சில உடற்பயிற்சிகளை பயிற்சி செய்யவேண்டும். பிறகு பின்வரும் வழியில் நம்மை அமைதிப்படுத்திக் கொள்ள வேண்டும்:

நிமிர்ந்த முதுகுத்தண்டுடன் ஒரு நேரான நாற்காலியில் அமருங்கள்; பன்னிரண்டு முறை மெதுவாக மூச்சை உள்ளே இழுத்து வெளியே விடவும். பிறகு

பத்து தடவையோ, அதற்கு மேலோ மனத்தில் ஆழ்ந்து சங்கல்பித்துக் கொள்ளுங்கள்: "தெய்வத் தந்தையே, நீ இணக்கமே உருவானவன். உனது இணக்கத்தை நான் பிரதிபலிப்பேனாக. தவறால் பீடிக்கப்பட்ட எனது அன்புக்குரியவரை இணக்கமுடையவராக்கவும்."

இறைவன் தன்னைச் செவிமடுத்து, பதிலளித்து விட்டான் என்பதை தன் மேல் படரும் நிம்மதி மற்றும் அமைதியின் ஆழ்ந்த உணர்வின் மூலம் உணரும் வரையில், ஒருவர் இதனைத் தொடர வேண்டும்.

❖❖❖

"உணர்ச்சிகளைக் கட்டுப்படுத்துவதைப் பற்றிய தங்களது போதனைகள் அபாயகரமானதல்லவா?" ஒரு சீடர் கேட்டார். "பெரும்பாலான உளவியல் நிபுணர்கள் இந்த மன அடக்குமுறை, மனக் கோளாறுகளுக்கும் மற்றும் உடல்நலக் கேட்டிற்கும்கூட வழிவகுக்கும் என்று கூறுகிறார்கள்."

பரமஹம்ஸ யோகானந்தர் பதிலளித்தார்: "மன அடக்குமுறை—அதாவது உங்களுக்கு ஏதோ ஒன்று வேண்டும் என்ற நினைப்பைப் பற்றிக் கொண்டு, ஆனால் அதை அடைவதற்கு ஆக்கப்பூர்வமாக எதையும் செய்யாமல் இருப்பது தீமை பயக்கும். சுய-கட்டுப்பாடு—அதாவது பொறுமையுடன் நல்ல எண்ணங்கள் மூலமாக தீய எண்ணங்களை மாற்றி அமைத்தல், பாவச் செயல்களை பயனுள்ள செயல்களாக மாற்றுதல் என்பவை நன்மை பயக்கும்.

"தீமையிலேயே உறைபவர்கள், தமக்குத்தாமே கெடுதி விளைவித்துக் கொள்கின்றனர். தங்கள் மனங்களை விவேகத்தினாலும் தங்கள் வாழ்க்கையை ஆக்கப்

பூர்வமான செயல்களினாலும் நிரப்புபவர்கள், இழிவான துன்பத்திலிருந்து தம்மை விடுவித்துக் கொள்கின்றனர்."

❖❖❖

"தடை செய்யப்பட்ட ஆசைகளிலிருந்துதான் கோபம் பிறக்கும்," ஸ்ரீ யுக்தேஸ்வர் கூறினார். "நான் மற்றவர்களிடமிருந்து எதையும் எதிர்பார்ப்பதில்லை. ஆதலால் அவர்களுடைய செயல்கள் என் விருப்பத் திற்கு மாறுபட்டதாக இருக்க முடியாது."

❖❖❖

உங்களை யாராவது ஆழமாகப் புண்படுத்தினால், நீங்கள் அதை நினைவில் வைத்துக் கொள்கிறீர்கள். ஆனால் அதன் மீது கவனத்தைக் குவிப்பதற்குப் பதிலாக, உங்களை புண்படுத்திய அந்த மனிதரைப் பற்றிய அனைத்து நல்ல விஷயங்களையும் மற்றும் உங்கள் வாழ்க்கையில் நீங்கள் பெற்றிருக்கும் அனைத்து நல்லவைகளையும் நீங்கள் சிந்தித்தல் வேண்டும். மனிதர்கள் உங்களுக்கு அளிக்கும் அவமதிப்புகளைப் பொருட்படுத்தாதீர்கள்.

❖❖❖

உங்கள் எதிரியினுள்ளும் இறைவனைக் காண முயன்று கொண்டிருப்பதில் கவனம் செலுத்துவது மேலானது; ஏனென்றால் இப்படிச் செய்வதால் உங்கள் மன அமைதியை அழிக்கும் தீய பழிவாங்கும் ஆசைகளிலிருந்து உங்களை விடுவித்துக் கொள்கிறீர்கள். வெறுப்பின் மேல் வெறுப்பை குவிப்பதாலோ அல்லது வெறுப்புக்கு பதில் வெறுப்பைக் கொடுப்பதாலோ, நீங்கள் எதிரிக்கு உங்களிடமுள்ள விரோதத்தை வளர்ப்பதோடு மட்டுமல்லாமல், உங்கள் சொந்த நச்சுத் தன்மையால்

தேகரீதியாகவும் உணர்ச்சிரீதியாகவும் உங்கள் கட்டமைப்பையே நச்சுத்தன்மை அடையச் செய்கிறீர்கள்.

❖ ❖ ❖

மற்றவர்களுக்காக உங்கள் இதயத்தில் அன்பை மட்டுமே வைத்திருங்கள். நீங்கள் அவர்களிடத்தில் நல்லவற்றை அதிகமாகக் காணக் காண, உங்களிடத்தில் அதிகமாக நல்லவற்றை நீங்கள் நிலைநாட்டுவீர்கள். நல்லவற்றின் உணர்வுநிலையைப் பற்றிக் கொள்ளுங்கள். மனிதர்களை நல்லவர்களாக ஆக்குவதற்கான வழி அவர்களில் நல்லவற்றைக் காண்பதாகும். அவர்களை நச்சரிக்காதீர்கள். அமைதியாக, சாந்தமாக எப்பொழுதும் உங்களது ஆதிக்கத்திலேயே இருங்கள். அப்பொழுது ஒத்துப் போவது எவ்வளவு எளிது என்பதை நீங்கள் கண்டு கொள்வீர்கள்.

❖ ❖ ❖

பிறருடைய அனைத்துப் பாதகமான விமர்சனங்களையும் உங்கள் மனத்திலிருந்து அகற்றி விடுங்கள். கருத்துக்களை ஏற்றுக் கொள்ளக்கூடிய ஒரு மனிதரை அன்புடன் சரி செய்வதற்கு ஒரு பார்வையையோ அல்லது ஒரு குறிப்பையோ பயன்படுத்துங்கள், ஆனால் திருந்துவதற்கு கட்டாயப்படுத்தாதீர்கள். மேலும் நீங்கள் மௌனமாக இருந்தாலும்கூட, கடுமையான விமர்சனங்களை நினைத்துக் கொண்டிருப்பதைத் தொடராதீர்கள்.

❖ ❖ ❖

சில நேரங்களில் வார்த்தைகளை விட எண்ணங்கள் அதிக ஆற்றல் வாய்ந்தவையாக இருக்க முடியும். இருப்பவற்றிலேயே மனித மனம்தான் மிகவும்

சக்திவாய்ந்த ஒலிபரப்பு இயந்திரமாக இருக்கிறது. ஆக்கப்பூர்வமான எண்ணங்களை அன்புடன் தொடர்ந்து நீங்கள் ஒலிபரப்பினால், அந்த எண்ணங்கள் பிறர் மீது ஒரு விளைவை ஏற்படுத்தும். (அதே போல், பொறாமை அல்லது வெறுப்பை நீங்கள் ஒலிபரப்பினால், பிறர் அந்த எண்ணங்களைப் பெற்று அதற்கேற்றவாறு எதிர்ச் செயல் புரிவார்கள்.) இறைவனிடம் உங்களது முயற்சிகளின் பின்னே அவனது சக்தியை வைக்கும்படி வேண்டுங்கள். உதாரணத்திற்கு, கணவர் தறிகெட்டுச் சென்று கொண் டிருந்தால், மனைவி இறைவனிடம் பிரார்த்திக்க வேண்டும்: “இறைவா, எனது கணவருக்கு உதவ, எனக்கு உதவு. பொறாமை மற்றும் எதிர்ப்பு ஆகிய எல்லா கறைகளையும் என் இதயத்திலிருந்து நீக்கி விடு. தனது தவற்றை அவர் உணர்ந்து மாற வேண்டும் என்று மட்டுமே நான் பிரார்த்தனை செய்கிறேன். ஐயனே, அவருடன் கூட இரு; மேலும் நான் எனது பாகத்தைச் செய்யுமாறு எனக்கு அருளாசி புரியவும்.” உங்களது இறைத் தொடர்பு ஆழமாக இருந்தால், அம் மனிதர் மாற்றமடைவதை நீங்கள் காண்பீர்கள்.

❖ ❖ ❖

திருப்பி அடிப்பது எளிதானது, ஆனால் உங்களைத் துன்புறுத்துகிறவரை நிராயுதபாணியாக்க முயல்வதற்கு அன்பைக் கொடுப்பதே மிக உயர்ந்த மார்க்கம். அச்சமயத்தில் அது செயல்படாவிட்டாலும், அவர் உங்களை ஓர் அறை விட்டபோது, நீங்கள் பதிலுக்கு அன்பைக் கொடுத்ததை ஒருபோதும் அவர் மறக்கவே மாட்டார். அந்த அன்பு மனப்பூர்வமானதாக இருக்க வேண்டும்; அது இதயத்திலிருந்து வரும் போது, அன்பானது மந்திரச்சக்தி கொண்டதாகும்.

அன்பு புறக்கணிக்கப்பட்டாலும், அதை நீங்கள் கண்டு கொள்ளாதீர்கள். அன்பைக் கொடுத்து, மறந்து விடுங்கள். எதனையும் எதிர்பார்க்காதீர்கள்; பிறகு அதன் மந்திர சக்தியை நீங்கள் காண்பீர்கள்.

மன்னிப்பு

சில சாத்திரங்களின் கடவுள் ஒரு பழிவாங்கும் தெய்வமாக, நம்மை எப்பொழுதும் தண்டிக்கத் தயாராக இருக்கிறார். ஆனால் இயேசு இறைவனின் நிஜமான இயல்பை நமக்குக் காட்டினார்....அவர் தமது எதிரிகளை "தேவதைகளின் பன்னிரண்டு சேனைகளால்"* அழிக்கவில்லை. ஆனால் மாறாக தெய்வீக அன்பின் சக்தியால் தீமையை வென்றார். அவரது செயல்கள் மிக உயர்ந்த இறையன்பையும், இறைவனுடன் ஒன்றாகி இருப்பவர்களின் நடத்தையையும் மெய்ப்பித்துக் காட்டின.

❖❖❖

"எந்த விதமான தீங்கையும் ஒருவன் மன்னித்துவிட வேண்டும்," என்கிறது ***மகாபாரதம்***. "மனிதனுடைய மன்னிக்கும் குணத்தினால்தான் இனத்தின் தொடர்ச்சி சாத்தியமாகிறது என்று கூறப்பட்டுள்ளது. மன்னித்தல் புனிதமானது; மன்னித்தலினால்தான் இந்த அண்ட சராசரம் ஒருங்கிணைக்கப்பட்டுள்ளது. மன்னித்தல் சக்திவாய்ந்தவர்களின் சக்தியாகும்; மன்னித்தல் தியாக மாகும்; மன்னித்தல் மனத்தின் அமைதி நிலையாகும்.

* "நான் இப்பொழுது பிதாவை வேண்டிக் கொண்டால், அவர் பன்னிரண்டு சேனைகளுக்கு அதிகமான தூதரை என்னிடத்தில் அனுப்பமாட்டாரென்று நினைக்கிறாயா?" (*மத்தேயு* 26 : 53).

மன்னித்தலும் கனிவும் தன்னை அடக்கியவர்களின் குணாதிசயங்களாகும். அவை நிரந்தர நற்பண்பைக் குறிக்கின்றன."

❖❖❖

"அப்பொழுது பேதுரு அவரிடத்தில் வந்து: ஆண்டவரே, என் சகோதரன் எனக்கு விரோதமாய்க் குற்றஞ் செய்து வந்தால், நான் எத்தனை தரம் மன்னிக்க வேண்டும்? ஏழு தரமட்டுமோ? என்று கேட்டான். அதற்கு இயேசு: ஏழுதர மாத்திரமல்ல, ஏழெழுபது தரம் மட்டும் என்று உனக்குச் சொல்லுகின்றேன்."* உடன்பட முடியாத இந்த அறிவுரையை அறிந்து கொள்வதற்காக நான் ஆழ்ந்து பிரார்த்தனை செய்தேன். "இறைவா," நான் ஆட்சேபித்தேன், "அது சாத்தியமா?" தெய்வீகக் குரல் கடைசியாக எனக்குப் பதிலளிக்கையில் அது என்னைப் பணிய வைக்கும் ஒரு பேரொளியைக் கொண்டு வந்தது: "எத்தனை தடவைகள் ஓ மனிதனே, தினமும் உங்கள் ஒவ்வொருவரையும் நான் மன்னிக்கின்றேன்?"

❖❖❖

மற்றவர்களின் இதயங்களில் உள்ள எல்லா வேதனைகளுக்கும் ஆதரவளிக்கும் படியாக, "பிதாவே, அவர்களை மன்னியும்; தாம் செய்வது இன்னதென்று அவர்கள் அறியார்,"† என இயேசுநாதரைக் கூற வைத்த அதே இரக்கம் உங்கள் இதயத்தில் பொங்கியெழ வேண்டும். அவருடைய பேரன்பு அனைத்தையும் அரவணைத்தது. ஒரு பார்வையால் தனது பகைவர்களை அவரால்

* *மத்தேயு* 18 : 21-22.

† *லூக்கா* 23 : 34.

அழித்திருக்க முடியும், இருந்தும் நம்முடைய எல்லாத் தீய எண்ணங்களையும் இறைவன் அறிந்திருந்தாலும், நம்மை அவன் இடையறாது மன்னிப்பது போன்று, அவனுடன் இசைந்திருக்கும் அந்த மகா ஆன்மாக்கள் அதே அன்பை நமக்கு அளிக்கின்றனர்.

❖❖❖

கூடஸ்த [கிறிஸ்து] உணர்வுநிலையை* நீங்கள் விருத்தி செய்ய வேண்டுமென்றால், இரக்கமுள்ளவராக இருக்கக் கற்றுக் கொள்ளுங்கள். உங்களுடைய இதயத்தில் மற்றவர்களுக்காக உண்மையான பரிவுணர்ச்சி வரும்போது, நீங்கள் அச்சிறந்த உணர்வுநிலையை வெளிப்படுத்த ஆரம்பிக்கின்றீர்கள்....பகவான் கிருஷ்ணன் கூறியது: "எல்லோரிடத்தும் சமபுத்தியுடையவன் மேலோன் ஆகிறான்...."†

❖❖❖

கடுஞ்சினமும், வெறுப்பும் எதையும் சாதிக்காது. அன்பு வெகுமதி அளிக்கும். யாரையாவது நீங்கள் அடக்கி ஒடுக்கலாம், ஆனால் அம்மனிதர் மீண்டும் மீறி எழுந்து விட்டால், அவர் உங்களை அழிக்க முயற்சி செய்வார். பின்பு எங்ஙனம் நீங்கள் அவரை வென்றிருக்கிறீர்கள்? நீங்கள் வெல்லவில்லை. வெற்றி பெறுவதற்கான ஒரே வழி அன்புதான். மேலும் உங்களால் வெற்றி பெற முடியாத இடத்தில் மௌனமாக மட்டும் இருங்கள் அல்லது வெளியேறி விடுங்கள், மேலும்

* பிரபஞ்ச உணர்வுநிலை; இறைவனின் சர்வவியாபகத்துடன் ஒன்றாகிய தன்மை. பார்க்க சொல்லகராதி.

† பகவத் கீதை VI:9.

அவருக்காகப் பிரார்த்தனை செய்யுங்கள். நீங்கள் அன்பு செலுத்த வேண்டிய வழி அதுவே. இதை உங்களது வாழ்வில் பயிற்சி செய்தால் நீங்கள் அறிவுத்திறனுக்கு அப்பாற்பட்ட அமைதியைப் பெறுவீர்கள்.

உறுதிமொழி

கனிவான, பிறரது நலன் காணும் செயல்களின் மூலமாக தெரிந்தோ, தெரியாமலோ என்னால் விளைந்த எந்த கருத்து வேறுபாட்டையும் களைவதற்கு எப்பொழுதும் கடும் முயற்சி செய்தவாறு, ஒவ்வொருவரையும் மகிழ்விக்க நான் முயலுவேன்.

❖❖❖

என்னை எப்போதும் மனவருத்தம் அடையச் செய்திருந்த அனைவரையும் நான் இன்று மன்னித்து விடுகிறேன். தாகமுள்ள அனைத்து இதயங்களுக்கும், என்னை நேசிக்கிற மற்றும் என்னை நேசிக்காத இரு சாராருக்கும் எனது அன்பை நான் அளிக்கிறேன்.

அத்தியாயம் 12

நிபந்தனையற்ற அன்பு: மனித உறவுகளை முழுநிறைவாக்குதல்

உலகம் முழுவதுமே ***அன்பு*** என்னும் வார்த்தையின் உண்மையான பொருளை மறந்துவிட்டிருக்கிறது. மெய் யன்பு என்றால் என்ன என்று வெகுச் சிலரே அறிந்தி ருக்கும் அளவுக்கு அன்பானது மனிதனால் மிகவும் தவறாகப் பயன்படுத்தப்பட்டும் சித்திரவதை செய்யப் பட்டும் உள்ளது. ஆலிவ்-ன் ஒவ்வொரு பாகத்திலும் எண்ணெய் இருப்பதைப் போல், படைப்பின் ஒவ்வொரு பகுதியிலும் அன்பு ஊடுருவியுள்ளது. ஆனால் எவ்வாறு ஓர் ஆரஞ்சுப் பழத்தின் சுவையை வார்த்தைகளால் முழுமையாக விவரிக்க முடியாதோ, அதே காரணத் தினால், அன்பையும் வரையறுப்பது மிகவும் கடினமாகும். பழத்தின் சுவையை அறிய நீங்கள் அதைச் சுவைக்க வேண்டும். அன்பும் அதுபோலவேதான்.

❖❖❖

பொதுவான அர்த்தத்தில் அன்பு என்பது இணக்கப் படுத்துகின்ற, ஒன்றுசேர்க்கின்ற, ஒன்றாகப் பிணைக் கின்ற படைப்பிலுள்ள ஈர்ப்புசக்தியின் தெய்வீக ஆற்ற லாகும்....அன்பினுடைய கவர்ந்திழுக்கும் ஆற்றலுடன் ஒத்திசைந்து வாழ்பவர்கள், இயற்கையுடனும் அவர்களு டைய சக மனிதர்களுடனும் இணக்கத்தை எய்து வார்கள், மேலும் இறைவனுடன் ஆனந்தமயமான மறு இணைப்பிற்கு ஈர்க்கப்படுவார்கள்.

❖❖❖

“சாதாரண அன்பு, சுயநலமுடையது, இச்சைகளிலும் திருப்திகளிலும் ஆழ்ந்து வேரூன்றியது,” ஸ்ரீ யுக்தேஸ்வர் கூறினார். “தெய்வீக அன்பு நிபந்தனை அற்றது, எல்லையற்றது, மாறுதல் இல்லாதது. தூய அன்பின் நிலைத்த தொடர்பு ஏற்பட்ட அக்கணத்திலேயே மனித நெஞ்சத்தின் மாசுகள் நிரந்தரமாக மறைந்து விடும்.”

❖❖❖

அனேக மானுடர் “நான் உன்னை நேசிக்கின்றேன்” என ஒரு தினம் கூறிய மறுதினமே உங்களை நிராகரிக் கின்றனர். அது அன்பல்ல. எவரது இதயம் அன்பால் நிரப்பப்பட்டுள்ளதோ அவரால் எவரையும் வேண்டு மென்றே புண்படுத்த முடியாது. எந்தவித எதிர்பார்ப்பு மின்றி இறைவனை நீங்கள் நேசிக்கும் போது, எல்லோரிடமும் உள்ள தனது நிபந்தனையற்ற அன்பி னால் உங்கள் இதயத்தை அவன் நிறைத்து விடுகி றான். அந்த அன்பை எந்த மனித நாவாலும் வர்ணிக்க இயலாது....சாதாரண மனிதன் மற்றவர்களை இவ்விதமாக நேசிக்க இயலாதவன். “நான், என்னை, எனது,” என்ற தன்னை-மையமாகக் கொண்ட உணர்வுநிலையில் உள்ளவனான அவன், தன்னுள்ளும் ஏனைய அனைத்து ஜீவராசிகளுள்ளும் உறைகின்ற எங்கும் நிறைந்துள்ள இறைவனை இன்னும் கண்டறியவில்லை. எனக்கு ஒரு மனிதருக்கும் மற்றொருவருக்கும் இடையில் வேறு பாடில்லை; நான் யாவரையும் அந்த ஒரே இறைவனின் ஆன்ம-பிரதிபலிப்புகளாகப் பார்க்கின்றேன். நாம் அனை வரும் ஒரே பரமாத்மாவின் அம்சம் என்று எனக்குத்

தெரியுமாகையால், எவரையும் நான் அன்னியராக எண்ண முடியாது. மதத்தின் உண்மையான கருத் தாகிய—இறைவனை அறிதலை, நீங்கள் அனுபவிக்கும் போது அவனேதான் உங்கள் ஆன்மா மற்றும் அவன் எல்லா ஜீவராசிகளிலும் சரிசமமாகவும் பாரபட்சமின்றியும் உறைகிறான் என்பதை உணர்வீர்கள். அப்பொழுது உங்களால் மற்றவர்களையும் உங்களுடைய சொந்த ஆன்மாவாக நேசிக்க இயலும்.*

❖❖❖

இறைவனது தெய்வீக அன்பில் மூழ்கியிருக்கும் ஒருவரது உணர்வுநிலையில் ஏமாற்றுதல் இல்லை, சாதி அல்லது இனத்தைப் பற்றிய குறுகிய மனப்பான்மை இல்லை, எந்த வகையான எல்லைக் கோடுகளும் இல்லை. அந்தத் தெய்வீக அன்பை நீங்கள் அனுபவிக்கும் பொழுது மலருக்கும் மிருகத்துக்கும் இடையேயும், ஒரு மனிதனுக்கும் மற்றொருவருக்கும் இடையேயும் எந்த வேறுபாட்டையும் நீங்கள் காண மாட்டீர்கள். அனைத்து இயற்கையுடனும் ஆன்மீகத் தொடர்பு கொள்வீர்கள், மேலும் அனைத்து மனித இனத்தினடமும் சமமாக அன்பு செலுத்துவீர்கள்.

❖❖❖

இறை அனுபூதி பெறுவதற்கு எல்லா உயிர்களிடத்தும்

* “உன் தேவனாகிய கர்த்தரிடத்தில் உன் முழு இருதயத்தோடும், உன் முழு ஆத்துமாவோடும், உன் முழு பலத்தோடும், உன் முழுச் சிந்தனையோடும் அன்பு கூர்ந்து, உன்னிடத்தில் அன்பு கூருவதுப் போல பிறனிடத்திலும் அன்புகூருவாயாக” (*லூக்கா* 10 : 27, பைபிள்).

தயை காட்டுவது அவசியம், ஏனென்றால் இறைவனிடம் இந்தக் குணம் கரைபுரண்டு ஓடுகிறது. மென்மையான இதயம் படைத்தவர்கள் மற்றவர்களுடைய இடத்தில் தங்களை வைத்து, அவர்களுடைய துன்பத்தை உணர்ந்து, அதைப் போக்குவதற்கு முயற்சிக்க வல்லவர்கள்.*

பெண்மை மற்றும் ஆண்மை குணங்களை சரிசமப்படுத்துதல்

ஆணுக்கும் பெண்ணுக்கும் இடையே எப்போதுமே ஒரு போட்டி மனப்பான்மை இருந்து கொண்டிருப்பதாகத் தோன்றுகிறது. ஆனால் அவர்கள் சரிசமமானவர்கள்; ஒருவரைவிட மற்றவர் உயர்ந்தவர் இல்லை. இந்த வாழ்க்கையில் நீங்கள் என்னவாக இருக்கிறீர்களோ? அதற்காகப் பெருமை கொள்ளுங்கள்.

❖❖❖

“தூக்கத்தில் நீ ஆணா, பெண்ணா, என்பது உனக்குத் தெரிவதில்லை,” ஸ்ரீ யுக்தேஸ்வர் கூறினார். “ஓர் ஆண், ஒரு பெண்ணைப் போல் நடிப்பதால் அவன் பெண்ணாகி விடுவதில்லை. அதைப் போல் ஆன்மாவும் ஆணாகவும், பெண்ணாகவும் நடித்தாலும், எவ்வித மாற்றமும் இல்லாதிருக்கிறது. ஆன்மா என்பது மாறாத, நிர்க்குணமான கடவுளின் பிரதிபிம்பம்.”

❖❖❖

* பகவான் கிருஷ்ணன் உபதேசித்தான்: “இன்பத்திலும் அல்லது துன்பத்திலும் தனக்காக எவ்வாறு உணர்வானோ அவ்வாறே மற்றவர்களுக்காகவும் உணர்பவன் பரம யோகியெனக் கருதப்படுகிறான்” (பகவத் கீதை VI : 32).

நீங்கள் உங்களை ஓர் ஆண் அல்லது ஒரு பெண் என்ற உணர்வுநிலைக்கு குறுக்கிக் கொள்வதைக்கூட அனுமதிக்காதீர்கள்: நீங்கள் இறைவனது பிம்பத்தில் உருவாக்கப்பட்டுள்ள ஓர் ஆன்மா....“நான் ஆணுமல்ல, பெண்ணுமல்ல; நான் பரம்பொருள்,” என்று எப்பொழுதும் நினைவுப்படுத்திக் கொள்வதே மிக்க விவேகமான வழியாகும். அப்பொழுது அந்த இரண்டு இயல்புகளின் வரம்புக்குட்படுத்தும் உணர்வுநிலையிலிருந்து உங்களை நீங்கள் விடுவித்துக் கொள்வீர்கள்; நீங்கள் ஓர் ஆணாகவோ அல்லது ஒரு பெண்ணாகவோ பிறப் பெடுத்திருந்தாலும், உங்களது மிக உயர்ந்த உள்ளார்ந்த தெய்வீக ஆற்றலை நீங்கள் உணர்வீர்கள்.

❖❖❖

கடவுள் எல்லையற்ற ஞானம் மற்றும் எல்லையற்ற உணர்வு ஆகிய இரண்டும் ஆவான். அவன் படைப்பில் தன்னை வெளிப்படுத்தியபோது இறைவன் தனது ஞானத்திற்கு தந்தை என்ற ஒரு வடிவைத் தந்தருளி னான்; மேலும் அவன் தன் உணர்விற்கு அன்னை என்ற ஒரு வடிவைத் தந்தருளினான்....ஒவ்வொரு தந்தையும் தாயும், இறைவனின் தந்தைக்குரிய அறிவு மற்றும் தாய்க்குரிய அன்பு ஆகிய இரண்டையும் உள்ளார்ந்த பேறாக அளிக்கப்பட்டுள்ளனர். அவர்கள் இப்பேறுகளை முழுமையாக்கிக் கொள்ள வேண்டும்....தெய்வீகத் தன்மை வாய்ந்த மனிதன், தந்தை மற்றும் தாய், ஆகிய இருவருக்குரிய பண்புகளையும் தன்னுள் வளர்த்துக் கொள்கிறான்.

❖❖❖

பெண் உணர்ச்சிவசப்பட்டவள் மேலும் பகுத்தறிய முடியாதவள் என்று ஆண் வாதம் புரிகிறான்; ஆண் உணர இயலாதவன் எனப் பெண் முறையிடுகிறாள். இருவர் கூறுவதுமே தவறுதான். பெண்ணினால் பகுத்துணர முடியும், ஆனால் அவளது இயல்பில் உணர்ச்சி மேலோங்கி உள்ளது; மேலும் ஆணினால் உணர முடியும், ஆயினும் அவனில் பகுத்தறிவு மேலோங்கி இருக்கிறது.

❖❖❖

ஆணுக்கும் பெண்ணுக்கும் இடையே சில வேறுபாடுகளை ஏற்படுத்துவதற்காக இறைவன் இத்தகைய உடல்ரீதியான மற்றும் மன ரீதியான வித்தியாசங்களைப் படைத்தான். அவர்களிடையேயான இலட்சிய ஆன்மீக இணைப்பு, ஆணுக்குள் மறைந்திருக்கும் உணர்வினை வெளிக்கொணரவும் மற்றும் பெண்ணுக்குள் மறைந் திருக்கும் பகுத்தறிவை வளர்ப்பதற்கும் ஏற்படுத்தப் பட்டதாகும். அவர்கள் பூரணப் பகுத்தறிவு மற்றும் உணர்வு ஆகிய தூய தெய்வீகக் குணங்களை வளர்த்துக் கொள்வதில் ஒருவருக்கொருவர் உதவி செய்து கொள்ள வேண்டும் என்பதே பொருள்.

❖❖❖

ஒவ்வொரு பாலினமும் நட்பு மற்றும் புரிந்து கொள்ளுதல் வாயிலாக ஒருவரிடமிருந்து மற்றொருவர் கற்றுக் கொள்வதன் மூலம் ஒரு சரிசமமான நிலையை நோக்கி முன்னேற முயற்சி செய்ய வேண்டும்.

❖❖❖

ஆணும் பெண்ணும் ஒருவரது இயல்பை மற்றவர்

புரிந்து கொண்டாலன்றி அவர்கள் ஒருவரையொருவர் அறியாமையால் சித்திரவதை செய்து கொள்கின்றனர்.... ஒவ்வொருவரும் விவேகம் மற்றும் உணர்ச்சி, இவை இரண்டிற்குமான ஓர் உள்ளார்ந்த சமநிலையை எய்த முயன்று அதனால் ஒரு “முழு” தனித்தன்மை வாய்ந்தவராகவும் ஒரு பூரணமான மனிதராகவும் மாற வேண்டும்.

❖❖❖

இறைத் தொடர்பு மூலம் இந்த இரண்டு பண்புகளின் இணக்கத்தை அல்லது சமநிலையை உங்களுக்குள்ளேயே ஏற்படுத்த முடியும்.

❖❖❖

உயர்ந்த மகான்களிடம் சீரிய ஆண்மை மற்றும் பெண்மைக் குணங்களின் இணைந்த தன்மையை நாம் காண்கின்றோம். இயேசு அவ்வாறு இருந்தார்; அனைத்து குருமார்களும் அவ்விதமே இருந்தனர். அந்த முழுமை யான பகுத்தறிவு-உணர்வு சமநிலையை நீங்கள் அடைந்துவிடும் பொழுது, நீங்கள் எதற்காக இங்கே அனுப்பப்பட்டிருக்கிறீர்களோ அந்த முக்கியப் பாடங்க ளில் ஒன்றை நீங்கள் கற்று விட்டிருப்பீர்கள்.

❖❖❖

ஆன்மாவின் அடிப்படை இயல்பு ஆன்மீகம் என்பதை மனித இனம் உணர வேண்டும். ஏனெனில் ஆணும் பெண்ணும் ஒருவரையொருவர் காமத்தைத் திருப்தி செய்து கொள்வதற்காக மட்டுமே என்ற எண்ணத்தில் நோக்குவது மகிழ்ச்சியின் அழிவை

நாடுவதற்கொப்பாகும். மெதுவாக, சிறிது சிறிதாக மன அமைதி தொலைந்துவிடும்.

❖❖❖

பெண்ணில் இறைவனைக் காண்பதற்கும், அவள் தனது ஆன்மீக இயல்பை உணர்ந்து கொள்ள அவளுக்கு உதவி புரிவதற்கும் ஆண் பெருமுயற்சி செய்ய வேண்டும். அவள் அவனுடன் இருப்பது அவனது புலனின்ப பசியைத் திருப்தி செய்வதற்காக மட்டுமல்ல, ஆனால் அவளைத் தெய்வீகத்தின் ஒரு வெளிப்பாடாக மதித்து, மரியாதை செலுத்துகிற ஒரு துணையாக தன்னுடன் இருப்பதாக அவன் அவளை உணரச் செய்ய வேண்டும். மேலும் பெண்ணும் இதே வகையில் ஆணைக் கருத வேண்டும்.

❖❖❖

ஆணும், பெண்ணும் மெய்யாகவும் தூய்மையாகவும் ஒருவரிடம் மற்றொருவர் அன்பு செலுத்தும் போது, அவர்களிடையே உடல், மனம் மற்றும் ஆன்மாவில் முழுமையான இணக்கம் நிலவுகிறது. அவர்களது அன்பு மிக உயர்ந்த வடிவில் வெளிப்படுத்தப்படும் பொழுது, அது ஒரு பரிபூரண ஒற்றுமையில் முடிகிறது.

திருமணம்

இறை அனுபூதி பெறுவதற்கு ஒருவருக்கொருவர் உதவி செய்து கொள்வதற்காக தங்களுடைய வாழ்க்கையை ஒன்று சேர்க்கும் இருவர் தங்கள் திருமணத்தை அமைத்துக் கொள்ளவேண்டிய சரியான அடித்தளம்: நிபந்தனையற்ற நட்பு.

❖❖❖

தூய மற்றும் நிபந்தனையற்ற அன்பை கணவன்-மனைவிக்கு இடையே, பெற்றோர்-குழந்தைக்கு இடையே, நண்பர்களுக்கு இடையே, தமக்கும் மற்ற அனைவருக்கும் இடையே வளர்த்துக் கொள்ளும் பாடத்தை பயில்வதற்காகத்தான் நாம் பூவுலகிற்கு வந்திருக்கின்றோம்.

❖ ❖ ❖

உண்மையான திருமணம் என்பது சுயநலம், எரிச்சலான மனநிலை, கெட்ட நடத்தை ஆகிய நஞ்சுகள் பொறுமை என்கிற சோதனைக்குழாயில் ஊற்றப்படும் ஒரு சோதனைக் கூடமாகும். அன்பு மற்றும் பெருந்தன்மையுடன் நடந்து கொள்வதற்கான இடைவிடாத முயற்சி ஆகிய கிரியா ஊக்கி (catalyst) யின் சக்தியால் அந்த நஞ்சுகள் சமநிலையாக்கப்பட்டு, மாற்றப் படுகின்றன.

❖ ❖ ❖

உங்களது இயல்பில் உள்ள இனிமையற்ற குணங் களை எழுப்பும்விதமாக உங்களுடைய வாழ்க்கைத் துணையிடம் ஒரு பழக்கமோ அல்லது ஒரு குணமோ இருந்தால், இந்தச் சூழ்நிலையின் நோக்கத்தை நீங்கள் அறிந்து கொள்ள வேண்டும்: உங்களுக்குள் மறைந் திருக்கும் அத்தகைய நஞ்சுகளை மேல்மட்டத்திற்குக் கொண்டுவந்து அதன் மூலம் நீங்கள் அவற்றை நீக்கி உங்களது இயல்பை தூய்மையாக்கிக் கொள்ள வேண்டும் என்பதாகும்.

❖ ❖ ❖

ஒரு கணவனோ அல்லது மனைவியோ, வாழ்க்கைத்

துணைக்காக விருப்பப்பட முடியும் மிகச் சிறந்த விஷயம் ஆன்மீகமாகும்; ஏனெனில் தெய்வீகக் குணங்களாகிய புரிந்து கொள்ளுதல், பொறுமை, பிறர் நிலையை எண்ணிப் பார்த்தல், அன்பு ஆகியவற்றை ஆன்ம மலர்ச்சி வெளிக் கொணர்கிறது. ஆனால் ஆன்மீக வளர்ச்சிக்கான விருப்பம் பிறர் மீது திணிக்கப்பட முடியாதது என்பதை ஒவ்வொருவரும் நினைவில் கொள்ளவேண்டும். நீங்களே அன்பே உருவாக வாழுங்கள், பின் உங்களது நற்பண்பு உங்கள் அன்புக்குரியவர்கள் அனைவரையும் ஊக்கம் பெறச் செய்யும்.

❖❖❖

மணமான தம்பதியர்கள் மணவாழ்க்கையின் மெய் யான உயர்ந்த நோக்கத்தை மனத்தில் கொள்ளாவிடில், வாழ்க்கையில் உண்மையான மகிழ்ச்சியை அவர்களால் எப்பொழுதுமே சேர்ந்து அனுபவிக்க முடியாமல் போகலாம். மண வாழ்க்கை முன்மாதிரியாக இருக்க வேண்டுமெனில் அளவுக்கு மீறிய பாலுணர்வு, மிகவும் அதிகப்படியான நெருக்கம், இணக்கமற்ற தன்மை, சந்தேகம், அவமானப்படுத்தும் பேச்சு அல்லது செய்கைகள், குழந்தைகள் அல்லது விருந்தினர் முன்னிலையில் வாதிடுதல், எரிச்சலடைதல் மற்றும் தனது வாழ்க்கைத் துணையின்மேல் தொல்லைகள் அல்லது கோபம் ஆகிய சுமையை இறக்கி வைத்தல் போன்றவை அனுமதிக்கப்படக் கூடாது.

❖❖❖

முதலாவதும், ஒரு மகிழ்ச்சிகரமான மண வாழ்க்கைக்கு மிகவும் இன்றியமையாததுமான தேவை ஆன்ம ஒற்றுமை—ஆன்மீக இலட்சியங்கள் மற்றும்

இலக்குகளில் ஒத்த தன்மை. இந்த இலக்குகளை கற்றல், முயற்சி மற்றும் சுய-ஒழுக்கம் ஆகியவற்றின் மூலம் அடைவதற்காக அவற்றை விருப்பத்துடன் நடைமுறைப் படுத்த வேண்டும். ஆன்ம ஒற்றுமை பெற்றிருக்கும் தம்பதிகளால் வேறு எந்த விரும்பத்தக்க அடிப்படை இல்லாதிருந்தாலும்கூட மணவாழ்வை வெற்றியாக்க முடியும்.

இரண்டாவதாக ஒரு மகிழ்ச்சி நிறைந்த மண வாழ்க்கைக்கான தேவை—அறிவுபூர்வமான, சமுதாயரீதி யான, சூழ்நிலை சார்ந்த மற்றும் இதர இத்யாதிகளில் ஒத்த ஆர்வம் கொண்டிருத்தல்.

மூன்றாவதும் முக்கியமானதும் இறுதியானதுமான (அறிவுத்தெளிவற்ற மக்களால் வழக்கமாக முதலிடம் அளிக்கப்பட்டிருந்தாலும்கூட) உடற்கவர்ச்சியாகும். முதலாவது தேவையோ அல்லது முதல் மற்றும் இரண்டாவது தேவைகளோ இல்லாவிட்டால், இந்த பந்தம் தனது கவர்ச்சி ஆற்றலை விரைவில் இழந்து விடுகிறது.

❖❖❖

மணம் செய்து கொள்ள விரும்பும் மனிதர்கள் முதலில் தங்களது உணர்ச்சிகளை* கட்டுப்படுத்தக் கற்றுக்கொள்ள வேண்டும். இந்தப் பயிற்சி இல்லாமல் மணமாகிய அரங்கில் ஒன்றாக இருத்தப்படும் இருவர், ஓர் உலக யுத்தத்தின் எதிரிகளை விட மோசமாகப் போரிடுவர்! யுத்தங்கள், குறைந்த பட்சம், ஒரு காலத்திற்குப் பிறகு முடிவுக்கு வருகிறது; ஆனால் சில வாழ்க்கைத்

* பார்க்க பக்கங்கள் 177ff.

துணைவர்கள் வாழ்க்கை முழுவதும் சண்டையில் ஈடுபடுகின்றனர். நாகரீகம் அடைந்த ஒரு சமுதாயத்தில் எவ்வாறு ஒத்துப் போவது என மனிதர்கள் அறிந்திருக்க வேண்டும் என நீங்கள் எண்ணலாம். ஆனால் ஒரு சிலரே இந்தக் கலையைக் கற்றிருக்கின்றனர். ஒரு மணவாழ்க்கையானது உயர்ந்த இலட்சியங்களாலும், இறைவனது அகத்தூண்டுதல் என்ற அமுதத்தினாலும் பேணி வளர்க்கப்பட வேண்டும்; அப்பொழுது அது ஒரு மகிழ்ச்சி நிறைந்த, பரஸ்பரம் பயனளிக்கும் இணைதலாக அமையும்.

❖ ❖ ❖

கடுஞ்சினமிக்க பேச்சு மற்றும் அவமதிப்புகள் ஆகிய குண்டுகளை ஒருவரையொருவர் குறிவைத்துத் தாக்கும் பயிற்சிக்காக உபயோகப்படுத்துவதற்குப் பழக் கப்பட்டிருக்கும் கணவர்களும் மனைவிகளும், அவற்றிற் குப் பதிலாக ஆன்ம–ஆறுதல் தரும் கனிவான வார்த்தை களின் வசீகரத்துடன் ஒருவரையொருவர் மகிழ்விக்க முயற்சி செய்தால், பின்னர் இல்லற வாழ்க்கையில் ஒரு புதிய சந்தோஷத்தை அவர்கள் உருவாக்குவார்கள்.

❖ ❖ ❖

ஆணுக்கும் பெண்ணுக்கும் இடையேயான மண உறவில் பாலுணர்வு அதனுடைய இடத்தை வகிக்கிறது. ஆனால் அந்த உறவில் அது தலையாய காரணியாகி விட்டால், அன்பானது வீட்டிலிருந்து வெளியே பறந் தோடி முழுவதுமாகக் காணாமல் போய்விடுகிறது; அதனுடைய இடத்தில் சொந்தம் கொண்டாடுதல்,

மிகைப்பட்ட நெருக்கம், தவறாக நடத்துதல் மேலும் நட்பு மற்றும் புரிந்து கொள்ளுதலின் இழப்பு போன்றவை வந்து விடுகின்றன. அன்பு பிறக்கும் சூழ்நிலைகளில் ஒன்றாகப் பாலுணர்வு ஈர்ப்பு இருந்தாலும், பாலுணர்வு மட்டுமே அன்பாகாது. பாலுணர்வும் அன்பும் சூரிய சந்திரர்களைப் போன்று மிகவும் விலகியிருப்பவை. உறவு முறையில் உருமாற்றும் இயல்புடைய உண்மையான அன்பின் பண்பு மேலோங்கி இருக்கும் பொழுது மட்டுமே பாலுணர்வு, அன்பை வெளிப்படுத்துவதற்கான ஒரு வழிவகையாக ஆகிறது. பாலுணர்வின் தளத்திலேயே வெகு அதிகமாக வாழ்பவர்கள் தங்களது வழியைத் தொலைத்து ஒரு திருப்திகரமான மணவாழ்க்கை உறவைக் காணத் தவறிவிடுகிறார்கள். பாலுணர்வானது ஆதிக்கம் செலுத்தும் உணர்ச்சியாக இல்லாமல், அன்பு செலுத்துவதற்கு ஒரு தற்செயல் நிகழ்வாக மட்டும் இருக்கிற சுய-கட்டுப்பாட்டின் மூலமே, உண்மையான அன்பு என்றால் என்ன என்பதைக் கணவனும் மனைவியும் அறிந்து கொள்ள முடியும். துரதிருஷ்டவசமாக இந்த நவீன உலகில், பாலுறவு அனுபவத்திற்கு மிகைப்பட்ட முக்கியத்துவம் அளிப்பதன் மூலம், அன்பானது பெரும்பாலும் அழிக்கப்படுகிறது.

❖❖❖

ஓர் இயற்கையான—கட்டாயப்படுத்தப்படாத—மிதத்தை தங்கள் பாலுணர்வு வாழ்க்கையில் பயிற்சி செய்பவர்கள் நட்பு, தோழமை, புரிந்துகொள்ளுதல், பரஸ்பர அன்பு ஆகிய மற்ற நீடித்திருக்கும் குணங்களை கணவன்-மனைவி உறவில் வளர்த்துக் கொள்கிறார்கள்.

உதாரணமாக, மேடம் அமெலிதா கலி-குர்ஸி* மற்றும் அவரது கணவர் ஹோமர் சாமுவெல்ஸ் ஆகியோர் மேற்கில் நான் சந்தித்தவர்களில் மிகச் சிறந்த தம்பதிகள் ஆவர். அவர்களது அன்பு அழகானது, ஏனெனில் அவர்கள் நான் கூறுகின்ற இத்தகைய இலட்சியங்களை பயிற்சி செய்கின்றனர். அவர்கள் பிரிந்திருக்கும் சிறிது நேரத்திற்குக்கூட, ஒருவரையொருவர் மறுபடியும் காண்பதற்கும், ஒருவர் மற்றொருவரின் தோழமையில் இருப்பதற்கும் தங்களது எண்ணங்கள் மற்றும் அன்பைப் பகிர்ந்து கொள்வதற்கும் அவர்கள் ஆவலுடன் எதிர் நோக்குகின்றனர்.

❖❖❖

வாழ்க்கையின் அதிகரிக்கும் அழுத்தங்களுக்கு ஈடு கொடுப்பதற்காக ஒவ்வொரு தனிமனிதனுக்கும் தனிமை அல்லது ஏகாந்தத்திற்கான ஒரு காலம் தேவைப் படுகிறது....ஒருவர் மற்றவரின் சுதந்திரத்தில் அத்துமீறி நுழையாதீர்கள்.

❖❖❖

ஒவ்வாருவரும் மற்றவர் மகிழ்ச்சியாக இருக்க வேண்டும் என்ற விருப்பத்துடன் கணவன், மனைவிக்குச் சேவை செய்யும் பொழுதும், அவள் அவனுக்குச்

* அமெரிக்காவில் பரமஹம்ஸ யோகானந்தரை அவரது ஆரம்ப காலங்களில் சந்தித்த உலகப் பிரசித்த பெற்ற ஒபரா பாடகர் (1889-1963). அவரும் அவரது கணவரும் யோகதா சத்சங்க சொஸைடி/ஸெல்ஃப்-ரியலைசேஷன் ஃபெலோஷிப்-பின் ஈடுபாடுடைய அங்கத்தினராயினர். மேடம் கலி-குர்ஸி, பரமஹம்ஸ யோகானந்தரின் *Whispers from Eternity* என்ற புத்தகத்திற்கு முன்னுரை எழுதினார்.

சேவை செய்யும் பொழுதும், கூடஸ்த (கிறிஸ்து) உணர்வுநிலை—படைப்பின் ஒவ்வொரு அணுவிலும் ஊடுருவியுள்ள இறைவனுடைய அன்பான பிரபஞ்சப் பேரறிவு—அவர்களுடைய உணர்வுநிலையின் மூலமாகத் தன்னை வெளிப்படுத்திக் கொள்ள தொடங்குகிறது.

❖ ❖ ❖

இரு மனிதர்கள் ஒருவருக்கொருவர் ஒரு நிபந்தனை யற்ற அன்பை உணர்ந்து, ஒருவர் மற்றொருவருக்காக தியாகம் செய்யத் தயாராக இருக்கும் பொழுது, அவர்கள் உண்மையாகவே நேசிக்கின்றனர்.

❖ ❖ ❖

அன்புக்குரியவரின் முழு நிறைவை விரும்புவதும், அந்த ஆன்மாவை நினைப்பதில் தூய்மையான மகிழ்ச்சியை உணர்வதும், தெய்வீக அன்பாகும்; மேலும் அதுதான் உண்மையான நட்பின் அன்பு.

❖ ❖ ❖

ஒவ்வொரு காலையும், முக்கியமாக ஒவ்வோர் இரவும் சேர்ந்து தியானம் செய்யுங்கள்....கணவன், மனைவி இருவரும் மற்றும் குழந்தைகளும் இறைவன் மீது ஆழ்ந்த பக்தி செலுத்துவதற்கு ஒன்றுகூடவும், நிரந்தரமாகத் தங்கள் ஆன்மாக்களை என்றும்-ஆனந் தமான பிரபஞ்சப் பேருணர்வுடன்* இணைப்பதற்கும் ஒரு சிறிய குடும்ப வழிபாட்டுப் பீடத்தை வைத்துக் கொள்ளுங்கள்....நீங்கள் அதிகமாக சேர்ந்து தியானம்

* பார்க்க சொல்லகராதி.

செய்யச் செய்ய, ஒருவர் மற்றொருவருக்கான உங்கள் அன்பும் அதிக ஆழமாக வளரும்.

நட்பு

நட்பு என்பது இறைவன் ஆன்மாவிற்கு விடுக்கும் எக்காள நாதமாகும். இவ்வழைப்பு, மற்ற ஆன்மாக்களிடமிருந்தும், இறைவனிடமிருந்தும் ஆன்மாவைப் பிரிக்கின்ற அகந்தை-உணர்வுநிலையாகிய தடுப்புச் சுவர்களை அழிக்க அதற்கு ஆணையிடுகிறது.

❖❖❖

நட்பு என்பது இறைவனது அன்பின் மிகத் தூய்மையான வடிவமாகும், ஏனெனில் இது இதயத்தின் சுதந்திரமான விருப்பத்திலிருந்து பிறக்கிறது, மேலும் குடும்ப உணர்வு மூலம் நட்பு நம் மீது திணிக்கப் படுவதில்லை. இலட்சிய நண்பர்கள் ஒருபோதும் பிரிவதில்லை; அவர்களது உடன்பிறந்தார் போன்ற சகோதர உறவை எதனாலும் துண்டிக்க இயலாது.

❖❖❖

நட்பு என்னும் புதையல் உங்களது வளமிக்க சொத்தாகும், ஏனெனில் இந்த வாழ்க்கைக்கு அப்பாலும் அது உங்களுடன் செல்கிறது. நீங்கள் உருவாக்கியிருக்கும் அனைத்து உண்மை நண்பர்களையும் தெய்வீகத் தந்தையின் இல்லத்தில் நீங்கள் மறுபடியும் சந்திப்பீர்கள், ஏனெனில் உண்மையான நட்பு ஒருபோதும் தொலைந்து போவதில்லை.

❖❖❖

ஓர் ஆன்மீக உறவில் இரு இதயங்களுக்கிடை

யேயோ அல்லது இதயங்களின் ஒரு குழுவுக்குள்ளேயோ முழுமையான நட்பு நிலவும் பொழுது, அத்தகைய நட்பு ஒவ்வொரு தனி மனிதனையும் முழுமையுறச் செய்கிறது.

❖❖❖

உங்களுடைய நெஞ்சத்தில் நல்ல நண்பர்களை ஈர்க்கக்கூடிய காந்தம் உள்ளது. மற்றவர்களைப் பற்றி முதலில் சிந்திக்கும் சுயநலமின்மைதான் அந்தக் காந்தம். வெகு சில மனிதர்களே சுயநலத் தன்மையிலிருந்து விடுபட்டவர்களாய் இருக்கின்றார்கள். இருப்பினும் ஒருவர் மற்றவர்களைப் பற்றி முதலில் எண்ணுவதை பயிற்சித்தால் அவர் சுயநலமின்மை என்னும் பண்பை எளிதாக வளர்த்துக் கொள்ள முடியும்.

❖❖❖

சுயநலம் மற்றும் இதர அழகற்ற பண்புகள் என்ற கறைகளை உங்கள் சொந்தக் குணத்திலிருந்து அகற்றாமல் நீங்கள் உண்மையான நண்பர்களை ஈர்க்க இயலாது. நண்பர்களை உருவாக்க மிகச் சிறந்த கலையானது நீங்களே தெய்வீகமாக—ஆன்மீகமாக, தூய்மையாக, சுயநலமற்று—நடந்து கொள்வதுதான்.... எவ்வளவுஅதிகம்உங்கள்மனிதக்குறைபாடுகள்விடுபட்டு தெய்வீக குணங்கள் உங்கள் வாழ்க்கையில் வருகின்றனவோ, அவ்வளவு அதிகம் நண்பர்களை நீங்கள் பெற்றிருப்பீர்கள்.

❖❖❖

இன்னல்களின்போது தன் நண்பருக்கு நல்ல உற்சாகத்தையும், துயரத்தின்போது அனுதாபத்தையும்,

தொல்லைகளின்போது அறிவுரையையும், மேலும் நிஜமாகத் தேவைப்படும் காலங்களில் பொருள்ரீதியான உதவியையும் வழங்குவதில் பரஸ்பரம் உதவிகரமாக இருப்பதில்தான் உண்மையான அன்பு அடங்கியுள்ளது.... மற்றவருக்கு தனது நட்பை அளித்திருக்கும் ஒருவர், தனது நண்பரின் மகிழ்ச்சிக்காக இழப்பு மற்றும் தியாகம் பற்றிய உணர்வில்லாமலும் செலவைப் பற்றி எண்ணாமலும், சுயநல இன்பங்கள் அல்லது சுய விருப்பத்தை மகிழ்ச்சியுடன் கைவிடுகின்றார்.

❖ ❖ ❖

உங்களுக்கும் அத்தகைய நண்பர்களுக்கும் இடையே எந்த கருத்து வேறுபாடுகள் இருந்தாலும் சரி, புரிந்து கொள்ளுதலும் தொடர்பும் எப்பொழுதும் இருக்கும். அந்த உறவில் கருத்து வேறுபடும் எண் ணங்களையும் பொருட்படுத்தாமல், உங்களிடத்தில் பரஸ்பர மரியாதை இருக்கும். மற்றும் அனைத்திற்கும் மேலாக உங்களது நட்பைப் போற்றுவீர்கள். இறை வனிடத்தில் நிலைநாட்டப்படுகிற உண்மையான நட்பே நீடித்து நிலைக்கும் ஒரே உறவாகும்.

❖ ❖ ❖

நீங்கள் நட்பை அளிக்க முன்வந்தால், நீங்கள் அதில் உண்மையானவராக இருக்க வேண்டும். நீங்கள் வெளியே கனிவு அல்லது ஒத்துழைப்பைக் காட்டிக் கொண்டு, உள்ளே அதற்கு நேரெதிராக உணரக்கூடாது. ஆன்மீக விதிமுறை மிகவும் வலிமை வாய்ந்தது. ஆன்மீகக் கோட்பாடுகளுக்கு எதிராகச் செல்லாதீர்கள். ஒருபோதும் ஏமாற்றுபவராகவோ அல்லது நம்பிக்கைத்

துரோகியாகவோ இருக்காதீர்கள். ஒரு நண்பர் என்ற முறையில், எப்பொழுது உங்கள் சொந்த காரியத்தை கவனிக்க வேண்டும் என்று அறிந்து கொள்ளுங்கள்; உங்களது நிலையைப் புரிந்து கொள்ளுங்கள்; ஒத்துழைப்பதற்கு எப்பொழுது நீங்கள் விருப்பத்துடன் இருக்க வேண்டும் என்பதையும், ஒத்துழையாமல் இருக்க எப்பொழுது நீங்கள் மன உறுதியுடன் இருக்க வேண்டும் என்பதையும் தெரிந்து கொள்ளுங்கள்.

❖❖❖

உண்மையைப் பேசுவதால், ஒருவர் தேவையில் லாமல் மற்றொருவரைக் காட்டிக் கொடுக்க நேரும் பொழுதும், அதனால் எந்த நல்ல பலனுமில்லாமல் போகும் பொழுதும் அந்த உண்மையைப் பேசுவது தவறாகும். ஒரு மனிதர் மது அருந்துகிறார், ஆனால் ஏனைய உலகத்திடம் இருந்து அதை மறைக்க முயற்சிக்கிறார் என வைத்துக் கொள்வோம். உங்களுக்கு அவரது பலவீனம் தெரியும், அதனால் உண்மை என்ற பெயரில், “இன்னார் குடிக்கிறார் என்பது உங்களுக்குத் தெரியுமல்லவா?” என்று உங்கள் நண்பர்களுக்கு நீங்கள் அறிவிக்கிறீர்கள். அத்தகைய விமர்சனம் வேண்டத்தகாதது; பிற மனிதர்களின் விஷயங்களில் ஒருவர் ஓயாது குறுக்கீடு செய்யக்கூடாது. பிறரது தனிப்பட்ட குறைகளை, அவை எவரையும் பாதிக்காத வரையில் பாதுகாத்திருங்கள். தவறு செய்பவரிடம், அவருக்கு உதவுவதற்கான வாய்ப்பையோ அல்லது பொறுப்பையோ நீங்கள் பெற்றிருந்தால், அவரது பலவீ னங்களைப் பற்றி தனிமையில் பேசுங்கள். ஆனால்

யாரோ ஒருவருக்கு உதவி புரிகிற சாக்கில் வேண்டு மென்றே அவரைப் புண்படுத்த ஒருபோதும் பேசாதீர்கள். அதனால் உங்களது எதிரியாக மாறுவதற்கு மட்டுமே, நீங்கள் அவருக்கு "உதவி" செய்வீர்கள். திருந்து வதற்காக அவர் கொண்டிருந்திருக்கக்கூடிய ஏதாவது விருப்பத்தையும்கூட நீங்கள் அணைத்துவிடக்கூடும்.

❖❖❖

உங்களது நண்பருக்கு மனரீதியாக, கலையுணர்வு ரீதியாக மற்றும் ஆன்மீகரீதியாக எழுச்சியூட்டும் மனி தராக இருப்பதன் மூலம் உதவுங்கள். ஒரு நண்பரை ஒருபோதும் ஏளனம் செய்யாதீர்கள். அவரை ஊக்கப் படுத்தவேண்டுமென்று இருந்தாலொழிய அவரைப் போலியாகப் புகழாதீர்கள். அவர் பக்கம் தவறு இருக்கும்பொழுது, அவருடன் ஒத்துப்போகாதீர்கள்.

❖❖❖

உண்மையாக இருங்கள், நேர்மையுடன் இருங்கள், நட்பு நிலைமாறாமல் வளர்ச்சி பெறும். நேர்மை குறித்து ஸ்ரீ யுக்தேஸ்வருடன் நடந்த ஓர் உரையாடலை நான் நினைவுகூர்கின்றேன். நான் கூறி இருந்தேன், "நேர்மையே அனைத்துமாகும்."

அவர் பதிலளித்தார், "இல்லை. முன் கவனத்துடன் கூடிய நேர்மையே அனைத்துமாகும்." அவர் தொடர்ந்தார்: "உனது வீட்டின் வரவேற்பறையில் நீ அமர்ந்து கொண்டிருப்பதாக வைத்துக் கொள்வோம், அங்கே தரையில் ஓர் அழகிய புத்தம் புதிய தரைக் கம்பளம் விரிக்கப்பட்டுள்ளது. வெளியே மழை பெய்து கொண்

டிருக்கிறது. அனேக வருடங்களாக நீ சந்தித்திருக்காத ஒரு நண்பர் கதவை வேகமாக திறந்து கொண்டு உன்னை வாழ்த்துவதற்கு அறைக்குள் வேகமாக நுழைகிறார்."

"அதெல்லாம் சரிதான்," என நான் கூறினேன். ஆனால் எனது குரு தன் கருத்தை இன்னும் கூறவேண்டியிருந்தது.

அவர் கூறினார், "ஒருவரையொருவர் பார்த்துக் கொண்டதில் நீ உண்மையிலேயே மகிழ்ச்சி அடைந்தாய், ஆனால் அவர் உள்ளே நுழைந்து கம்பளத்தைப் பாழாக் குவதற்கு முன்பு தனது சேறு நிறைந்த பூட்ஸை கழற்றும் அளவிற்கு முன்கவனம் நிறைந்தவராய் இருந்திருந்தால் நீ இன்னும் அதிகமாக அதை விரும்பி இருப்பாய் இல்லையா?"

அவர் கூறியது சரி என நான் ஒப்புக் கொள்ள வேண்டியிருந்தது.

ஒருவரைப் பற்றி எவ்வளவு நல்லதாக நீங்கள் எண்ணினாலும் சரி, அல்லது அந்த மனிதருக்கு நீங்கள் எவ்வளவு நெருங்கியவராக இருந்தாலும் சரி, நல்ல நடத்தைகள் மற்றும் முன்கவனம் மூலம் அந்த உறவை இனிமையாக்குவது மிகவும் முக்கியமானது. பிறகு நட்பானது உண்மையிலேயே அற்புதமாகவும் நீடித்ததாகவும் விளங்கும். மற்றவரைப் பற்றி இங்கிதம் பார்க்காத அளவுக்கு உங்களை இட்டுச் செல்கிற நெருக்கமானது நட்புக்கு மிகவும் கெடுதலாகும்.

❖❖❖

மலரின் வளர்ச்சிக்குப் பனித்துளி உதவுவது போல

உட்புற மற்றும் வெளிப்புற இனிமை, நட்பின் வளர்ச்சியைப் பேணுகிறது.

❖❖❖

நட்பு உன்னதமானது, நற்பயன் வாய்ந்தது, புனிதமானது—
இரு தனித் தனி ஆன்மாக்கள் வேற்றுமையுடனே நடையிட்டு
ஆயினும் இணக்கத்துடன், ஒத்துக் கொண்டும் ஒத்துப் போகாமலும்,
பல்வழியிலும் ஒளிர்ந்தவண்ணம் செம்மையுறும்....
ஆ, நட்பு—பூக்கின்ற, சுவர்க்கத்தில்-உதித்த தாவரம்!
அளவற்ற அன்பு மண்ணில் நீ வளர்க்கப் படுகின்றாய்,
ஆன்ம வளர்ச்சியை ஒருங்கே தேடுகின்ற
இருவரால், ஒருவருக்கொருவர் பாதையை எளிதாக்கிக் கொள்வதால்.*

❖❖❖

உண்மையான, நிபந்தனையற்ற ஒரு நண்பராக இருப்பதற்கு, உங்களது அன்பு இறைவனின் அன்பில் நங்கூரமிடப்பட்டு இருக்க வேண்டும். இறைவனுடனான உங்களது வாழ்க்கையே அனைவருடனான உண்மையான தெய்வீக நட்பிற்குப் பின்னால் தூண்டுகோலாக இருக்கிறது.

❖❖❖

* பரமஹம்ஸ யோகானந்தரின் *Songs of the Soul*-ல் “நட்பு” என்னும் கவிதையிலிருந்து.

ஒரு சில ஆன்மாக்களுடன் உங்களது நட்பை முழுமையாக்க முயற்சி செய்யுங்கள். அவர்களுக்கு நிபந்தனையற்ற நட்பை உண்மையாக அளிக்க உங்களால் முடிகிற பொழுது, பின் அனைவருக்கும் முழுமையான நட்பை அளிப்பதற்கு உங்களது இதயம் தயாராகி விடும். மேலும் அவ்வாறு உங்களால் செய்ய முடிகிற பொழுது நீங்கள் தெய்வீகமானவர்களாக—ஒவ்வொரு உயிரினிடத்தும், அதன் தனித்தன்மையைப் பொருட் படுத்தாமல் நட்பை வழங்குகிற இறைவன் மற்றும் மகான்களைப் போன்று ஆகிறீர்கள். மற்றவர்களைத் தவிர்த்து ஒன்று அல்லது இரண்டு ஆன்மாக்களிடம் மட்டுமே மையம் கொண்டிருக்கின்ற நட்பானது, கடலை என்றுமே சென்றடையாமல் மணலிலேயே தன்னை இழந்து விடுகிற நதிக்கு ஒப்பானதாகும். தெய்வீக நட்பெனும் நதி ஆற்றலுடனும் உண்மையுடனும் முன்னோக்கிப் பாயும் பொழுது, பரந்தகன்று இறுதியில் இறைவனது சமுத்திர இருப்பில் ஒன்றாகக் கலந்து விடுகிறது.

❖❖❖

உறுதிமொழி

நான் பிறருக்கு அன்பையும் நல்லெண்ணத்தையும் பரவச்செய்து, இறைவனது அன்பு என்னிடம் வருவதற்கான வழியைத் திறப்பேன். தெய்வீக அன்புதான், அனைத்து நன்மைகளையும் என்னிடம் ஈர்க்கின்ற காந்தமாகும்.

அத்தியாயம் 13

மரணத்தைப் புரிந்து கொள்ளுதல்

சாதாரண மனிதன் மரணத்தை அச்சத்துடனும் கவலையுடனும் நோக்கினாலும், முன்பே அங்கு சென்றிருப்பவர்கள் அதனை அமைதி மற்றும் விடுதலையின் ஓர் அற்புதமான அனுபவமாக அறிகின்றனர்.

❖❖❖

ஒருவேளை நாம் நேசிப்பவர்களைக் குறித்து எல்லாவற்றையும் விட மிக அதிகமாக ஆர்வமடைகின்றோம். அவர்கள் எங்கே இருக்கின்றனர்? நம்மிடமிருந்து ஏன் அவர்கள் மாயமாக மறைக்கப்பட்டனர்? ஒரு சுருக்கமான விடை பெறுதல், அதன் பின் அவர்கள் மரணத் திரைக்குப் பின்னால் மறைந்து விடுகின்றனர். நாம் மிகவும் நிராதரவாகவும் சோகமாகவும் உணர்கிறோம்; மேலும் அது குறித்து நம்மால் எதுவும் செய்ய முடிவதில்லை.... யாராவது இறந்து கொண்டிருக்கும் பொழுது, அவரால் பேச முடியாவிட்டாலும் அவரது உணர்வுநிலையில் ஒரு விருப்பம் வெளிப்படுத்தப்படுகிறது. அவர் சிந்திக்கிறார்: "நான் எனது அன்புக்குரியவர்களை விட்டுப் பிரிந்து கொண்டிருக்கிறேன்; மறுபடியும் அவர்களை எப்பொழுதாவது நான் காண்பேனா?" மேலும் அவர் எவர்களைப் பின்னால் விட்டுச் செல்கிறாரோ, அவர்களும் எண்ணுகின்றனர், "நான் அவரை இழந்து கொண்டிருக்கிறேன். என்னை அவர் ஞாபகம் வைத்துக் கொள்வாரா? நாங்கள் மறுபடியும் சந்திப்போமா?"...இந்த வாழ்க்கையில் எனது அன்னையை நான் இழந்த போது, நான் ஒருபோதும் மறுபடி யாரிடமும் பற்று வைக்க

மாட்டேன் என எனக்குள் சத்தியம் செய்தேன்.* எனது அன்பை நான் இறைவனுக்கு அளித்தேன். மரணத்துடனான அந்த முதல் அனுபவம் எனக்கு மிகவும் கடுமையானதாக இருந்தது. ஆனால் அதன் மூலம் நான் அதிகமாகக் கற்றேன். வாழ்வு மற்றும் சாவின் மர்மத்திற்கு விடை காணும் வரையில் மாதக்கணக்காக, வருடக்கணக்காக, உறுதி தளராமல் நான் தேடினேன்.... உங்களிடம் நான் கூறுவதை, நான் அனுபவித்திருக்கிறேன்.

❖❖❖

மரணத் தறுவாயில், ஸ்தூல உடலின் அனைத்து வரம்புகளையும் மறந்து, எவ்வளவு சுதந்திரமானவர் என்பதை நீங்கள் உணர்கிறீர்கள். முதல் சில நொடிகளுக்கு ஓர் அச்ச உணர்வு—தெரியாததைக் குறித்த, உணர்வு நிலைக்குப் பழக்கப்படாத ஏதோ ஒன்றைக் குறித்த அச்சம் அங்கே இருக்கிறது. ஆனால் அதன் பிறகு ஒரு பெரிய அனுபவ ஞானம் கிடைக்கிறது: ஆன்மா, நிம்மதி மற்றும் சுதந்திரத்தின் ஆனந்தமயமான உணர்வை அனுபவிக்கிறது. நீங்கள் அழியக் கூடிய உடலிலிருந்து வேறாக இருப்பதை நீங்கள் அறிகிறீர்கள்.

❖❖❖

* பரமஹம்ஸ யோகானந்தரின் தாய் இறக்கும்பொழுது அவர் வெறும் பதினோரு வயதுடையவராகவே இருந்தார். இறைவனிடமிருந்து மறுமொழியையும், நமது அனைத்து அன்புக்குரியவர்களுடைய உருவங்களின் வாயிலாக வெளிப்படுவது இறைவனது அன்பே என்ற ஞானத்தையும் அவர் பெறும் வரையில், தனது இளமைத் துடிப்புமிக்க ஆன்மீக மன உறுதியுடன் அவர் விண்ணுலகக் கதவுகளையே புயலெனத் தாக்கினார். இறைவனை நேசிப்பது என்பது, எவரையும் ஒதுக்கி வைக்காமல் அல்லது பாசத்துடன் இணைந்த தவிர்க்க முடியாத துயரமோ இல்லாமல் அனைவரையும் நேசிப்பதாகும். *(பிரசுரதாரரின் குறிப்பு)*

ஒவ்வொருவரும் ஒரு நாள் இறக்கவே போகின்றோம். அதனால் மரணத்தைப் பற்றி பயப்படுவதில் ஒரு பயனுமில்லை. உறக்கத்தில் உங்கள் தேக உணர்வை இழக்கப் போவதை எதிர்பார்த்து நீங்கள் வருத்தமடைவதில்லை; உறக்கத்தை ஆவலுடன் எதிர்நோக்கும் ஒரு விடுதலை நிலையாக நீங்கள் ஏற்றுக் கொள்கிறீர்கள். அதே போல்தான் மரணமும்; அது ஓர் ஓய்வுநிலை, இவ்வாழ்க்கையிலிருந்து கிடைக்கும் ஓர் ஓய்வூதியம். பயப்படுவதற்கு ஒன்றுமில்லை. மரணம் வரும்போது அதைப் பார்த்துச் சிரியுங்கள். மரணம் என்னும் வெறும் ஓர் அனுபவத்தின் மூலம் நீங்கள் கற்றுக் கொள்ளவேண்டிய ஒரு பெரும் படிப்பினை: நீங்கள் இறக்க முடியாது.

❖ ❖ ❖

நமது உண்மையான 'நான்,' அதாவது ஆன்மா, அழிவற்றது. மரணம் என்றழைக்கப்படுகிற அந்த மாற்றத்தில் நாம் ஒரு சிறிது நேரம் உறங்கலாம், ஆனால் நாம் என்றுமே அழிக்கப்பட முடியாதவர்கள். நாம் இருக்கின்றோம், மேலும் அந்த இருப்பு சாசுவதமானது. அலையானது கரைக்கு வருகிறது, மறுபடியும் கடலுக்குத் திரும்பிச் சென்று விடுகிறது; அது தொலைந்து விடுவதில்லை. அது கடலுடன் ஒன்றாக ஆகி விடுகிறது அல்லது மற்றொரு அலையின்* வடிவத்தில் மறுபடியும் திரும்புகிறது. இந்த உடல் வந்திருக்கிறது, மேலும் இது மறைந்துவிடும்; ஆனால் இதனுள் உள்ள ஆன்ம சாரம் என்றும் மடிவதில்லை. அந்த நிரந்தர உணர்வு நிலையை எதனாலும் முடித்து விட இயலாது.

❖ ❖ ❖

* மறுபிறவியைப் பற்றிய ஒரு குறிப்பு. பார்க்க சொல்லகராதி.

விஞ்ஞானம் நிரூபித்திருப்பதைப் போல, பொருளின் ஒரு துகள் அல்லது சக்தியின் ஓர் அலையோ கூட அழிக்க முடியாதது; மனிதனின் ஆன்மா அல்லது ஆன்ம சாரம் கூட அழிக்க முடியாதது. ஜடப் பொருள் மாறுதலுக்கு உட்படுகிறது; ஆன்மா மாறுபடும் அனுபவங்களுக்கு உட்படுகிறது. அடிப்படையான மாறுதல்கள் மரணம் எனப் படுகிறது, ஆனால் மரணமோ அல்லது வடிவத்தில் ஒரு மாறுதலோ ஆன்ம சாரத்தை மாற்றவோ அல்லது அழிக்கவோ செய்யாது.

❖ ❖ ❖

உடல் ஓர் ஆடை மட்டுமே. இந்த வாழ்க்கையில் எத்தனை முறை உங்களது ஆடையை நீங்கள் மாற்றி யிருக்கிறீர்கள், ஆயினும் இதனால் ***நீங்கள்*** மாறிவிட்ட தாகக் கூற மாட்டீர்கள். அதைப் போல, மரணத்தில் இந்த உடலாகிய ஆடையை நீங்கள் விட்டுவிடுகிறபொழுது, நீங்கள் மாற்றமடைவதில்லை. நீங்கள் அவ்வாறாகவே, ஓர் அழியாத ஆன்மாவாக, இறைவனது ஒரு குழந்தையாக இருக்கிறீர்கள்.

❖ ❖ ❖

“மரணம்” என்பது ஒரு மாபெரும் தவறான சொல். ஏனெனில் மரணம் என்பதே இல்லை; வாழ்வில் நீங்கள் களைப்புற்றதும் நீங்கள் சதையாகிய மேல் அங்கியை வெறுமனே அகற்றிவிட்டு, சூட்சும உலகிற்குத்* திரும்பு கிறீர்கள்.

❖ ❖ ❖

* சுவர்க்கம், உயர்ந்த சக்திகள் மற்றும் உணர்வுநிலையை உடைய நுட்பமான பிரதேசம்.

ஆன்மாவின் அழிவற்ற தன்மை குறித்து பகவத் கீதை* அழகாகவும் ஆறுதலாகவும் கூறுகிறது:

> ஒருபோதும் ஆன்மா பிறந்ததில்லை; ஆன்மா இறப்பதும்
> ஒருபோதுமில்லை;
>
> ஒருபோதுமில்லை அது இல்லாதிருந்த காலம்;
> முடிவும் ஆரம்பமும் கனவுகளே!
>
> பிறப்பற்று, இறப்பற்று, மாறுதலற்று உள்ளது
> ஆன்மா என்றென்றும்;
>
> மரணம் அதனைத் தொட்டதே இல்லை, ஆயினும் அதன்
> உடற்கூடு மரணம் எய்தியதாய்த் தோன்றும்.

❖ ❖ ❖

மரணம் என்பது முடிவல்ல; அது கர்மவினை எனும் நீதியின் சட்டமானது, உங்களுடைய தற்போதைய உடலும் சூழ்நிலையும் அவற்றின் நோக்கத்தை நிறை வேற்றிவிட்டதாகத் தீர்மானிக்கும் பொழுதோ, அல்லது உடல் வாழ்வின் சுமையை இனிமேலும் தாங்க முடியாத அளவிற்கு துன்பத்தினால் நீங்கள் மிகவும் சோர்வாகவோ அல்லது முழுவதும் சக்தி இழந்தவராகவோ ஆகும் பொழுதோ, உங்களுக்கு அளிக்கப்படும் தற்காலிக விடுதலை ஆகும். துன்பப்பட்டுக் கொண்டிருக்கிறவர் களுக்கு மரணம் என்பது சரீரத்தின் வலி மிகுந்த சித்திரவதைகளிலிருந்து மீட்சிப்பெற்று விழிப்புடன் கூடிய சாந்தம் மற்றும் அமைதிக்குள் செல்வதாகும். வயதான வர்களுக்கு, இது வாழ்க்கை நெடுகிலுமான வருடக் கணக்கானப் போராட்டங்களின் மூலம் ஈட்டப்பட்ட

* II:20, ஸர் எட்வின் ஆர்னால்டின் மொழிபெயர்ப்பு.

ஓர் ஓய்வூதியமாகும். அனைவருக்கும் இது வரவேற்கத் தக்க ஓர் ஓய்வாகும்.

❖❖❖

இந்த உலகமானது மரணத்தால் நிரப்பப்பட்டிருக் கிறது என்றும், உங்கள் உடலும் கூட துறக்கப்பட வேண்டியதே என்றும் நீங்கள் ஆழ்ந்து சிந்திக்கும் பொழுது, இறைவனது திட்டம் மிகவும் கொடூரமான தாகத் தோன்றுகிறது. அவன் கருணை நிறைந்தவன் என்பதை நீங்கள் கற்பனை செய்ய முடியாது. ஆனால் அறிவுக் கண்ணுடன் மரணத்தின் செயல்முறையை நீங்கள் பார்த்தால், மொத்தத்தில் அது, மாற்றம் என்னும் ஒரு தீயக் கனவைக் கடந்து, இறைவனின் ஆனந்த மயமான சுதந்திரத்தினுள் மீண்டும் செல்லும் இறை வனுடைய எண்ணம் மட்டுமே என்பதை நீங்கள் காண்பீர்கள். ஞானியும் பாவியும் தகுதிக்கு ஏற்றவாறு பெரிய அளவிலோ சிறிய அளவிலோ மரணத்தில் ஒன்று போலவே சுதந்திரம் அளிக்கப்படுகின்றனர். இறைவனது சூட்சுமக் கனவு உலகத்தில்—மரணத்தின் பொழுது ஆன்மாக்கள் செல்லும் இடத்தில்—தங்களது பூவுலக வாழ்க்கையில் அவர்கள் அறிந்தேயிராத ஒரு சுதந்திரத்தை அனுபவிக்கின்றனர். எனவே மரணமென்ற மாயையைக் கடந்து கொண்டிருக்கும் மனிதனைக் கண்டு வருத்தப்படாதீர்கள், ஏனெனில் சிறிது நேரத்திற்குள் அவன் விடுதலையடைந்து விடுவான். அந்த மாயை யிலிருந்து அவன் வெளிவந்த உடனேயே, மரணம் மொத்தத்தில் அவ்வளவு மோசமானதல்ல என்பதை அவன் காண்கிறான். தனது அழியும் தன்மை ஒரு கனவு மட்டுமே என்பதை உணர்கிறான், மேலும் இப்பொழுது தன்னை எந்த நெருப்பும் எரிக்க முடியாது, எந்த நீரும்

தன்னை மூழ்கடிக்க முடியாது; தான் சுதந்திரமாகவும், பாது காப்பாகவும் இருப்பவன் என்று ஆனந்தமடைகிறான்.*

❖❖❖

இறந்து கொண்டிருக்கும் மனிதனின் உணர்வுநிலை உடல் பாரத்தினின்றும், மூச்சுவிட வேண்டிய தேவையினின்றும் மற்றும் எந்த உடல் வலியிலிருந்தும் திடீரென்று விடுவிக்கப்பட்டதாக தன்னைக் காண்கிறது. மிகவும் அமைதியான, தெளிவற்ற, மங்கலான ஒளியுடைய ஒரு சுரங்கப்பாதையின் வழியே மேலெழும்பிச் செல்கின்ற ஓர் உணர்வு ஆன்மாவால் அனுபவிக்கப்படுகிறது. பின்பு ஸ்தூல உடலில் அனுபவித்த மிகமிக ஆழ்ந்த உறக் கத்தை விட இலட்சம் மடங்கு அதிகமாக ஆழ்ந்தும், மிகவும் மகிழ்ந்து அனுபவிக்கத் தக்கவாறும் உள்ள உணர்வில்லாத ஓர் ஆழ் உறக்க நிலைக்கு ஆன்மா மிதந்து செல்கிறது....மரணத்திற்குப் பின் உள்ள நிலையானது பூவுலகில் பல்வேறான மனிதர்களுடைய வாழ்வின் போக்குகளுக்கு ஏற்ப அவர்களால் வெவ்வேறு விதமாக அனுபவிக்கப்படுகின்றது. பல்வகைப்பட்ட மனிதர்கள் தங்களது உறக்கத்தின் கால அளவிலும் ஆழத்திலும் வேறுபடுவது போல, அவர்களது மரணத்திற்குப் பின் உள்ள அனுபவங்களிலும் அவர்கள் வேறுபடுகின்றனர். வாழ்க்கைத் தொழிற்சாலையில் கடினமாக உழைக்கின்ற

* "ஆன்மாவை எந்த ஆயுதமும் வெட்ட முடியாது; தீ அதை எரிக்க முடியாது; நீர் அதை நனைக்க முடியாது; காற்றும் அதை உலர்த்த முடியாது....ஆன்மா மாறுபட முடியாதது, எங்கும் வியாபித்திருப்பது, என்றும் அமைதியானது, நிலையானது—நித்தியமாய் அதுவாகவே இருப்பது. ஆன்மா சிந்தனைக் கப்பாற்பட்டதாக, வெளிப்படாததாக, மாறுபடாததாக அறியப்படுகிறது. எனவே அது இவ்வாறு என அறிந்து, நீ துயரப்படக்கூடாது." (பகவத் கீதை II : 23–25).

நல்ல மனிதர் ஒரு சிறிது காலத்திற்கு ஓர் ஆழ்ந்த, தன்னை மறந்த, ஓய்வு நிறைந்த உறக்கத்திற்குச் செல்கிறார். பின்பு அவர் சூட்சும உலகத்தில் ஏதோவொரு உயிர்ப் பகுதியில் விழித்தெழுகிறார்: “எனது தந்தையின் வீட்டில் அனேக வாசஸ்தலங்கள் உள்ளன.” *

❖❖❖

“என்னால் சுவர்க்கத்தைப் பற்றிய நம்பிக்கையை கொள்ள இயலவேயில்லை,” ஒரு புதிய மாணவர் குறிப்பிட்டார். “உண்மையிலேயே அப்படி ஓர் இடம் இருக்கிறதா?”

“ஆமாம்,” பரமஹம்ஸ யோகானந்தர் பதிலளித்தார். “எவர் இறைவனிடம் அன்பு செலுத்துகிறார்களோ, தங்களது நம்பிக்கையை அவனிடம் வைக்கிறார்களோ அவர்கள் இறக்கும் போது அங்கு செல்கிறார்கள். அந்த சூட்சும தளத்தில், ஒருவர் வெறும் எண்ணத்தின் மூலமாகவே எதை வேண்டுமானாலும் உடனடியாக உருவாக்கும் திறனைப் பெற்றிருப்பார். சூட்சும உடல் மின்னும் ஒளியால் உருவாக்கப்பட்டிருக்கிறது. அந்தப் பிரதேசங்களில் பூவுலகம் எதுவுமே அறிந்திராத வண்ணங்களும் ஒலிகளும் உள்ளன. அது ஓர் அழகான மற்றும் அனுபவிக்கக்கூடிய உலகம்.”

❖❖❖

மரணம் என்பது விஷயங்களின் முடிவல்ல, மாறாக மாறுபடக்கூடிய பொருட்கள் உள்ள ஸ்தூல பிரதேசத்தின் சரீர அனுபவங்களிலிருந்து பல்வண்ண ஒளிகளுடைய

* *யோவான்* 14 : 2 (பைபிள்).

சூட்சுமப் பிரதேசத்தில் உள்ள அதி தூய்மையான மகிழ்ச்சிகளுக்கு செல்கின்ற ஒரு மாற்றலாகும்.

❖❖❖

“சூட்சும லோகமானது எல்லையில்லாத அழகுடன் சுத்தமாகவும், புனிதமாகவும், ஒழுங்குடனும் இருக்கும்,” ஸ்ரீ யுக்தேஸ்வர் கூறினார். “அங்கு உயிரற்ற கிரகங்களோ வறண்ட நிலங்களோ இல்லை. மண்ணுலகக் களங்கங்களான—களைச் செடிகள், பாக்டீரியா, பூச்சிபுழுக்கள், பாம்புகள் முதலியவை கிடையா. பலதரப்பட்ட சீதோஷ்ண நிலைகளும் பருவங்களும் கொண்ட மண்ணுலகம் போலன்றி சூட்சும கிரகங்கள் என்றும் முடிவற்ற வசந்தத்தைப் போன்ற ஒரே சீரான சீதோஷ்ணத்தைக் கொண்டிருக்கும்; எப்பொழுதாவது ஒளிரும் வெண்பனியும், பல்வண்ண ஒளியுடன் கூடிய மழையுடனும் இருக்கும். சூட்சும கிரகங்களில் பல்வண்ண ஏரிகளும், பிரகாசமான கடல்களும், வானவில் நதிகளும் அதிகமாகக் காணப்படும்.”

❖❖❖

சூட்சும உலகில் ஆன்மாக்கள் மிகவும் மெல்லியதான ஒளியாலான ஆடை அணிந்திருக்கும். அவை சதைத் தோலுடன் கூடிய எலும்புகளின் கட்டுகளுக்குள் தம்மை அடைத்துக் கொள்வதில்லை. மற்ற கரடுமுரடான திடப் பொருட்களுடன் மோதி உடையக்கூடிய உறுதியற்ற கனத்த உடற்கூடுகளை அவை சுமப்பதில்லை. எனவே சூட்சும உலகில் மனித உடலுக்கும் மற்றும் திடப்பொருட்கள், சமுத்திரங்கள், மின்னல் மற்றும் நோய்க்கும் இடையே யுத்தம் இல்லை. பகைமை உணர்வுக்குப் பதிலாக, அனைத்துப் பொருட்களும் பரஸ்பர உதவும்

தன்மையுடன் உடனொத்து வாழ்வதால், அங்கே விபத்துக்களும் இல்லை. அதிர்வலையின் எல்லா வகைகளும் ஒன்றோடொன்று இணக்கமாகப் பணிபுரிகின்றன. அனைத்து சக்திகளும் அமைதியாகவும் உணர்வுபூர்வமாக உதவுதலுடனும் வாழ்கின்றன. ஆன்மாக்கள், அவை நடந்து செல்கின்ற கதிர்கள் மற்றும் பருகி உண்ணும் ஆரஞ்சுக் கதிர்கள் ஆகிய அனைத்தும் உயிருள்ள ஒளியால் உருவாக்கப்பட்டுள்ளன. ஆன்மாக்கள் பிராண வாயுவை அல்லாமல், பரம்பொருளின் ஆனந்தத்தைச் சுவாசித்து, பரஸ்பர கவனிப்பு மற்றும் கூட்டுறவில் வாழ்கின்றன.

❖ ❖ ❖

“சூட்சும உலகத்தில், மற்ற பிறவிகளில் நண்பர்களாக இருந்தவர்கள் ஒருவரையொருவர் சுலபமாகக் கண்டு கொள்கின்றனர்,” ஸ்ரீ யுக்தேஸ்வர் கூறினார். “சிரஞ்சீவித் தன்மை கொண்ட நட்பை நினைத்து இவர்கள் மகிழ்வதுடன், பூவுலக வாழ்க்கையில் ஏமாற்றமான துன்பப் பிரிவுகளின் போது அடிக்கடி சந்தேகிக்கப்பட்ட அன்பின் அழிவற்ற தன்மையை அறிந்து கொள்கின்றார்கள்.”

❖ ❖ ❖

நமது அன்புக்குரியவர்கள் இறக்கும் பொழுது நாம் ஏன் அழுகின்றோம்? ஏனெனில் நமது சொந்த இழப்பிற்காக நாம் துக்கப்படுகின்றோம். நமது அன்புக்குரியவர்கள், வாழ்க்கையினுடைய இன்னும் சிறந்த கல்விக்கூடங்களில் பயிற்சி பெறுவதற்காக நம்மை விட்டுப் பிரிந்தால், சுயநலத்துடன் வருத்தப்படுவதற்குப் பதிலாக நாம் மகிழ்ச்சியடைய வேண்டும். ஏனெனில் நமது சொந்த சுயநல விருப்பங்களை ஒலிபரப்புவதன்

மூலம் அவர்களைப் பூவுலகோடு பிணைத்து வைத்து அவர்களது வளர்ச்சியை நாம் தடுக்கக்கூடும். இறைவன் என்றும் புதியவன், மேலும் தனது புத்துயிரூட்டும் மரணம் எனும் எல்லையற்ற மந்திரக் கோலின் மூலம், ஒவ்வொரு படைக்கப்பட்ட பொருளையும், ஒவ்வொரு வாழ்கின்ற உயிரையும் அவனது வற்றாத வெளிப்பாடுகளுக்காக ஒரு தகுதியான சாதனத்தினுள்—தானாகவே என்றும் வெளிப்படுத்திக் கொள்ளுமாறும், என்றும் புத்துருக் கொள்ளுமாறும் வைக்கின்றான். ஓர் உயர்நிலைக்கான பதவி உயர்வைப் போன்று, கடமை உணர்வு மிக்க மனிதனுக்கு மரணம் வருகிறது; தோல்வியாளர்களுக்கு ஒரு மாறுபட்ட சூழ்நிலையில் மற்றுமொரு வாய்ப்பை அவர்களுக்கு அளிப்பதற்காக அது வருகிறது.

❖ ❖ ❖

மரணம் என்பது வாழ்க்கையின் உச்ச நிலையை எட்டுதலாகும். மரணத்தில் வாழ்க்கை ஓய்வை நாடுகிறது. அது மிக உயர்ந்த மகிழ்ச்சிக்கு ஒரு முன்னோடி, சரீரத்தின் அனைத்து சித்திரவதைகளிலிருந்தும் ஈடில்லாத விடுதலை. கடின-உழைப்புடைய உடலின் சோர்வையும் வலிகளையும் உறக்கம் விரட்டியடிப்பது போல, மரணம் தானாகவே அனைத்து உடல் வலிகளையும் நீக்குகிறது. மரணம் ஸ்தூல உடல் சிறையிலிருந்து ஓர் உத்தரவாத விடுதலையாகும்.

❖ ❖ ❖

அஞ்ஞான மனிதன், மரணத்தை, தன் மனத் திற்கினிய நண்பர்களை என்றுமே மறைத்துவிடுவது போல் தோன்றுகின்ற தாண்ட முடியாத பெரும்

சுவராகவே காண்கிறான். ஆனால் பற்றற்ற மனிதன் மற்றவர்களைக் கடவுளின் உருவமாகவே நினைத்து அன்பு செலுத்துவதுடன், மரணத்தின்போது அவனுக்குப் பிரியமானவர்கள் இறைவனிடம் ஒரு சிறு இடைவெளி நேரத்திற்கு ஆனந்தமாக லயித்திருக்கவே திரும்பச் சென்றிருக்கின்றனர் என உணர்ந்து கொள்கிறான்.

❖❖❖

மரணத்திற்குப் பிறகு வாழ்க்கை எவ்வளவு உன்னதமானது! எலும்புகளின் இந்தப் பழைய மூட்டை முடிச்சுக்களை, அதன் அனைத்துத் தொல்லைகளோடும் இனி நீங்கள் கஷ்டப்பட்டு இழுத்துச் செல்லவேண்டி இருக்காது. உடல்ரீதியான வரையறைகளால் தடுக்கப்படாமல், சூட்சும சுவர்க்கத்தில் நீங்கள் சுதந்திரமாக இருப்பீர்கள்.

❖❖❖

நான் ஒரு தடவை இறந்து கொண்டிருந்த ஓர் இளைஞனைப் பற்றிய நான் கண்ட மனக்காட்சியைப் பற்றி எழுதினேன். அதில் மரணத்தைக் குறித்த சரியான மனப்பான்மையை இறைவன் எனக்கு காண்பித்தருளினான். அந்த இளைஞன் படுக்கையில் படுத்துக் கொண்டிருந்தான், அவன் வாழ்வதற்கு இன்னும் ஒரு நாள் மட்டுமே உள்ளது என மருத்துவர்களால் கூறப்பட்டிருந்தான். அவன் பதிலளித்தான், "எனது பேரன்பனை அடைய இன்னும் ஒரே நாள்! மரணம் அமரத்துவத்தின் வாயில்களைத் திறக்கும் பொழுது துன்பமாகிய சிறைக் கம்பிகளிலிருந்து நான் விடுதலை அடைவேன். எனக்காக அழாதீர்கள், நீங்கள் இந்தத் தனிமையான கரையின் மேல் இன்னும் வருந்துவதற்கும் துக்கப்படுவதற்கும் பின் தங்கி இருக்கிறீர்கள்; உங்களுக்காக இரக்கப்படுவது

நான்தான். எனது இழப்பிற்காக அழுத வண்ணம் சோகமான கண்ணீரில் எனக்காகப் புலம்புகிறீர்கள்; ஆனால் ஆனந்தக் கண்ணீருடன் உங்களுக்காக நான் அழுகிறேன், ஏனெனில் உங்கள் நலனை முன்னிட்டு, வழி முழுவதும் அறிவாகிய தீபங்களை ஏற்றுவதற்காக உங்களுக்கு முன்னால் நான் சென்று கொண்டிருக்கின்றேன். மேலும் என்னுடையவரும் மற்றும் உங்களுடையவருமான ஒரே பேரன்பனுடன் நான் இருக்குமிடத்தில் உங்களை வரவேற்பதற்கு நான் காத்திருப்பேன். ஓ பிரியமானவர்களே, எனது ஆனந்தத்தை மகிழ்ந்து கொண்டாடுங்கள்!”*

❖❖❖

இவ்வுலகில் உங்களுக்கு என்ன வரப் போகிறது என்பது உங்களுக்குத் தெரியாது; நீங்கள் தொடர்ந்து வாழ்ந்துகொண்டு கவலைப்பட்டுக் கொண்டே இருக்க வேண்டியதுதான். இறந்து போகிறவர்கள் நம்மிடம் பரிதாபம் கொள்கின்றனர்; அவர்கள் நம்மை ஆசீர் வதிக்கின்றனர். அவர்களுக்காக நீங்கள் ஏன் வருத்தப்பட வேண்டும்? நான் இதை [இறந்து கொண்டிருக்கும் ஓர் இளைஞனைப் பற்றிய கதை] தனது புத்திரனை இழந்துவிட்ட ஒரு பெண்ணுக்குக் கூறினேன். நான் விளக்கமளித்து முடிந்ததும், அவள் உடனே தனது கண்ணீரைத் துடைத்து விட்டு கூறினாள், “இதற்கு முன்பாக இவ்விதமான அமைதியை நான் ஒருபோதும் உணர்ந்ததில்லை. எனது மகன் விடுதலை பெற்றுள்ளான்

* பரமஹம்ஸ யோகானந்தர், *Songs of the Soul* எனும் புத்தகத்திலிருந்து அவரது கவிதை “The Dying Youth’s Divine Reply” யின் பொழிப்புரையை இங்கு தருகிறார்.

என்பதை அறிவதில் மகிழ்ச்சி அடைகிறேன். அவனுக்கு பயங்கரமான ஏதோவொன்று நிகழ்ந்து விட்டதாக நான் எண்ணினேன்."

❖❖❖

அன்புக்குரியவர் ஒருவர் இறந்துவிடும் பொழுது காரணமின்றி துக்கப்பட்டுக் கொண்டிருக்காமல், இறைவனின் சித்தத்தினால் அவர் ஓர் உயர்ந்த நிலைக்கு சென்றிருக்கிறார் என்றும், அவருக்கு எது நல்லது என்பது இறைவனுக்குத் தெரியும் என்றும் அறிந்து கொள்ளுங்கள். அவர் விடுதலையாகி விட்டார் என்று மகிழ்ச்சி அடையுங்கள். அவரது முன்னோக் கியப் பாதையில் உங்கள் அன்பும் நல்லெண்ணமும் ஊக்கமளிக்கும் தூதுவர்களாக இருக்க வேண்டும் என வேண்டிக் கொள்ளுங்கள். இந்த மனப்பான்மை மிக அதிக உதவி புரியும். நேசித்தவர்களின் இழப்பை நாம் உணரவில்லையெனில், நாம் மனிதர்கள் ஆக மாட்டோம் என்பது நிச்சயம் சரிதான்; ஆனால் தனிமையில் அவர்களது இழப்பை உணர்வதில் நமது சுயநலப் பற்றானது, அவர்களைப் புவியுடனேயே பந்தப்படுத்தி வைத்திருப்பதற்கு காரணமாக அமைவதை நாம் விரும்ப மாட்டோம். மிக அதிகமான துக்கம் ஓர் இறந்துவிட்ட ஆன்மாவை இன்னும் அதிக அமைதியையும் விடுதலையையும் நோக்கி முன்னேறிச் செல்வதிலிருந்து தடுத்துவிடும்.

❖❖❖

[மரணத் தறுவாயில் அனுசரிக்கக் கூடிய உசிதமான துக்கமுறை உள்ளது. அது தனது ஆரம்பகால மற்றும்

முதன்மையான சீடர்களில் ஒருவரும், தம்மால் அன்புடனும் மரியாதையுடனும் "சிஸ்டர்" என்று அழைக்கப்பட்டவருமான ஸ்ரீ ஞான மாதாவிற்காக பரமஹம்ஸ யோகானந்தர் நடத்திய நினைவஞ்சலியில் அவரால் வெளிப்படுத்தப்பட்டது.]*

நேற்றிரவு என் கண்களில் கண்ணீர் இருந்த போது, பரம்பொருளின் ஆனந்தத்தில் "சிஸ்டர்" சுதந்திரமாக இருக்கிறார் என்பதில் நான் மகிழ்ச்சியுடன் இருக்க வேண்டுமென யாரோ ஒருவர் என்னிடம் கூறினார். நான் கூறினேன், "சிஸ்டர் எவ்வளவு ஆனந்தமாக இருக்கிறார், அவரது வாழ்க்கையின் உன்னதமான அத்தியாயம் எங்ஙனம் முடிவுற்றது, அவரது உடலிலிருந்து வலி எவ்வாறு வெளியேறியது....என அனைத்தையும் நான் அறிவேன். என் ஆன்மா அவருடையதுடன் சேர்ந்து இறைவனில் இருக்கிறது. ஆனால் இவை, இகத்தில் நான் அவரை இழந்து விட்டதற்கான கண்ணீர் துளிகள்...."

சிஸ்டர் என இருந்த பிரகாசமும் பணிவும் கொண்ட அந்த ஒளி என் முன்னால் அணைக்கப்பட்டுப் பேரொளியுடன் இரண்டறக் கலந்து விட்டது. அது எனது மனநிறைவும் மற்றும் எனது வருத்தமும் ஆகும். மேலும் நம் இதயங்களிலிருந்து இவ்வளவு அதிகமான அன்பை எழுச்சியடையச் செய்ய அவர் நம்முடன் இருந்தார் என்ற சந்தோஷத்தில், வருத்தமாக இருப்பதற்கு நான் சந்தோஷமடைகின்றேன்.

❖❖❖

இறந்துவிட்ட அன்புக்குரியவர்களுக்கு உங்கள் எண்ணங்களை அனுப்புவதற்கு, உங்கள் அறையில்

* பார்க்க பக்கம் 66-567

அமைதியாக அமர்ந்து இறைவன் மீது தியானியுங்கள். அவனது அமைதியை உள்ளுக்குள் நீங்கள் உணரும் பொழுது, கூடஸ்த மையத்தில்* இரு புருவங்களுக்கு இடையே உள்ள இச்சா சக்தி மையத்தில், ஆழ்ந்த ஒரு முனைப்புடன் மறைந்துவிட்ட அன்புக்குரியவர்களுக்கு உங்கள் அன்பை ஒலிபரப்புங்கள். நீங்கள் தொடர்பு கொள்ள விரும்பும் மனிதரை கூடஸ்த மையத்தில் மனக் காட்சியாகக் காணுங்கள். உங்களது அன்பு, வலிமை மற்றும் துணிவின் அதிர்வலைகளை அந்த ஆன்மாவிற்கு அனுப்புங்கள். இதைத் தொடர்ச்சியாக நீங்கள் செய்தால், மேலும் அந்த பிரியமானவரிடத்தில் உங்களது அக்கறையின் தீவிரத்தை நீங்கள் இழக்காமலிருந்தால், அந்த ஆன்மா நிச்சயமாக உங்களுடைய அதிர் வலைகளை ஏற்றுக் கொள்ளும். அத்தகைய எண்ணங்கள், உங்களது அன்புக்குரியவர்களுக்கு நலத்தைப் பற்றிய உணர்வையும், அன்பு காட்டப்படும் உணர்வையும் அளிக்கின்றன. நீங்கள் அவர்களை மறந்திருப்பதைக் காட்டிலும் அதிகமாக அவர்கள் உங்களை மறந்திருக்க மாட்டார்கள்.

❖❖❖

உங்களுடைய அன்பு மற்றும் நல்லெண்ணச் சிந் தனைகளை உங்களது அன்புக்குரியவர்களுக்கு அனுப்பு வதற்கு, அவ்வாறு அனுப்ப வேண்டுமென நீங்கள் நாட்டம் கொள்ளும் பொழுதெல்லாம், ஆனால் குறைந்த பட்சம் வருடத்திற்கு ஒரு முறை—ஏதாவது விசேஷமான ஆண்டு நிறைவின் போதாவது அனுப்புங்கள். மானசீகமாக அவர்களுக்குக் கூறுங்கள், "ஏதாவது

* பார்க்க சொல்லகராதி.

ஒரு சமயத்தில் நாம் மறுபடியும் சந்தித்து ஒருவரோடொருவர் நமது தெய்வீக அன்பையும் நட்பையும் வளர்த்துக் கொள்ளத் தொடருவோம்." உங்களது அன்பான எண்ணங்களை அவர்களுக்கு இப்பொழுது நீங்கள் இடைவிடாது அனுப்பினால், ஏதாவது ஒரு நாள் நீங்கள் நிச்சயமாக மறுபடியும் அவர்களை சந்திப்பீர்கள். இந்த வாழ்க்கை இறுதியான தல்ல, மாறாக உங்களது அன்புக்குரியவர்களுடனான உங்கள் உறவின் நிரந்தரச் சங்கிலியில் ஓர் இணைப்பு மட்டும்தான் என்பதை நீங்கள் அறிவீர்கள்.

உறுதிமொழி

ஓ தெய்வ அன்னையே, நான் தற்போதைய வாழ்க்கையின் மேற்பரப்பில் மிதந்து கொண்டிருந்தாலும் சரி, அல்லது மரண அலைகளின் கீழ் மூழ்கிக் கொண்டிருந்தாலும் சரி, நான் உனது பாதுகாக்கும், சர்வ வியாபக நிரந்தர வாழ்க்கைக் கடலாகிய நெஞ்சத்தில் இளைப்பாறுகின்றேன்; நான் உனது அமரத்துவ கரங்களில் தாங்கப்பட்டுள்ளேன்.

❖❖❖

நான் நட்சத்திரத்திலிருந்து நட்சத்திரத்திற்குப் பறந்து செல்வேன்; சாசுவதத்தின் இந்தப் பக்கத்திலிருந்தாலும் சரி, அல்லது சாசுவதத்தின் மறுபக்கத்திலிருந்தாலும் சரி, அல்லது வாழ்க்கை அலைகளினூடே பொங்கியெழுந்து கொண்டிருந்தாலும் சரி, அணுவிலிருந்து அணுவுக்கு—ஒளிகளுடன் பறந்து கொண்டும், விண்மீன்களுடன் சுழன்று கொண்டும்

அல்லது மனித வாழ்க்கைகளுடன் நடனமாடிக் கொண்டும்! நான் ஓர் அழிவற்றவன்! மரண உணர்வுநிலையிலிருந்து என்னையே நான் மீட்பித்து விட்டேன்.

❖❖❖

இறைவனின் சாசுவத வாழ்க்கை என் வழியாகப் பாய்கின்றது. நான் அழிவற்றவன். என் மன அலையின் பின்னால் பிரபஞ்ச உணர்வுநிலை ஆகிய சமுத்திரம் உள்ளது.

அத்தியாயம் 14

உங்களுடைய உண்மையான ஆன்மாவை விழிப்புறச் செய்வதற்கு அமரத்துவ எண்ணங்களை எங்ஙனம் பயன்படுத்துவது

[பரமஹம்ஸ யோகானந்தர் எழுதியருளியது:

"இறை சிந்தனையுடன் நீங்கள் இசைந்திருந்து, மாயையாகிய ஆணியை சத்தியத்தின் நியாயமான எண்ணங்கள் எனும் சுத்தியலைக் கொண்டு அடித்தால், மாயையை நீங்கள் வெல்ல முடியும். ஓர் அமரத்துவ எண்ணத்தை மாற்றீடாகக் கொள்வதன் மூலம் அனைத்து அழியும் எண்ணங்களையும் ஒழித்துவிட முடியும்."

அவருடைய சொற்பொழிவுகள் மற்றும் நூல்களிலிருந்து எடுக்கப்பட்ட இத்தொகுப்பில் சிறப்பு அம்சமாக இருப்பவை உறுதிமொழிகளும் ஆன்ம அறியும்திறன்களும் ஆகும் — "அமரத்துவ எண்ணங்கள்" — உங்களுக்குள்ளும் படைப்பு முழுவதும் ஊடுருவி இருக்கும் சாசுவதமான, பேரின்பமான மெய்ம்மையைப் பற்றிய பெரும் விழிப்புணர்வைப் பெறுவதற்கு நீங்கள் பயன்படுத்த இயல்வதற்காக.]

இரவும் பகலும், நீங்கள் உண்மையிலேயே எதுவாக இருக்கிறீர்கள் என்பதை வலியுறுத்திக் கூறுங்கள்

இந்த உண்மையை உங்களுக்கே இடைவிடாமல் திரும்பத் திரும்பக் கூறிக் கொள்ளுங்கள்:

"நான் மாற்றமற்றவன், நான் எல்லையற்றவன். நான் உடைகின்ற எலும்புகளையும் அழியப்போகின்ற ஓர் உடலையும் கொண்ட ஒரு சிறிய மனிதனல்ல. நானொரு மரணமற்ற, மாற்றமற்ற எல்லையற்றவன்."

❖❖❖

மது அருந்திய ஓர் இளவரசன் குடிசைப்பகுதிகளுக்குச் சென்று, அவனுடைய நிஜமான அடையாளத்தை முற்றிலுமாக மறந்துவிட்டு, "நான் எவ்வளவு ஏழை" என புலம்பத் தொடங்கினால், அவனுடைய நண்பர்கள் அவனைக் கண்டு நகைத்து கூறுவார்கள், "விழித்துக் கொள், நீ ஓர் இளவரசன் என்பதை நினைவுகூர்." நீங்களும் அவ்வாறே ஒரு மனப்பிரமை பிடித்த நிலையில், போராடிக் கொண்டிருக்கும் துயர்மிகுந்த ஒரு நிராதரவான மனிதன் என எண்ணிக் கொண்டிருக்கிறீர்கள். ஒவ்வொரு நாளும் நீங்கள் அமைதியாக அமர்ந்து, ஆழ்ந்த திடநம்பிக்கையுடன் வலியுறுத்திக் கொள்ளுங்கள்:

"பிறப்பு, இறப்பு, குலம் யாதுமில்லை; தாயும், தந்தையும் யாருமில்லை. தூய ஆன்மா, அவன் நான். எல்லையற்ற மகிழ்ச்சி நான்."

நீங்கள் இந்த எண்ணங்களை இரவும் பகலும், மீண்டும் மீண்டும் திரும்பக் கூறினால், இறுதியாக நீங்கள் உண்மையிலேயே எதுவாக இருக்கிறீர்கள் என்பதை உணர்ந்து கொள்வீர்கள்: ஓர் அமரத்துவ ஆன்மா.

உங்களுடைய உண்மையான ஆன்மாவை மறைத்திருக்கும் அனைத்து வரம்புக்குட் படுத்தும் எண்ணங்களையும் உரித்து விடுங்கள்

நீங்கள் யார் என உங்களுக்குத் தெரியாது என்பது

விந்தையாக இல்லையா? உங்களுடைய சொந்த பரமாத்மாவை உங்களுக்குத் தெரியாது என்பதும்? உங்களுடைய உடலுக்கும், மனிதக் கடமைக் கூறுகளுக்கும் பொருத்தமான அத்தனை வித்தியாசமான பட்டங்களால் உங்களை நீங்களே வரையறுத்துக் கொள்கிறீர்கள்....இந்தப் பட்டங்களை ஆன்மாவிலிருந்து நீங்கள் உரித்துவிட வேண்டும்.

> *"நான் எண்ணுகின்றேன், ஆனால் நான் எண்ணம் அல்ல. நான் உணர்கின்றேன், ஆனால் நான் உணர்வு அல்ல. நான் தீர்மானிக்கின்றேன், ஆனால் நான் தீர்மானம் அல்ல."*

எது விடப்பட்டுள்ளது? நீங்கள் இருக்கிறீர்கள் என்பதை அறிகின்ற நீங்கள்தான்; நீங்கள் இருக்கிறீர்கள் என்பதை உணரும் நீங்கள்தான்—உள்ளுணர்வின் மூலம், அதாவது தனது சொந்த இருப்பைப் பற்றிய ஆன்மா வினுடைய நிபந்தனையற்ற அறிதலால் தரப்படும் நிரூபணத்தின் வாயிலாக அறிகிறீர்கள்.

❖❖❖

நாள் முழுவதும் நீங்கள் இடையறாமல் உடலின் மூலம் செயலாற்றிக் கொண்டிருக்கிறீர்கள், ஆகவே நீங்கள் அதனுடன் அடையாளப்படுத்திக் கொள்கிறீர்கள். ஒவ்வோர் இரவும் இறைவன் உங்களை அந்த சிறைப் படுத்தும் மாயையிலிருந்து அகற்றுகிறான். நேற்றிரவு ஆழ்ந்த கனவற்ற உறக்கத்தில், நீங்கள் ஒரு பெண்ணா கவோ அல்லது ஓர் ஆணாகவோ அல்லது ஓர் அமெரிக்க னாகவோ அல்லது இந்துவாகவோ அல்லது செல்வந்தனா கவோ அல்லது ஏழையாகவோ இருந்தீர்களா? இல்லை. நீங்கள் தூய ஆன்மாவாக இருந்தீர்கள்....ஆழ்ந்த

உறக்கத்தின் அரை-உயர்உணர்வுநிலை விடுதலையில் இறைவன் உங்களுடைய அனைத்து மனிதப் பட்டங்களையும் அகற்றிவிட்டு, நீங்கள் தேகத்திலிருந்தும் அதனுடைய அனைத்து வரம்புகளிலிருந்தும் தனிப்பட்டு இருக்கிறீர்கள் — பரவெளியில் அமைதியுற்றிருக்கும் தூய உணர்வுநிலை — என்பதை உங்களுக்கு உணரச் செய்கிறான். அந்தப் பரந்தகன்ற தன்மைதான் உங்களுடைய பரப்பிரம்ம நிலை.

❖❖❖

ஒவ்வொரு காலையும் நீங்கள் விழித்தெழும் பொழுது இந்த உண்மையை உங்களுக்கே ஞாபகப்படுத்திக் கொள்ளுங்கள்:

> *"எனது பரம்பொருளின் அகக்காட்சியிலிருந்து இப்பொழுது நான் வெளிப்படுகிறேன். நான் உடல் அல்ல. நான் கண்ணுக்குப் புலனாகாதவன். நான் பேரானந்தம். நான் பேரொளி. நான் பெரும் ஞானம். நான் பேரன்பு. நான் இந்தப் பூவுலக வாழ்க்கையை கனவு கண்டுகொண்டிருக்கும் கனவு உடலினுள் உறைந்திருக்கின்றேன்; ஆனால் நானோ எப்பொழுதும் சாசுவதமான பரம்பொருள்."*

உங்களுடைய ஆன்மா இறைவனிடமிருந்து பிரிக்க முடியாதது என அறியுங்கள்

மிக உயர்ந்த ஞானம் ஆத்ம-அனுபூதியாகும் — ஆன்மாவை அறிதலாகும். அதாவது ஆன்மா, இறை வனிடமிருந்து நிரந்தரமாக பிரிக்க முடியாதது .... அந்த ஒருவன்தான் உயிர்வாழ்கின்ற அனைத்தினுடைய வெகு உள்ளார்ந்த மையத்தில் உள்ளான். "ஓ அர்ஜுனா!

அனைத்து உயிரினங்களின் இதயத்திலுள்ள ஆன்மா நானே: நானே அவற்றின் தோற்றுவாய், பேரிருப்பு, மற்றும் இறுதிமுடிவு."

❖❖❖

எல்லா தலைச்சிறந்த மகான்களும் அறிவிப்பது என்னவெனில் இந்த தேகத்திற்குள் அழிவற்ற ஆன்மா, அனைத்தையும் தாங்கிப்பேணும் பரம்பொருளினுடைய ஒரு பொறி உள்ளது. யார் தனது ஆன்மாவை அறிவாரோ அவர் இந்த உண்மையை அறிவார்:

> *"நான் எல்லைக்குட்பட்ட அனைத்திற்கும் அப்பாற் பட்டவன்....நானே விண்மீன்கள், நானே அலைகள், நானே அனைத்தினுடைய பேருயிர்; நானே அனைத்து இதயங்களின் அகத்தே உள்ள சிரிப்பு, நானே மலர்களின் வதனத்திலும், ஒவ்வோர் ஆன்மாவிலும் உள்ள புன்னகை. நானே படைப்பு முழுவதையும் தாங்கிப்பேணும் பெரும் ஞானம் மற்றும் மகாசக்தி."*

சிந்தியுங்கள், வலியுறுத்திக் கூறுங்கள், உங்களுடைய தெய்வீக இயல்பை உணர்ந்தறியுங்கள்

நாம் பலவீனமான மனிதர்கள் என்ற யுகயுகங்களாக உள்ள தவறான எண்ணத்தை ஒழியுங்கள். நாம் இறைவனின் புதல்வர்கள் என்று தினமும் சிந்திக்கவும், தியானிக்கவும், நம்பவும், சங்கல்பித்துக் கொள்ளவும், உணர்ந்தறியவும் வேண்டும்.

❖❖❖

நீங்கள் கூறலாம், "அது ஓர் எண்ணம் மட்டுமே." சரி, எண்ணம் என்பது என்ன? நீங்கள் காண்கிற

அனைத்தும் ஓர் எண்ணத்தின் விளைவுதான்.... கண்ணுக்குப் புலப்படாத எண்ணம் அனைத்துப் பொருட்களுக்கும் அவற்றின் நிஜத்தன்மையைக் கொடுக்கிறது. ஆகவே நீங்கள் உங்களுடைய எண்ண நடைமுறைகளைக் கட்டுப்படுத்த முடிந்தால், நீங்கள் எதனையும் கண்ணுக்குப் புலப்படும்படி செய்ய இயலும்; உங்களுடைய ஒருமுகப்படும் ஆற்றலின் மூலம் நீங்கள் அதனை உருப்பெறச் செய்ய இயலும்.

குரு-அருளிய விஞ்ஞானரீதியான தியான உத்திகளின் மூலமாக உங்களுடைய எண்ணங்களை அடக்குவதற்கும் மனத்தை உள்முகமாக செலுத்துவதற்கும் கற்றுக் கொள்வதால், நீங்கள் ஆன்மீகத்தில் படிப்படியாக வளர்ச்சியடைவீர்கள்: உங்களது தியானம் ஆழ்ந்து செல்லும் மேலும் அகத்தே உள்ள இறைவனின் ஆன்ம-பிரதிபிம்பமாகிய உங்களுடைய கண்ணுக்குப் புலப்படாத ஆன்மா, உங்களுக்கு நிஜமாகும்.

❖❖❖

நீங்கள் அழிக்க விரும்பும் எண்ணங்களை, ஆக்கப்பூர்வமான எண்ணங்களைக் கொண்டு மாற்று வதன் மூலம் நினைவில் இருந்து அகற்றுங்கள். இதுதான் சுவர்க்கத்திற்கான திறவுகோல்; அது உங்கள் கைகளில்தான் உள்ளது. . . .

நாம் யார் என்று நம்மைப் பற்றி ***எண்ணுகின்றோமோ*** அதுவே நாம்....உங்களுடைய உணர்வுநிலையை அழிவுக்குரியவன் என்பதிலிருந்து தெய்வீகமானவன் என்பதற்கு மாற்றுங்கள்.

❖❖❖

"நான் எல்லையற்றவன். நான் இடைவெளியற்றவன். நான் சோர்வற்றவன்; நான் உடல், எண்ணம் மற்றும் சொல்லுக்கு அப்பாற்பட்டவன்; அனைத்து சடப்பொருள் மற்றும் மனத்திற்கு அப்பாற்பட்டவன். நான் முடிவற்ற பேரின்பம்."

தெய்வீக உண்மையை மனத்தில் இடையறாமல் பதிய வையுங்கள்

உடல்நலமின்மை, முதுமை, மரணம் ஆகிய மனித குறைபாடுகளைப் பற்றிய எந்தக் கருத்தையும் மனத்திற்குக் கூறுவதைத் தவிர்க்கவும். அதற்கு பதிலாக, இந்த உண்மையை மனத்தில் இடையறாமல் பதியச் செய்யவும்:

"நான் இந்த உடலாக மாறியுள்ள எல்லையற்றவன். பரம்பொருளின் ஒரு வெளிப்பாடான இந்த உடல் என்றும்-பரிபூரணமான, என்றும்-இளமையான பரம்பொருள்."

❖❖❖

பலவீனம் அல்லது முதுமை ஆகிய எண்ணங்களினால் கட்டுப்படுவதற்கு மறுத்துவிடவும். நீங்கள் முதியவர் என யார் கூறினார்? நீங்கள் முதியவர் அல்ல. ஆன்மாவான நீங்கள், நிரந்தரமாக இளமையானவர். அந்த எண்ணத்தை உங்கள் உணர்வுநிலையில் பதிய வைக்கவும்:

"நான் ஆன்மா, என்றும்-இளமையான பரம்பொருளின் ஒரு பிரதிபலிப்பு. நான் வெற்றிக் கொள்வதற்காக இளமையுடனும், பேராவலுடனும், ஆற்றலுடனும் துடிப்புற்றுள்ளவன்."

❖❖❖

பிரபஞ்ச மகாசக்திக்கு உங்களை இசைவித்துக் கொள்ளுங்கள், மேலும் நீங்கள் ஒரு தொழிற்சாலையில் வேலை செய்து கொண்டிருந்தாலோ அல்லது வணிக உலகில் மக்களுடன் கலந்து பழகிக் கொண்டிருந்தாலோ, எப்பொழுதும் வலியுறுத்திக் கூறவும்.

> *"எனக்குள்ளே எல்லையற்ற படைப்பாற்றல் வாய்ந்த மகாசக்தி உள்ளது. சில சாதனைகள் புரியாமல் நான் கல்லறைக்குச் செல்ல மாட்டேன். நான் ஓர் இறை-மனிதன், ஒரு பகுத்தறிவு உயிரினம். எனது ஆன்மாவின் வலிமைவாய்ந்த மூலாதாரமான பரம்பொருளின் ஆற்றல் நான். நான் வணிக உலகத்திலும், எண்ண உலகத்திலும், அறிவு உலகத்திலும் புதுக்கருத்துக்களை உருவாக்குவேன். நானும் எனது தெய்வத் தந்தையும் ஒன்றேயாவோம். எனது படைப்பாற்ற லுள்ள தெய்வத் தந்தையைப் போன்று, நானும் கூட நான் விரும்பும் எதையும் உருவாக்க முடியும்."*

❖❖❖

YSS பாடங்கள் பிரபஞ்சப் பேருயிரை, அதாவது இறைவனின் பிரபஞ்ச சக்தி சமுத்திரத்தை எங்ஙனம் தொடர்பு கொள்வது என உங்களுக்கு போதிக்கின்றன. மிகச் சிறந்த வழிமுறையானது, மருந்துகள், உணர்ச்சி, மற்றும் இத்தகைய செயற்கையான தூண்டுதல்களின் மூலமாக அல்லாமல், அக ஆதாரத்திலிருந்து நேரடியாக அந்த சக்தியைத் தொடர்பு கொண்டு பெறுவதாகும். பின்னர் நீங்கள் கூற முடியும்:

"இந்த ஊனுடலுக்கு நேர் பின்னால் ஒரு பேராற்றல் வாய்ந்த மின்னோட்டம் உள்ளது. நான் அதை மறந்துவிட்டேன், ஆனால் இப்பொழுது ஆத்ம-அனுபூதி எனும் கோடாரியால் தோண்டுவதன் மூலம், அந்த உயிர்ச் சக்தியை மீண்டும் கண்டுபிடித்து விட்டேன்....நான் ஊனுடலல்ல. நான் இந்த உடலை ஊடுருவுகின்ற தெய்வீக மின்னோட்டத்தைக் கட்டுப்படுத்துபவன் ஆவேன்."

உங்களுடைய ஆன்மா சோதனைகளால் புண்படுத்தப்பட முடியாதது

நீங்கள் அமரத்துவம் வாய்ந்தவர் என்பதை அறிந்து கொள்ளுங்கள்—கொடிய பாடங்களால் நசுக்கப் படுவதற்காக அல்ல, மாறாக உங்களுடைய அமரத்து வத்தை அறிந்துகொள்ளவும், வெளிப்படுத்தவும், மற்றும் புன்னகைப்பதற்காகவும். கூறுங்கள்:

"நான் அழிவற்றவன், எனது அமரத்துவத்தை அறிந்து கொண்டு, அதை மீட்சிப் பெறுவதற்காக ஒரு மனிதக் கல்விக் கூடத்திற்கு அனுப்பப்பட்டவன். பூவுலகின் அனைத்துத் தூய்மைப்படுத்தும் தீக்கொழுந்துகளால் சவால் விடப்பட்டாலும், நான் ஆன்மா ஆவேன் மேலும் அழிக்கப்பட முடியாதவன். நெருப்பு என்னை எரிக்க முடியாது; நீர் என்னை நனைக்க முடியாது; காற்றுகள் என்னை உலர்த்த முடியாது; அணுக்கள் என்னை சிதறடிக்க முடியாது; நான் அமரத்துவப் பாடங்களை கனவு கண்டுகொண்டிருக்கும் அழிவற்றவன்— நசுக்கப்படுவதற்காக அல்ல, மாறாக மகிழ்விக்கப்படுவதற்காக."

நீங்கள் பல பிறவிகளின் வாயிலாக பல பாகங்களை நடித்துள்ளீர்கள். ஆனால் அவை அனைத்தும் உங்களை மகிழ்விப்பதற்காகக் கொடுக்கப்பட்டவை— உங்களை பயமுறுத்துவதற்காக அல்ல. உங்களுடைய அழிவற்ற ஆன்மா தீண்டப்பட முடியாதது. வாழ்க்கை எனும் சலனத் திரைப்படத்தில் நீங்கள் அழலாம், நீங்கள் சிரிக்கலாம், நீங்கள் அனேக பாகங்களை நடிக்கலாம்; ஆனால் அகமுகமாக நீங்கள் எப்பொழுதும் சொல்ல வேண்டும், "நான் பரம்பொருள்." அந்த ஞானத்தை உணர்ந்தறிவதிலிருந்து மாபெரும் ஆறுதல் கிடைக்கிறது.

❖❖❖

"நான் இனிய அமரத்துவத்தின் அருளாசி பெற்ற குழந்தை, பிறப்புகள் மற்றும் இறப்புகள் எனும் நாடகத்தை இங்கே நடிப்பதற்காக அனுப்பப் பட்டுள்ளேன், ஆனால் எனது மரணமற்ற ஆன்மாவை எப்பொழுதுமே நினைவில் வைத்துக் கொண்டுதான்."

"பரம்பொருளாகிய மகா சமுத்திரம் எனது ஆன்மா எனும் சிறிய நீர்க்குமிழியாகி உள்ளது. நான் இந்த ஜீவக்குமிழ் ஆவேன்—பிரபஞ்சப் பேருணர்வுநிலை சமுத்திரத்துடன் ஒன்றானவன். நான் ஒருபோதும் மரணிக்க இயலாது. பிறப்பில் மிதந்து கொண்டிருந்தாலும், அல்லது இறப்பில் மறைந்துவிட்டிருந்தாலும் நான் அழிக்கப்பட முடியாத உணர்வுநிலை, பரம்பொருளின் அமரத்துவ நெஞ்சகத்தில் பாதுகாக்கப்பட்டிருப்பவன்."

எதற்கும் அஞ்சாதீர், ஏனெனில் நீங்கள் இறைவனின் குழந்தை

நீங்கள் தியானத்தில் கண்களை மூடும் பொழுது, நீங்கள் உங்களுடைய உணர்வுநிலையின் பரந்தகன்ற தன்மையைக் காண்கிறீர்கள்—நீங்கள் சாசுவதத்தின் மையத்தில் இருப்பதைக் காண்கின்றீர்கள். அங்கு ஒருமுகப்படுங்கள்; உங்கள் கண்களை சற்றே மூடி, பின்வருமாறு கூறுவதற்கு காலையிலும் மாலையிலும் சிறிது நேரம் எடுத்துக் கொள்ளுங்கள்:

> *"நான் எல்லையற்றவன், நான் அவனுடைய குழந்தை. அலையானது சமுத்திரத்தின் ஒரு மேலெழுச்சி; எனது உணர்வு நிலை அந்த மாபெரும் பிரபஞ்சப் பேருணர்வுநிலையின் ஒரு மேலெழுச்சி, நான் எதற்கும் அஞ்சுவதில்லை. நான் பரம்பொருள்."*

இறைவனுடைய ஆதாரமான இருப்பைப் பற்றிய உணர்வுநிலையை எப்பொழுதும் பற்றி இருங்கள். சம மனநிலை உடையவராய் இருந்து கூறுங்கள்:

"நான் பயமற்றவன்; நான் இறைவனின் மூலப்பொருள் கொண்டு உருவாக்கப்பட்டவன். நான் பரம்பொருள் எனும் தீக்கொழுந்தின் ஒரு பொறி. நான் பிரபஞ்ச ஒளிப்பிழம்பின் ஓர் அணு. நான் தெய்வத் தந்தையின் பரந்த உலகளாவிய உடலின் ஓர் உயிரணு. நானும் என் தந்தையும் ஒன்றேயாவோம்."

❖❖❖

இந்த உணர்வு நிலையில் அச்சமற்று இருங்கள்:

> *"வாழ்விலும் சாவிலும் நான் இறைவனில் என்றும் வாழ்கிறேன்."*

நீங்கள் உத்திகளைப் பயிற்சி செய்யும் பொழுது நாட்கள் செல்லச் செல்ல இந்த உணர்வுநிலை உங்களை ஆக்கிரமிக்கும். தியானத்தில் ஆழ்ந்த அகமுகப்படுத் தப்பட்ட அமைதிக்குள் நுழையும் போது, உடலின் அடிமைத்தளையிலிருந்து நீங்கள் விடுதலை பெறுகி றீர்கள். பின்னர் மரணம் உங்களுக்கு என்ன பொருள் படும்? அச்சம் எங்கே? உங்களை பயமுறுத்துவதற்கு எதற்கும் சக்தி கிடையாது. அந்த நிலையைத்தான் நீங்கள் தேடிக் கொண்டிருக்கிறீர்கள். ***ஓம்*** மீது ஒருமுகப்படுங்கள், ஆழ்ந்த தியானத்தில் ***ஓம்***-உடன் இரண்டறக் கலந்திணை யுங்கள்; பிரபஞ்சப் பேரதிர்வில் இறைவனின் உள்ளார்ந்த இருப்பைப் பற்றிய ஞானத்தினால் நீங்கள் "பரமபிதாவிடம் வந்து சேர்வீர்கள்"— எல்லையற்ற அறிவெல்லைக்கடந்த முழுமுதலின் பேரின்ப-பேருணர்வுநிலை. நீங்கள் கூறுவீர்கள்:

> *"நானும் எனது பேரின்ப இறைவனும் ஒருவனே ஆவோம். நான் இப்பிரபஞ்சத்தில் அனைத்தையும் பெற்றிருக்கின்றேன். மரணம், நோய், இறுதித் தீர்ப்பு நாள், தீக்கொழுந்துகள், எதுவுமே அந்தப் பேரின்பத்தை எடுத்துக் கொள்ள இயலாது!"*

நீங்கள் ஆத்மன்: உங்களுடைய ஆன்மீகப் பண்புகளை வலியுறுத்திக் கூறுங்கள்.

உங்களுடைய வாழ்க்கையின் அனைத்து அழகான மற்றும் ஆக்கப்பூர்வமான பண்புகளை நினைவில் கொண்டு, அவற்றின் மீது ஒருமுகப்படுங்கள், மேலும் உங்களுடைய குறைபாடுகளை வலியுறுத்திக்கொள்ள வேண்டாம்.

❖ ❖ ❖

உயர் இலக்கை விழைகின்ற யோகி, கோபம் கொள்ளும் பொழுது எப்பொழுதும் நினைவில் வைத்திருக்க வேண்டும், “அது நான் இல்லை!” அவனது சுயக் கட்டுப்பாடு, காமத்தினாலோ அல்லது பேராசையினாலோ ஆட்கொள்ளப்படும் பொழுது, அவன் தனக்கே கூறிக் கொள்ள வேண்டும், “அது நான் இல்லை!” வெறுப்பானது அவனது உண்மையான இயல்பை அருவருப்பான உணர்ச்சியின் முகத்திரையைக் கொண்டு மங்கச் செய்ய முயல்கின்ற பொழுது, அதிலிருந்து அவன் வலுக் கட்டாயமாக விலக்கிக் கொள்ள வேண்டும் “அது நான் இல்லை!” அகத்தினுள் தங்குமிடத்தைத் தேடிவரும் அனைத்து விரும்பத்தகாத வருகையாளர்களுக்கும் எதிராக அவன் தனது உணர்வுநிலையின் கதவுகளை மூடிவிட கற்றுக்கொள்கிறான். மேலும் எப்பொழுதாவது அந்த பக்தன் மற்றவர்களால் பயன்படுத்தப்பட்டாலோ அல்லது பழிகூறப்பட்டாலோ, அப்பொழுதும்கூட அவன் தனக்குள் மன்னிப்பு மற்றும் அன்பின் புனிதமான உணர்வு தூண்டப் பெறுவதை உணர்ந்தால், அவன் திட நம்பிக்கையுடன் வலியுறுத்திக் கூறமுடியும், “*அதுதான்* நான்! அதுதான் எனது உண்மையான இயல்பு.”

யோக தியானம் என்பது திட்டவட்டமான ஆன்மீக மற்றும் உள-உடலியல் வழிமுறைகள் மற்றும் விதிமுறைகள் வாயிலாக ஒருவரது உண்மையான இயல்பைப் பற்றிய விழிப்புணர்வை வளர்த்து, நிலைப்படுத்தும் செயல்முறையாகும். இதன் மூலம் குறுகிய அகந்தையாகிய மரபுவழித் தொடர்ந்துவரும் குறையுள்ள மனித உணர்வுநிலை,

ஆன்மாவின் உணர்வுநிலையினால் இடப்பெயர்ச்சி செய்யப்படுகிறது.

❖❖❖

அன்புகுரியவர்களே, எவரும் உங்களை ஒரு பாவி என அழைக்க வேண்டாம். நீங்கள் இறைவனின் புதல்வர்கள், ஏனெனில் அவன் உங்களை தன்னுடைய பிரதிபிம்பத்தில் படைத்துள்ளான்....உங்களிடமே கூறிக் கொள்ளுங்கள்:

> *"எனது பாவங்கள் சமுத்திரத்தைப் போன்று ஆழமாக வும் நட்சத்திரங்களைப் போன்று உயரத்திலும் இருந்தாலும் பொருட்டல்ல, நான் இன்னும் வெல்லப் படவில்லை, ஏனெனில் நான் பரம்பொருளேதான்."*

நீங்கள் பேரொளி, நீங்கள் பேரானந்தம்

ஒரு குகையில் ஆயிரக்கணக்கான ஆண்டுகளாக இருள் ஆட்சி செலுத்தலாம், ஆனால் ஒளியை உள்ளே கொணருங்கள், பின்னர் இருளானது ஒருபோதும் அது அங்கு இல்லாதிருந்தது போல் மறைந்து விடுகின்றது. அது போலவே நீங்கள் நற்குணம் எனும் ஒளியை உள்ளே கொணரும்பொழுது உங்களுடைய குறைபாடுகள் எதுவாயினும் சரி, அவை இனிமேலும் உங்களுடையவை அல்ல. ஆன்மாவின் ஒளி எத்தனை சிறப்பு வாய்ந்தது எனில் பிறவிகள்தோறுமான தீவினையும் அதை அழிக்க இயலாது. ஆனால் சுயமாக உருவாக்கப்பட்ட தீமையின் தாற்காலிகமான இருள் ஆன்மாவை துக்ககரமாக்குகிறது, ஏனெனில் நீங்கள் அந்த இருளில் துன்புறுகிறீர்கள். ஆழ்ந்த தியானத்தில் உங்களுடைய ஆன்மீகக் கண்ணை திறப்பதன் மூலம் அதனுடைய அனைத்தையும் வெளிப்

படுத்தும் தெய்வீக ஒளியினால் உங்களது உணர்வு நிலையை நிரப்பி நீங்கள் இருளை விரட்டிவிட முடியும்.

❖❖❖

வேறு எவரும் உங்களைக் காப்பாற்ற இயலாது. நீங்களே உங்களுடைய சொந்த இரட்சகர், நீங்கள் பின்வருவதை உணர்ந்த உடனேயே:

> *"நான் பேரொளியே. இருள் ஒருபோதும் எனக்கானது அல்ல; அது என் ஆன்ம ஒளியை ஒருபோதும் மறைக்க இயலாது."*

❖❖❖

தற்போதைய குறைபாடுகளைப் பற்றிய பயங்கரக் கனவை மறந்துவிடுங்கள். இரவில் உறங்குவதற்கு முன்பும், விடியலில் விழித்தெழும் பொழுதும் வலியுறுத்திக் கூறுங்கள்:

> *"நான் கிருஷ்ணனையும் குருமார்களையும் போன்றே, இறைவனின் புதல்வன். நான் அவனிடத்திலிருந்து அறியாமை திரைக்குப் பின்னால் மறைந்திருக்க மாட்டேன். நான் விவேகத்துடன் பிரகாசிப்பேன், அதனால் எனது என்றும்-அதிகரித்துக் கொண்டிருக்கும் ஆன்மீகத் தெளிவின் மூலமாக அவனுடைய முழு-பரிபூரண ஒளியை நான் முழுவதுமாக ஏற்கக்கூடும். அவனுடைய ஒளியை முழுவதுமாக ஏற்று, நான் என்னையே இறைவனின் புதல்வனாக அறிவேன், அவனுடைய பிரதிபிம்பமாகப் படைக்கப் பட்டிருப்பதால் நான் எப்பொழுதும் அவ்வாறே இருந்தேன்."*

❖❖❖

"நான் எப்பொழுதும் இறைவனின் குழந்தை. எனது சக்தி, என்னுடைய சோதனைகள் அனைத்தையும் விட அதிக வல்லமை வாய்ந்தது. கடந்தகாலத்தில் நான் செய்திருந்த தவறான விஷயங்களை, நற்செயல்கள் மற்றும் தியானத்தின் மூலம் இப்பொழுது மாற்ற முடியும். நான் அவற்றை அழிப்பேன். நான் எப்பொழுதும் அழிவற்றவன்."

❖❖❖

ஒவ்வோர் இரவும் உங்களுடைய எல்லா இம்மைக்குரிய எண்ணங்களையும் ஆசைகளையும் அகற்ற முடியும்வரை தியானம் செய்யுங்கள்....உங்களது எல்லா அமைதியற்ற எண்ணங்கள் மற்றும் உணர்ச்சிகளிடமிருந்தும் ஒதுங்கி நின்று உங்களுடைய ஆன்ம ஆலயத்தில் அமருங்கள். அங்கே இறைவனின் பரந்தகன்ற ஆனந்தம் விரிவடைந்து இந்த உலகத்தை விழுங்குகிறது, மேலும் பரம்பொருளைத் தவிர வேறெதுவும் இல்லை என்பதை உணர்கிறீர்கள். பிறகு நீங்கள் கூறுவீர்கள்:

"நான் இறைவனின் சாசுவத ஒளியுடன், கிருஷ்ண-உணர்வுநிலையின் சாசுவத ஆனந்தத்துடன் ஒன்றானவன். படைப்பின் அனைத்து அலைகளும் என்னுள் உருண்டு கொண்டிருக்கின்றன. நான் பரம்பொருளாகிய சமுத்திரத்தில் எனது தேக-அலையை கரைத்துவிட்டேன். நான்தான் பரம்பொருளாகிய சமுத்திரம். இனிமேலும் நான் உடல் அல்ல. எனது ஆன்மா கற்களில் உறங்கிக் கொண்டிருக்கிறது. நான் மலர்களில் கனவு கண்டு கொண்டிருக்கிறேன் மற்றும் நான் பறவைகளில் பாடிக் கொண்டிருக்கிறேன். நான்

மனிதனில் சிந்தித்துக் கொண்டிருக்கிறேன், மற்றும் மகாமனிதனில் நான் உள்ளேன் என நான் அறிவேன்."

இந்த நிலையில் நெருப்பு உங்களை எரிக்க முடியாது எனவும்; புவியும், புல்லும், வானமும் ஆகிய அனைத்தும் உங்களுடைய இரத்த பந்தங்கள் எனவும் நீங்கள் உணர்கிறீர்கள். பிறகு ஒரு தேவதையைப் போன்று, படைப்பின் கொந்தளிப்பான அலைகளைப் பற்றி இனிமேலும் அஞ்சாமல் பூவுலகில் நடமாடுவீர்கள்.

நீங்கள் பேரன்பு

"எனது தெய்வத் தந்தை அன்பானவன், மேலும் நான் அவனது பிரதிபிம்பத்தில் படைக்கப்பட்டுள்ளேன். நான், எதனுள் அனைத்து கிரகங்களும், அனைத்து நட்சத்திரங்களும், அனைத்து உயிரினங்களும் அனைத்து படைப்பும் ஒளிர்ந்து கொண்டிருக் கின்றனவோ அந்த அன்புத்தளமாவேன். நான் பிரபஞ்சம் முழுவதையும் ஊடுருவும் அன்பாவேன்."

❖❖❖

நீங்கள் அந்தத் தெய்வீக அன்பை அனுபவிக்கும் போது, மலர் மற்றும் விலங்கினிடையேயும், ஒரு மனிதர் மற்றும் இன்னொருவரிடையேயும் எந்த வித்தியாசத்தை யும் காணமாட்டீர்கள். நீங்கள் இயற்கை முழுவதுடனும் தொடர்பு கொள்வீர்கள், மற்றும் நீங்கள் மனிதஇனம் முழுவதையும் சமமாக நேசிப்பீர்கள். ஒரே ஓர் இனத்தை மட்டும் கண்டு — இறைவனுடைய குழந்தைகள், அவனில் உங்களுடைய சகோதர, சகோதரிகள் — நீங்கள் உங்களுக்கே சொல்லிக் கொள்வீர்கள்:

“இறைவன் எனது தெய்வத் தந்தை. நான், மனிதர்களைக் கொண்ட அவனது பரந்த குடும்பத்தின் ஒரு பாகம். நான் அவர்களை நேசிக்கிறேன், ஏனெனில் அவர்கள் அனைவரும் என்னுடையவர்கள். நான் எனது சூரிய சகோதரனையும், எனது சந்திர சகோதரியையும் கூட நேசிக்கிறேன், மேலும் எனது தெய்வத் தந்தை அனைத்து உயிரினங்களையும் படைத்துள்ளான் மற்றும் அவற்றினுள் அவனது ஜீவன் பாய்ந்தோடுகிறது.”

❖❖❖

“நான் அனைத்து இனங்களையும்— பொன் பழுப்பு, வெள்ளை, கறுப்பு, மஞ்சள் மற்றும் சிவப்பு நிறத்தினர்— என் நெஞ்சத்திலுள்ள அவர்களுடைய இல்லத்திற்கு, ஆதாம் மற்றும் ஏவாள் ஆகிய பொதுவான பெற்றோருக்கு பூவுலகில் பிறந்தவர்களையும் மற்றும் தெய்வத் தந்தையான இறை பரம்பொருளில் பிறந்தவர்களையும், என்னுடைய சகோதரர்களாக என்னுடன் வசிப்பதற்கு வரவேற்கின்றேன்.

“நிலம், நீர், நெருப்பு, காற்று, ஆகாயம் ஆகியவற்றை எனது இரத்த பந்தங்களாக நான் அரவணைக்கின்றேன்— வாழ்கின்ற ஒவ்வொரு வடிவத்திலும் உள்ள இரத்த நாளங்களின் வழியாக பாய்வது ஒரே பொது உயிர். நான் எனது வாழ்வெனும் ஆலயத்தில் அனைத்து விலங்குகளையும், தாவரங்களையும், அன்பிற்குரிய அணுக்களையும், மற்றும் சக்திகளையும் சுற்றியணைக்கின்றேன்; ஏனெனில் நான் பேரன்பு, நான் ஜீவனேதான்.”

"நீயே அது"

ஞானம் அல்லது உண்மையான அறிவு, "***அஹம் பிரம்மாஸ்மி*** (நான் பிரம்மன்)" அல்லது "***தத் த்வம் அஸி*** (நீயே அது)" என்பதைப் பற்றிய ஆன்மாவின் உணர்ந்தறிதலாகும். மேலும் ஒருவர் தியான அங்கநிலையில் நிமிர்ந்து அமர்ந்து, பிராண ஓட்டத்தை ***கூடஸ்த மையத்திற்கு*** (புருவங்களுக்கிடையில்) செலுத்து வாரேயானால், அதுதான் உண்மையான ***தவம்***. (அதாவது அகத்தே உள்ள தெய்வீக சக்தியை வசப்படுத்தக்கூடிய ஆன்மீகரீதியான கடுமையான ஒழுக்க நெறி அல்லது பயிற்சி.)

❖❖❖

நீங்கள் இந்த உடல் அல்லது மனம் அல்ல எனத் தெரிந்துகொண்டு, இருப்பினும் நீங்கள் இருப்பு உள்ளவராக முன்பு எப்போதும் இல்லாத அளவு அறிந்து கொண்டு இந்த உலக உணர்வுநிலைக்கு அப்பால் செல்லும் பொழுது—அந்த தெய்வீக உணர்வுநிலைதான் நீங்கள். பிரபஞ்சத்திலுள்ள அனைத்தும் எதில் வேரூன்றி இருக்கிறதோ அதுவே நீங்கள்.

❖❖❖

பரம்பொருளிலிருந்து உங்களுடைய ஆன்மாவை பிரிக்கின்ற உருவ வரையறைகளை உடைத்தெறியுங்கள்.

"நான் சமுத்திரமா? அது மிகவும் சிறியது,

பரவெளியின் நீலவானக் கதிர்களின் மீதுள்ள ஒரு கனவு பனித்துளி.

நான் ஆகாயமா? அது மிகவும் சிறியது,

சாசுவதத்தின் நெஞ்சத்திலுள்ள ஓர் ஏரி.

நான் சாசுவதமா? அது மிகவும் சிறியது,

ஒரு பெயருக்குள் உருவமைக்கப்பட்டது.

பெயரற்ற தன்மையின் பரந்த பிரதேசத்தில் உறைய விழைகின்றேன்,

கனவுகள், பெயர்கள், கருத்துருக்களின் வரையறைகளுக்கப்பால்.

நான் எப்பொழுதும் எதுவோ அதுவே நான்—

என்றும்-உள்ள கடந்தகாலத்தில்,

என்றும்-உள்ள எதிர்காலத்தில்,

என்றும்-உள்ள நிகழ்காலத்தில்."

அத்தியாயம் 15

இறுதி இலக்கு

மனிதன் தனக்கு முழுமையானதும் முடிவற்றதுமான மகிழ்ச்சியைக் கொணரும் என தான் நம்புகின்ற அந்த "வேறு ஏதோ ஒன்றை" நாடி நிரந்தரத் தேடலில் ஈடு பட்டிருக்கிறான். இறைவனை நாடி, கண்டுகொண்டுவிட்ட அந்தத் தனி ஆன்மாக்களுக்கு தேடல் முற்றுப் பெற்று விட்டது: இறைவன்தான் அந்த வேறு ஏதோ ஒன்று.

❖❖❖

இறைவனைக் காண்பதே வாழ்க்கையின் நோக்கம் என்பதில் அனேகருக்கு சந்தேகம் இருக்கலாம்; ஆனால் வாழ்க்கையின் நோக்கம் ஆனந்தத்தை அடைவதே என்ற கருத்தை அனைவரும் ஏற்றுக் கொள்ள முடியும். இறைவன் பேரின்பம் என நான் கூறுகின்றேன். அவன் பேரருள். அவன் பேரன்பு. உங்களுடைய ஆன்மாவினின்றும் என்றுமே விலகாத பேரானந்தம் அவன். எனவே அந்தப் பேரின்பத்தை அடைய நீங்கள் ஏன் முயலக் கூடாது? அதை வேறு எவரும் உங்களுக்குத் தர இயலாது. அதை நீங்களே தொடர்ச்சியாகப் பேணி வளர்க்க வேண்டும்.

❖❖❖

வாழ்க்கை ஒரு சமயம் உங்களுக்குத் தேவையான அனைத்தையும்—செல்வம், அதிகாரம், நண்பர்கள்—வழங்கினாலும்கூட சிறிது காலத்திற்குப் பிறகு நீங்கள் மீண்டும் அதிருப்தி அடைந்தவராகி இன்னும் அதிகமாக எதையாவதை வேண்டுவீர்கள். ஆனால் உங்களுக்கு ஒருபோதும் சலிப்புண்டாக்க முடியாத விஷயம் ஒன்று

உள்ளது—மகிழ்ச்சியேதான் அது. மகிழ்ச்சியின் சாரம் மாறுபாடற்றதாக இருந்தாலும், பலவிதங்களில் களிப் பூட்டும்படியாக உள்ளதால் அது, ஒவ்வொருவரும் தேடுகின்ற உள்ளார்ந்த அனுபவம் ஆகும். நீடித்திருக்கிற, என்றும் புதிய ஆனந்தம் இறைவன் ஆவான். அகத்தே இந்தப் பேரானந்தத்தைக் கண்டுவிட்டால், புறத்தில் ஒவ்வொன்றிலும் நீங்கள் இதைக் காண்பீர்கள். இறைவனில் வற்றாத, முடிவற்ற ஆனந்தக் களஞ்சியத்தைப் பெறுவீர்கள்.

❖ ❖ ❖

ஓய்விற்கான தேவை உங்களிடம் கட்டுக்கடங்காமல் இருக்கும்பொழுது உறங்குவதற்கு அனுமதிக்காதவாறு உங்களுக்கு தண்டனை அளிக்கப்பட இருக்கும் வேளையில், திடீரென்று யாரோ ஒருவர், “சரிதான், இப்பொழுது நீங்கள் உறங்கச் செல்லலாம்,” எனக் கூறுகிறார் என்று வைத்துக் கொள்வோம். உறக்கத்தில் ஆழ்வதற்கு சற்றுமுன் நீங்கள் உணரக் கூடிய ஆனந்தத்தை எண்ணிப் பாருங்கள். அதை பத்து லட்சம் மடங்குகளாகப் பெருக்கிக் கொள்ளுங்கள்! ஆனாலும் கூட இறைத் தொடர்பில் நீங்கள் அனுபவித்த ஆனந்தத்தை அது விவரிக்க இயலாது.

❖ ❖ ❖

இறை இன்பம் எல்லையற்றது, முடிவற்றது, என்றும் புதியது. நீங்கள் அந்த உணர்வுநிலையில் உள்ள பொழுது தேகம், மனம் எதுவுமே உங்களைத் தொல்லை செய்ய முடியாது—இப்படிப்பட்டதுதான் இறைவனின் அருளும் மகிமையும். மேலும் உங்களுக்குப் புரியாதவற்றையும்,

நீங்கள் அறிய விரும்பும் அனைத்தையும் அவன் உங்களுக்குத் தெளிவாக்குவான்.

❖❖❖

ஆழ்ந்த தியானத்தின் அமைதியில் நீங்கள் அமர்ந்திருக்கையில், எந்த வெளிப்புற தூண்டுதலாலும் எழுப்பப்படாமல், உள்ளிருந்து ஆனந்தம் கொப்பளித்து எழுகிறது. தியானத்தின் ஆனந்தம் கட்டுக்கடங்காதது. உண்மையான தியானத்தின் அமைதிக்குள் சென்றிருக்கா தவர்கள் நிஜ ஆனந்தம் என்னவென்று அறிய இயலாது.

❖❖❖

மனமும் உணர்ச்சியும் அகமுகமாகத் திருப்பப்படும் பொழுது, இறைவனது ஆனந்தத்தை நீங்கள் உணரத் துவங்குகிறீர்கள். புலன்களின் இன்பம் நீடித்திருப்பதில்லை; ஆனால் இறை ஆனந்தம் என்றும் நிலைத்திருக்கும். அது ஒப்புவமையற்றது!

உங்கள் வாழ்க்கையில் இறைவனுக்காக நேரம் ஒதுக்குதல்

ஒவ்வொன்றும் அதன் இடத்தைப் பெற்றிருக்கின்றது, ஆனால் உங்கள் உண்மையான ஆனந்தத்தை விலையாகத் தந்து நேரத்தை நீங்கள் விரயம் செய்வது உகந்ததல்ல. தியானம் செய்து இறைவனை அறிய முயலுவதற்காகவும், அவனது தெய்வீக உணர்வில் இரவும் பகலும் என்னால் இருக்க முடிவதற்காகவும் நான் ஒவ்வொரு தேவையற்ற செயலையும் கைவிட்டேன்.

❖❖❖

நாம் வாழ்க்கையை சரியாகவும், விவேகத்துடனும் மற்றும் வீணாக்காமலும் பயன்படுத்தினால் நம்மால் அதை எவ்வளவு மேன்மையாக்க முடியும் என்பதை நம்மில் வெகு சிலரே அறிவார்கள். நமது நேரத்தை நாம் சிக்கன மாகச் செலவு செய்வோம்—நாம் விழித்தெழுவதற்கு முன் வாழ்நாட்கள் கழிந்து விடும். அதனால்தான் இறைவன் நமக்கு அளித்துள்ள அழிவற்ற தேகத்தின் மதிப்பை நாம் உணர்வதில்லை.

❖❖❖

சோம்பலில் உங்கள் நேரத்தை வீணாக்காதீர்கள். மிக அநேகர் பயனற்ற செயல்களில் தங்களை ஈடுபடுத்திக் கொள்கிறார்கள். அவர்கள் என்ன செய்து கொண்டிருந்தார்கள் என்று அவர்களிடம் கேளுங்கள், அவர்கள், "ஓ நான் ஒவ்வொரு நிமிடமும் மும்முர மாயிருக்கின்றேன்!" என்று வழக்கமாக கூறுவார்கள். ஆனால் அவர்கள் எதைப் பற்றி மும்முரமாயிருந்தார்கள் என்பதை அவர்கள் நினைவு கூர்வது அபூர்வம்!

❖❖❖

ஒரு நொடிப் பொழுதில் நீங்கள் இந்த உலகை விட்டு நீங்க வேண்டியிருக்கும்; உங்களுடைய எல்லா நிகழ்ச்சிகளையும் இரத்து செய்ய வேண்டியிருக்கும். பிறகு ஏன் வேறு எந்த வேலைக்கும் முதன்மையான முக்கியத்துவத்தை அளித்து, அதன் பயனாக உங்களுக்கு இறைவனுக்கென நேரம் இல்லாதவாறு செய்ய வேண்டும்? இது விவேகமல்ல. நம் மீது வீசப்பட்டுள்ள மாயவலை என்னும் ***மாயை*** யின் காரணமாக, நாம் நம்மையே உலக

ஆசைகளில் சிக்க வைத்துக் கொண்டு இறைவனை மறந்து விடுகின்றோம்.

❖❖❖

முக்கியம் குறைந்த ஆசைகளையும் கடமைகளையும் முதலில் நிறைவேற்ற வேண்டிய அவசியத்தின் மீதுள்ள நம்பிக்கை, மனிதனின் மிகப்பெரிய மயக்கமாகும். எனக்கு நன்றாக ஞாபகம் இருக்கிறது, எனது குருதேவர் ஸ்ரீ யுக்தேஸ்வரிடம் இளம் சீடனாக நான் பயிற்சி பெற்ற காலத்தில், ”நாளைக்கு நான் நீண்ட நேரம் தியானம் செய்வேன்,” என தினமும் எனக்கு நானே வாக்குறுதி அளித்தவண்ணம் இருந்தேன். நான் அதை தள்ளிப் போட்டுக் கொண்டே இருக்கின்றேன் என்பதை நான் உணர்வதற்குள் ஒரு முழு வருடம் கழிந்து விட்டது. உடனேயே காலையில் முதல் வேலையாக குளித்துவிட்டு பிறகு நீண்ட நேரம் தியானம் செய்ய வேண்டும் என்று ஒரு தீர்மானம் செய்தேன். ஆனால் அப்பொழுதுகூட நான் படுக்கையை விட்டு எழுந்த உடனேயே, எனது தினசரி கடமைகளிலும், செயல்பாடுகளிலும் சிக்கிக் கொண்டேன். இதைத் தொடர்ந்து முதலில் தியானம் செய்வதென உறுதி பூண்டேன். இவ்வாறாக ஒரு மகத்தான பாடத்தைக் கற்றுக் கொண்டேன்: இறைவனுக்கான எனது கடமை முதலிடம் பிடிக்கிறது, அதன் பிறகு நான் அதனினும் முக்கியம் குறைந்த மற்ற எல்லா கடமைகளையும் கவனித்துக் கொள்கின்றேன்.

❖❖❖

உங்களது தேவைகள் மற்றும் உங்கள் விருப்பங்களுக்கிடையே வித்தியாசத்தைக் காண்பது மிகவும்

இன்றியமையாததாகும். உங்களுடைய தேவைகள் மிகவும் குறைவானவை, அதே சமயம் உங்களுடைய விருப்பங்கள் எல்லையற்றனவாக இருக்க முடியும். விடுதலையையும் பரமானந்தத்தையும் காண்பதற்கு, உங்களது தேவைகளை மட்டுமே கவனியுங்கள். அளவற்ற ஆசைகளை உருவாக்கி, பொய்யான சந்தோஷமாகிய கொள்ளிவாய்ப் பிசாசைப் பின் தொடர்ந்து செல்வதை நிறுத்துங்கள்.

❖ ❖ ❖

“எது மிகச் சிறந்த பிரார்த்தனை?” என்று ஒரு சீடர் வினவினார். பரமஹம்ஸ யோகானந்தர் பதிலளித்தார்:

“இறைவனிடம் கூறுங்கள்: ‘தயவு கூர்ந்து உன் சித்தத்தை எனக்குத் தெரிவி.’ ‘எனக்கு இது வேண்டும், எனக்கு அது வேண்டும்.’ என்று கூறாதீர்கள். ஆனால் தேவை என்ன என்பதை அவன் அறிவான் என்பதில் நம்பிக்கை வையுங்கள். உங்களுக்காக இறைவன் தேர்ந்தெடுக்கும் பொழுது மிகவும் சிறந்தவற்றை நீங்கள் பெறுவதைக் காண்பீர்கள்.”

❖ ❖ ❖

நீங்கள் மிகவும் மோகம் கொண்டுள்ள சிறு விளையாட்டுப் பொருளைப் பெறுவதில் நீங்கள் வெற்றி பெறவில்லையெனில், இறைவன் மீது கோபம் கொள்ளாதீர்கள். சில நேரங்களில் நாம் விரும்புகிற பொருட்களை நாம் அடையாமல் இருப்பது நல்லதாகும். உணர்ச்சிகளுக்கு ஆட்படும் தனது குழந்தைகள், தங்களது தவறான அல்லது அதிகப்படியான விருப்பங்களாகிய தீச்சுவாலைகளினுள் அவற்றின் மினுமினுப்பினால் வசீகரிக்கப்பட்டுப் பாய விரும்புவதைத் தெய்வத் தந்தை

காணும் பொழுது, எரிந்து போவதிலிருந்து அவர்களைப் பாதுகாக்க முயல்கிறான்.

இறைவன் கூறுகிறான்: "தங்களது பிரார்த்தனை களுக்கு என்னிடமிருந்து எந்த மறுமொழியையும் தாங்கள் பெறவில்லை என எனது குழந்தைகள் நினைக்கும் பொழுது, நான் பதிலளிக்கின்றேன்—என்னிடம் அவர்கள் எதிர்பார்ப்பதிலிருந்து வேறு விதமாகத்தான்—என்பதை அவர்கள் அறிவதில்லை. அவர்கள் முழுமையை அடையும் வரை அவர்களின் விருப்பங்களுக்கு ஏற்றவாறு நான் எப்பொழுதும் மறுமொழி அளிப்ப தில்லை. அவர்கள் முழுமையானவர்களாக ஆகும் பொழுது மட்டுமே அவர்களது வேண்டுதல்கள் எப்பொழுதும் ஞானத்தால் முறைப்படுத்தப்படுகின்றன."

❖❖❖

நமக்கு ஏதாவது வேண்டும் என்று இறைவனிடம் கூறுவது தவறல்ல, ஆனால் நாம் அவனிடம், "தெய்வத் தந்தையே, என்னுடைய ஒவ்வொரு தேவையையும் நீ முன்கூட்டியே அறிந்துள்ளாய் என்பது எனக்குத் தெரியும். உன் திருவுளப்படியே என்னைப் பேணுவாய்," என்று பணிவோடு கூறினால் அது நம்முடைய உயர்ந்த திடநம்பிக்கையைக் காட்டுகிறது.

உதாரணமாக ஒரு மனிதன் தனக்கு ஒரு கார் வேண்டுமென்று ஆசைப்பட்டு, அதற்காகப் போதிய தீவிரத்துடன் பிரார்த்தனை செய்தால், அவன் அதைப் பெறுவான். ஆனால் காரை உடைமை ஆக்கிக் கொள்வது அவனுக்கு உகந்ததாக இராமல் இருக்கலாம். சில சமயங்களில் இறைவன் நம்முடைய சிறிய பிரார்த்தனை களுக்கு செவிசாய்ப்பதில்லை, ஏனென்றால் அதை விட

சிறந்த பரிசை நமக்கு அளிப்பதற்கு அவன் திருவுளங் கொண்டுள்ளான். இறைவனிடம் அதிக நம்பிக்கை வையுங்கள். உங்களை படைத்தவனான அவன் உங்களை பராமரிப்பான் என்பதை நம்புங்கள்.

❖❖❖

இறைவன் என்னுடன் இருக்கும் பொழுது "வாழ்க்கையின் தேவைகள்" எனக் கருதப்படும் யாவும் தேவையற்றவை என்பதை இறைவன் எனக்கு நிரூபித்துள்ளான். அப்படிப்பட்ட உணர்வுநிலையில் ஒவ்வொரு விதத்திலும் சராசரி மனிதனை விட நீங்கள் அதிக ஆரோக்கியம், அதிக ஆனந்தம், அதிக வளம் நிறைந்தவராக மாறுகிறீர்கள். அற்ப விஷயங்களைத் தேடாதீர்கள்; அவை உங்களை இறைவனிடமிருந்து திசைதிருப்பிவிடும். உங்களுடைய ஆய்வை இப்பொழுதே ஆரம்பியுங்கள்: வாழ்க்கையை எளிமையாக்கி ஓர் அரசனாக வாழுங்கள்.

❖❖❖

சாதாரண மனிதன் தனது உலக சூழ்நிலைகளால் தாக்கமுறுகிறான். ஒருமித்த கவனம் உடைய மனிதன் தனது சொந்த வாழ்க்கையை வடிவமைத்துக் கொள்கி றான். தனது நாளை அவன் திட்டமிடுகிறான், மேலும் நாளின் இறுதியில் தனது திட்டங்கள் நிறைவேற்றப் பட்டிருப்பதைக் காண்கிறான்; அவன் தன்னை இறைவனுக்கும் தனது குறிக்கோளுக்கும் அருகாமை யில் காண்கிறான். ஒரு பலவீனமான மனிதன் அனேக வியத்தகு விஷயங்களைத் திட்டமிடுகிறான், ஆனால் நாளின் இறுதியில் சூழ்நிலைகள் மற்றும் கெட்ட பழக்கங்களுக்கு ஒரு பலியாக தான் ஆகியிருப்பதைக்

காண்கிறான். அத்தகைய மனிதன் சாதாரணமாகத் தன்னை தவிர ஒவ்வொருவரையும் குற்றம் சாட்டுகிறான்.

நினைவில் கொள்ளுங்கள், உங்களுடைய தொல்லை களுக்கு உங்களைத் தவிர எவர் மீதும் நீங்கள் குற்றம் சுமத்தக் கூடாது. விதிமுறைகளின்படி உங்களது சூழ் நிலைகளைக் கட்டுப்படுத்தப் போவதாக நீங்கள் தீர் மானித்துக் கொண்டால், உங்களது சூழ்நிலைகள் தகுந்த வாறு தம்மைச் சரி செய்து கொள்ளும். முடிவாக ஒரு கட்டுப்படுத்தப்பட்ட வாழ்க்கை முறையை மேற்கொள்ள நீங்கள் கற்றுக் கொள்ள வேண்டும்.

❖❖❖

உங்கள் வாழ்க்கையின் வினாடிகளுக்கு நீங்களே எஜமானர்.

❖❖❖

“இன்றிலிருந்து தியானம் செய்வதற்கு நான் நேரத்தை ஒதுக்குவேன்,” என உங்களுக்கு நீங்களே சொல்லிக் கொள்வதாக வைத்துக் கொள்வோம். அதைச் ***செய்யுங்கள்***; குறைந்த பட்சம் ஒரு சில நிமிடங்களுக் காவது அமருங்கள். அடுத்த நாள் தியானத்தில் இன்னும் அதிக நேரம் நீடித்திருக்க உறுதி பூணுங்கள். மேலும் அடுத்த நாள் தடைகள் இருந்தாலும், இன்னும் சற்று அதிகமாக முயற்சியை மேற்கொள்ளுங்கள்.

❖❖❖

நீங்கள் உங்கள் உணர்வில் இறைவனைப் பற்றிய முற்றிலுமான முக்கியத்துவத்தை உணரும் வரை நீங்கள் அவனை அடைய மாட்டீர்கள். வாழ்க்கை உங்களை ஏமாற்ற அனுமதிக்காதீர்கள். உண்மையான

மகிழ்ச்சிக்கு வழிகோலும் நல்ல பழக்கங்களை ஏற்படுத்திக் கொள்ளுங்கள். ஓர் எளிய உணவு முறையை பின்பற்றுங்கள், தேகப்பயிற்சி செய்யுங்கள், தினமும் தியானம் செய்யுங்கள்—மழையோ அல்லது வெயிலோ எது நிகழ்ந்தாலும் சரி. உங்களால் காலையில் உடற்பயிற்சியும் தியானமும் செய்ய முடியவில்லை எனில், இரவில் அதைச் செய்யுங்கள். ஒவ்வொரு நாளும் அவனிடம் பிரார்த்தியுங்கள், "இறைவா, நான் இறந்தாலும்கூட, அல்லது முழு உலகமும் தகர்ந்து போனாலும் கூட, நான் உன்னுடன் இருப்பதற்காக நேரத்தை ஒதுக்கப்போகின்றேன்."

❖ ❖ ❖

நிமிடங்கள், வருடங்களை விட அதிமுக்கியமானவை. உங்களது வாழ்க்கையின் நிமிடங்களை இறை சிந்தனையால் நிரப்பவில்லையெனில், வருடங்கள் நழுவிச் சென்றுவிடும்; மேலும் இறைவன் உங்களுக்கு மிக அதிகமாக தேவைப்படும் பொழுது அவனது இருப்பை நீங்கள் உணர முடியாமல் போக நேரலாம். ஆனால் உங்கள் வாழ்க்கையின் நிமிடங்களைத் தெய்வீக ஆவல்களால் நிரப்பினால், வருடங்கள் தாமாகவே அவற்றால் தோய்ந்திருக்கும்.

இறைவனின் இருப்பைப் பயிற்சி செய்தல்

இறைவனைப் பற்றி தொடர்ந்து சிந்தித்துக் கொண்டிருப்பதில் பேரானந்தம் உள்ளது. அவனுக்காகிய அவா எப்பொழுதும் இருக்க வேண்டும். இறைவனது ஜீவித்திருக்கும் இருப்பிலிருந்து அகன்று உங்கள் மனம் ஒருபோதும் அலையாமல் இருக்கின்ற, உங்கள் உடல், மனம் மற்றும் ஆன்மாவிற்கு நேரும் மிகப் பெரும்

துன்பம் கூட உங்கள் உணர்வு நிலையை அகற்ற முடியாதிருக்கின்ற, ஒரு காலம் வரும். அது அற்புதமான தல்லவா? எல்லாக் காலமும் இறைவனை சிந்தித்து, உணர்ந்து, வாழ்வது? எங்கிருந்து உங்களை மரணமோ அல்லது வேறு எதுவோ எடுத்துச் செல்ல முடியாதோ, அந்த இறைவனின் இருப்பாகிய கோட்டையினுள் தங்கி இருப்பது?

❖❖❖

உங்களது பேச்சின் வார்த்தைகளுக்குச் சரியாகப் பின்னால், உங்களது எண்ணங்களுக்குச் சரியாகப் பின்னால், உங்களது இதயத்தின் அன்புக்குச் சரியாகப் பின்னால், உங்களது இச்சா சக்திக்குச் சரியாகப் பின்னால், உங்களது நான்-என்ற உணர்வுக்குச் சரியாகப் பின்னால் இறைவனது மகா சக்தி உள்ளது. அவன் மிகத் தொலை வில் உள்ளான் என எண்ணுபவர்களுக்கு அவன் மிகத் தொலைவில் உள்ளான்; ஆனால் அருகில் உள்ளவனாக நினைப்பவர்களுக்கு, அவன் என்றுமே அருகில் உள்ளான். பகவத் கீதை உரைக்கிறது, “எவன் அனைத்து இடங்களிலும் என்னைக் காண்கிறானோ, என்னில் அனைத்தையும் காண்கிறானோ, அவன் காட்சியினின்று நான் ஒருபோதும் மறைவதில்லை, அவனும் என் காட்சியினின்று ஒருபோதும் மறைவதில்லை.”* இறைவன் நம்மை ஒருபோதும் கைவிடுவதில்லை.

❖❖❖

இறைவன் நம் கண்ணுக்குப் புலப்படுவதில்லை என நாம் கூறுகின்றோம், ஆனால் உண்மையில்

* பகவத் கீதை VI : 30.

பேராற்றல் வாய்ந்ததாக வெளிப்படுத்தப்பட்டிருக்கும் பிரபஞ்சத்தில் அவன் புலப்படுகிறான். இறைவன்தான் அனைத்துமே—வெறும் ஒரு பொருள் மட்டுமே அல்ல.

❖❖❖

மிகவும் திடமானதாகவும், நிஜமானதாகவும் தோற்ற மளிக்கின்ற படைப்பினை நீங்கள் பார்க்கும் பொழுது, அது ஸ்தூல உருவங்களாக உறைவிக்கப்பட்ட இறை வனின் எண்ணம் என்று எப்பொழுதும் எண்ணுவதற்கு நினைவு வைத்துக் கொள்ளுங்கள். ஒவ்வொரு நாளும் சிறு சிறு வழிகளில் இந்த உணர்தலுக்கு உங்கள் மனத்தை உங்களால் பழக்கப்படுத்த முடியும். ஓர் அழகிய சூரிய அஸ்தமனத்தை நீங்கள் காணும் பொழுதெல்லாம், உங்களுக்குள் எண்ணுங்கள்: "இது வானத்தில் இறை வனுடைய ஓவியம்." நீங்கள் சந்திக்கும் ஒவ்வொரு மனிதனின் முகத்தையும் நீங்கள் ஆழ்ந்து நோக்கும் பொழுதெல்லாம் உங்களுக்குள் எண்ணுங்கள்: "இந்த உருவமாக ஆகியிருப்பது இறைவனே." அனைத்து அனுபவங்களிலும் இந்த எண்ணப் பாங்கை உபயோகியுங்கள்: "எனது உடலில் உள்ள இரத்தம் இறைவன்; எனது மனத்தில் உள்ள பகுத்தறிவு இறைவன்; எனது இதயத்தில் உள்ள அன்பு இறைவன்; உள்ளது ஒவ்வொன்றும் இறைவனே."

❖❖❖

யோகம் என்பது அனைத்தையும் இறை உணர் வுடன் செய்கின்ற கலையாகும். நீங்கள் தியானித்துக் கொண்டிருக்கும் பொழுது மட்டுமல்ல, ஆனால் நீங்கள் பணியாற்றிக் கொண்டிருக்கும் பொழுதுகூட, உங்களது சிந்தனைகள் அவனில் இடைவிடாது நங்கூரமிடப்

பட்டிருக்க வேண்டும். இறைவனை மகிழ்விப்பதற்காக நீங்கள் பணியாற்றிக் கொண்டிருக்கிறீர்கள் என்ற உணர்வுநிலையுடன் நீங்கள் செயல்பட்டால், அந்தச் செயல் உங்களை அவனுடன் இணைக்கிறது. எனவே தியானத்தில் மட்டுமே உங்களால் இறைவனைக் காண முடியும் எனக் கற்பனை செய்யாதீர்கள். பகவத் கீதை போதிப்பதைப் போல், தியானம் மற்றும் சரியான செயல்பாடு ஆகிய இரண்டுமே முக்கியமானவை. இந்த உலகத்தில் உங்களது கடமைகளை நீங்கள் ஆற்றும் பொழுது இறைவனை நீங்கள் நினைத்தால், மனத்தளவில் அவனுடன் நீங்கள் இணைந்திருப்பீர்கள்.

❖ ❖ ❖

தனக்காக அல்லாமல், நீங்கள் இறைவனுக்காகப் பணியாற்றும் பொழுது, அது தியானத்தைப் போன்றே உத்தமமானதாகும். அப்பொழுது பணி உங்களுடைய தியானத்திற்கு உதவுகிறது. தியானம் உங்களுடைய பணிக்கு உதவுகிறது. உங்களுக்கு இந்தச் சமநிலை தேவை. தியானம் மட்டும்தான் எனில், நீங்கள் சோம்பேறியாகி விடுவீர்கள். பணி மட்டும்தான் எனில், மனம் உலகப் பற்றுள்ளதாகி விடுகிறது மேலும் நீங்கள் இறைவனை மறந்து விடுகிறீர்கள்.

❖ ❖ ❖

இறைவனுக்காகச் செயல்களைப் புரிவது நன்கு திருப்தி அளிக்கின்ற, மிகவும் தனிப்பட்ட அனுபவ மாகிறது.

❖ ❖ ❖

நீங்கள் விடாப்பிடியாக, சுயநலமின்றி இறைவனைப் பற்றிய அன்பார்வமிக்க எண்ணங்களுடன் ஒவ்வொரு

செயலையும் ஆற்றும் பொழுது அவன் உங்களிடம் வருவான். அப்பொழுது நீங்களேதான், ஒவ்வொரு பிறவி யிலும் சிற்றலையாக மாறிய ஜீவசாகர மென்பதை அனுபவபூர்வமாக உணர்ந்து கொள்வீர்கள். பணியின் மூலம் இறைவனை அறியும் மார்க்கம் அதுவே. ஒவ்வொரு செயலின் போதும் நீங்கள் செயற்படுவதற்கு முன்பும், செயற்படும்பொழுதும், அதை முடித்த பின்னரும் அவனை நீங்கள் நினைவில் வைத்தால், அவன் தன்னை உங்களுக்கு வெளிப்படுத்துவான். நீங்கள் பணி செய்ய வேண்டும், ஆனால் உங்கள் மூலமாக இறைவனைச் செயலாற்ற விடுங்கள்; இதுதான் பக்தியின் சிறந்த பாகம். நீங்கள் இடைவிடாமல் அவன்தான் உங்கள் கால்கள் மூலம் நடக்கிறான்,உங்கள் கைகள் மூலம் பணிபுரி கிறான், உங்கள் மனத்திட்பம் மூலம் சாதிக்கிறான் என சிந்தித்துக் கொண்டிருந்தால், அவனை நீங்கள் அறிவீர்கள்.

❖❖❖

நீங்கள் என்ன செய்து கொண்டிருந்தாலும் சரி, இறைவனது மறுமொழியை உணர்வுபூர்வமாக நீங்கள் பெறும் வரையில், உங்களுடைய அன்பை அவனிடம் மென் குரலில் சொல்ல உங்களுக்கு எப்பொழுதும் சுதந்திரம் உள்ளது. தற்கால வாழ்க்கை முறையில் வெறித்தனமான அவசரகதியில் அவனைத் தொடர்பு கொள்வதற்கு இதுவே மிக நிச்சயமான வழியாகும்.

❖❖❖

இறைவனிடத்தில் மானசீகமாக இரகசியமாகப் பேசும் பழக்கம்தான் உங்களது வளர்ச்சியில் மிகப் பெரிய உதவியாகும். நீங்கள் மிகவும் விரும்பக்கூடிய

வகையில் உங்களிடத்தில் ஒரு மாற்றத்தைக் காண்பீர்கள். நீங்கள் செய்வது எதுவாயினும் சரி, இறைவன் உங்களது மனத்தில் இடைவிடாது இருக்க வேண்டும். ஒரு விசேஷ திரைப்படத்தைக் காண்பதற்கோ அல்லது நீங்கள் விரும்பி இரசித்த ஓர் ஆடையை அல்லது ஒரு காரை வாங்குவதற்கோ நீங்கள் விரும்பும்பொழுது, நீங்கள் வேறு எதை செய்து கொண்டிருந்தாலும் உங்கள் மனம் அப்பொருட்களை எவ்வாறு அடைய முடியும் என்பதையே தொடர்ந்து நினைத்துக் கொண்டிருப்பது உண்மை அல்லவா? உங்களது தீவிர விருப்பங்களை நீங்கள் பூர்த்தி செய்யும் வரையில் உங்கள் மனம் ஓயாது; அது அந்த ஆசைகளைப் பூர்த்தி செய்வதை நோக்கியே இடைவிடாமல் யோசிக்கிறது. இதே வகையில் இரவும் பகலும் உங்கள் மனம் இறைவன் மீது இருக்க வேண்டும். அற்பமான ஆசைகளை அவனுக்கான ஒரு பேரவாவாக மாற்றுங்கள். உங்கள் மனம் இடைவிடாது மென் குரலில் கூற வேண்டும், "இரவும் பகலும், இரவும் பகலும், உனை எதிர்பார்க்கின்றேன் இரவும் பகலும்."*

❖❖❖

அதுதான் நாம் வாழ வேண்டிய வாழ்க்கைத் தத்துவம் ஆகும். நாளை அல்ல, ஆனால் இன்றே, இந்த நிமிடமே. இறைவனை நினைக்காமல் இருப்பதற்கு எந்தச் சாக்கு போக்கும் இருக்கக்கூடாது. பணம் அல்லது பாலுணர்வு அல்லது புகழுக்கு பதிலாக, இரவும் பகலும் உங்களுடைய மனத்தின் பின்னணியில் உருண்டு கொண்டிருக்க வேண்டியது: இறைவா! இறைவா! இறைவா! நீங்கள்

* பரமஹம்ஸ யோகானந்தருடைய *Cosmic Chants — பிரபஞ்ச கீதங்களில்* பிரசுரிக்கப்பட்டுள்ள "எந்தன் இதயக் கதவினை" — யிலிருந்து.

பாத்திரங்களைக் கழுவிக் கொண்டிருந்தாலும் அல்லது ஒரு பள்ளத்தைத் தோண்டிக் கொண்டிருந்தாலும் அல்லது ஓர் அலுவலகத்திலோ அல்லது ஒரு தோட்டத்திலோ வேலை செய்து கொண்டிருந்தாலும்—நீங்கள் செய்து கொண்டிருப்பது எதுவாயினும்—அகமுகமாகக் கூறுங்கள், “ஐயனே, எனக்கு காட்சி அருள்வாய்! நீ இங்கேயே உள்ளாய். நீ சூரியனில் உள்ளாய். நீ புல்லில் உள்ளாய். நீ நீரில் உள்ளாய். நீ இந்த அறையில் உள்ளாய். நீ என் இதயத்தில் உள்ளாய்.”

❖❖❖

நாம் எண்ணுகிற ஒவ்வொரு எண்ணமும் ஒரு குறிப்பிட்ட சூட்சும அதிர்வலையை ஏற்படுத்துகிறது.... நீங்கள் மனத்தளவில் “இறைவா,” என்ற வார்த்தையை உச்சரித்து உங்களுக்குள் அந்த எண்ணத்தைத் திரும்பத் திரும்பக் கூறிக்கொண்டிருக்கும் பொழுது, இறைவனின் இருப்பை எழுப்புவதற்கான ஓர் அதிர்வலையை அது ஏற்படுத்துகிறது.

❖❖❖

எண்ணற்ற உலக எண்ணங்கள் என்னும் புதிர்ப் பாதையில் உங்கள் மனம் திரியும் பொழுதெல்லாம், பொறுமையாக அதை உள்ளே உறையும் இறைவனைப் பற்றிய நினைவிற்குத் திருப்பி வழி நடத்துங்கள். காலப்போக்கில் அவன் எப்பொழுதும் உங்களுடனேயே இருப்பதைக் காண்பீர்கள்—அதாவது உங்களுடைய சொந்த மொழியிலேயே உங்களுடன் உரையாடும் ஒரு கடவுளை, ஒவ்வொரு மலரிலும், புதர்ச் செடியிலும் மற்றும் புல்லின் கீற்றிலும் இருந்து உங்களை மறைந்து நோக்கும் கடவுளின் திருமுகத்தை நீங்கள் காணலாம். அதன் பிறகு

நீங்கள் கூறுவீர்கள்: "நான் முக்தன்! நான் பரமாத்மாவின் நுட்பமான ஆடையை அணிந்திருக்கின்றேன்; நான் பூமியிலிருந்து சுவர்க்கத்திற்கு ஒளிச் சிறகில் பறக்கிறேன்." எத்தகைய பேரானந்தம் உங்களை ஆட்கொள்ளும்!

இறைவனுடன் ஓர் உறவை நிறுவுதல்

"எல்லா நேரங்களிலும் இறைவனைப் பற்றி நினைப்பது நடைமுறைக்குரியதாகத் தோன்றவில்லை," என்று ஒரு வருகையாளர் குறிப்பிட்டார். பரமஹம்ஸர் பதிலளித்தார்:

"இந்த உலகம் உங்களுடன் ஒத்துக் கொள்கிறது, ஆனால் உலகம் ஒரு மகிழ்ச்சியான இடமா? இறைவனைக் கைவிடும் மனிதனிடமிருந்து உண்மையான மகிழ்ச்சி தப்பி ஓடி விடுகிறது, ஏனெனில் இறைவனே பரமானந்தம். இப்பூவுலகில் அவனது பக்தர்கள் அமைதி என்னும் அக சுவர்க்கத்தில் வாழ்கின்றனர்; ஆனால் அவனை மறப்பவர்கள் தாமே-உருவாக்கிக் கொண்ட பாதுகாப்பின்மை மற்றும் ஏமாற்றம் ஆகிய நரகங்களில் தங்கள் வாழ்நாட்களைக் கழிக்கின்றனர். இறைவனுடன் 'நட்பை உருவாக்கி'க் கொள்வது உண்மையிலேயே நடைமுறைக்கு ஏற்றதாகும்!"

❖❖❖

அவனுடன் பரிச்சயத்தை வளர்த்துக் கொள்ளுங்கள். உங்களது மிகுந்த பிரியத்துக்குரிய நண்பரை நீங்கள் அறிவது போல் சரியாக இறைவனை அறிவதும் கூட சாத்தியம். அதுதான் உண்மை.

❖❖❖

முதலில் உங்களுக்கு இறைவனைப் பற்றிய சரியான

எண்ணம்—எதன் மூலம் நீங்கள் இறைவனுடன் ஓர் உறவுமுறையை உருவாக்கிக் கொள்ள முடியுமோ, அப்படிப்பட்ட ஒரு நிச்சயமான கருத்து—இருக்க வேண்டும். பிறகு நீங்கள் தியானித்து உங்கள் மனக் கருத்து உண்மையான அனுபவ உணர்வாக மாறும்வரை பிரார்த்தனை செய்ய வேண்டும். அப்பொழுது நீங்கள் அவனை அறிவீர்கள். நீங்கள் விடாப்பிடியாக இருந்தால், ஆண்டவன் வருவான்.

❖ ❖ ❖

தம்மைப் படைப்பவனை, அறியாமை என்னும் புகை மற்றும் தண்டனை என்னும் நெருப்பு ஆகியவற்றுடன் மனிதனை அதிகாரத் தோரணையுடன் சோதிக்கும் ஒருவன் எனவும், மனிதனது செயல்களை இரக்கமற்ற சோதனையுடன் சீர்தூக்கிப் பார்ப்பவன் எனவும் சித்தரிக்கும் மனிதர்கள் உள்ளனர். இதன் மூலம் அவர்கள் ஓர் அன்பான, கருணைமிக்க தெய்வத் தந்தையான இறைவனைப் பற்றிய உண்மையான கருத்திலிருந்து அவனை ஓர் கண்டிப்பான, விட்டு வைக்காத, பழி வாங்கும் கொடுங்கோலன் என்ற ஒரு பொய்யான தோற்ற முள்ளவனாக திரித்துக் கூறுகிறார்கள். ஆனால் இறைவனு டன் தொடர்புடைய பக்தர்கள், அனைத்து அன்பு மற்றும் நற்குணங்களின் அமுத சுரபியாக உள்ள கருணா மூர்த்தியாக அல்லாது வேறுவிதமாக அவனை நினைப்பது மடத்தனமானது என்பதை அறிவார்கள்.

❖ ❖ ❖

இறைவன் சாசுவதமான பேரின்பமானவன். அவன் அன்பு, அறிவு, மற்றும் ஆனந்தமயமானவன். அவன் உருவமும் அருவமும் ஆகிய இரண்டுமாவான்,

அவன் தான் விரும்பும் எந்த வகையிலேனும் தன்னை வெளிப்படுத்திக் கொள்கிறான். தனது மகான்களின் முன், அவர்கள் ஒவ்வொருவரும் மிகவும் நேசிக்கின்ற வடிவில் காட்சி அளிக்கிறான்: ஒரு கிறிஸ்துவர் கிறிஸ்துவைக் காண்கிறார், ஓர் ஹிந்து கிருஷ்ணனையோ அல்லது தெய்வத் தாயையோ காண்கிறார், மற்றும் இவ்வாறாகவே. உருவமற்ற வழிபாட்டு (நிர்க்குண) முறையில் ஈடுபடும் பக்தர்கள், இறைவனை எல்லையற்ற ஜோதியாகவோ அல்லது முதல் வார்த்தையும், பரிசுத்த ஆவியுமாகிய அற்புதமான ***ஓங்கார*** நாதமாகவோ உணர்கின்றனர். ஒரு மனிதன் பெறக்கூடிய மிக உயந்த அனுபவமானது, தெய்வீகத்தின் ஒவ்வொரு இதர அம்சத்தையும்—அன்பு, ஞானம், சாசுவதம் ஆகிய எல்லாவற்றையும் பூரணமாகத் தன்னுள் கொண்டிருக்கும் அந்தப் பேரின்பத்தை உணர்வதாகும்.

ஆனால் நான் எவ்வாறு உங்களுக்கு இறைவனின் தன்மையை வார்த்தைகளால் தெரிவிக்க இயலும்? அவன் சொல்லுதற்கரியவன், விவரிக்கவொண்ணாதவன். அவனது ஒப்பற்ற சாரத்தை ஆழ்ந்த தியானத்தில் மட்டுமே உங்களால் அறிய முடியும்.

இறைவனுடைய மறுமொழிக்குச் சான்று

“ஐயா, என்னுடைய தியானங்களில் நான் முன்னேறுவதாகத் தோன்றவில்லை. நான் எதையும் பார்ப்பதோ கேட்பதோ இல்லை,” ஒரு மாணவர் கூறினார். பரமஹம்ஸ யோகானந்தர் பதிலளித்தார்:

“இறைவனை அவனுக்காகவே நாடுங்கள். உங்கள்

உள்ளத்தின் முடிவற்ற ஆழங்களிலிருந்து ஊற்றாகப் பொங்கும் பேரின்பமாக அவனை உணர்வதே மிக உயர்ந்த ஞானமாகும். தெய்வீகக் காட்சிகளுக்கோ, அற்புத ஆன்மீக நிகழ்வுகளுக்கோ, மெய்சிலிர்க்கும் அனுபவங்களுக்கோ ஏங்காதீர்கள். தெய்வத்திற்கான பாதை ஒரு சர்க்கஸ் அல்ல!"

❖❖❖

ஆன்மீக ஊக்கத்தை இழப்பதற்கான ஒரு பொது வான காரணம், பயபக்தியைத் தூண்டும் அக ஞான ஒளியின் மகத்தான சுடரில் இறைவனது பதில் கிடைக்கும் என்ற பக்தனின் எதிர்பார்ப்புதான். இந்தத் தவறான கருத்தானது பக்தனுடைய தியானப் பயிற்சியின் வெகு ஆரம்பத்திலிருந்தே இருக்கிற சூட்சும தெய்வீக பதில்களை உணர்ந்தறியும் அவனது திறனை மங்கச் செய்து விடுகிறது. பக்தனின் ஒவ்வொரு முயற்சிக்கும், ஒவ்வொரு பக்திமயமான அழைப்பிற்கும் இறைவன் பதிலளிக்கிறான். ஒரு புது சாதகனாக இருக்கும் போதேகூட, உங்களது உணர்வுநிலையின் மேல் இரகசியமாகப் படரும் சாந்தமான அக அமைதியாக அவனை உணர்வதற்கு நீங்கள் கற்றுக் கொண்டால், உங்களது சொந்த தேடலிலேயே நீங்கள் இதை உணர்வீர்கள். இந்த அக அமைதியே உள்ளிருக்கும் இறை இருப்பின் முதல் சான்றாகும். உங்கள் வாழ்க்கையில் சில சரியான முடிவுகளை எடுக்க உங்களுக்கு வழிகாட்டியும் அகத்தூண்டுதலாகவும் இருந்திருக்கிறவன் அவனே என்பதை நீங்கள் அறிவீர்கள். தீய பழக்கங்களை வென்று ஆன்மீக குணங்களை வளர்ப்பதற்கு உங்களுக்கு வல்லமை வழங்கிக் கொண்டிருக்கும் அவனது சக்தியை நீங்கள் உணர்வீர்கள். அகத்தே ஆழத்தில் அலை

அலையாய்ப் பாய்ந்தெழுந்து, உங்களுடைய தினசரி வாழ்க்கையினுள்ளும் உறவுகளுக்குள்ளும் பொங்கி வழிகின்ற என்றும்-அதிகரிக்கும் ஆனந்தமாகவும் அன்பாகவும் அவனை நீங்கள் அறிவீர்கள்.

❖❖❖

தியானத்தில் எவ்வளவு அதிகம் நீங்கள் அமைதியை உணர்கிறீர்களோ, அவ்வளவு அதிகம் நீங்கள் இறைவனுக்கு நெருக்கமாகிறீர்கள். நீங்கள் தியானத்தில் ஆழ்ந்து செல்லச் செல்ல, அவன் உங்களிடம் நெருங்கியும் நெருங்கியும் வருகிறான். தியானத்தினுடைய அமைதிதான் இறைவனது மொழியும் அவனது அரவணைக்கின்ற ஆறுதலுமாகும். எனவே உங்களுக்குள் அமைதியாகிய அரியாசனத்திலேயே இறைவன் அமர்ந்திருக்கிறான். அவனை அங்கு முதலில் காணுங்கள், பின் வாழ்க்கையின் அனைத்து உயரிய செயல் முயற்சிகளில், உண்மையான நண்பர்களில், இயற்கை அழகில், நல்ல புத்தகங்களில், நல்லெண்ணங்களில், உயரிய பேரவாக்களில் நீங்கள் அவனைக் காண்பீர்கள்....அகத்தே உள்ள அமைதியாக இறைவனை நீங்கள் அறியும் பொழுது, பின்னர் அனைத்து பொருட்களையும் ஊடுருவியுள்ள பிரபஞ்ச இணக்க அமைதியாக அவனைப் புறத்திலும் நீங்கள் உணர்வீர்கள்.

❖❖❖

“நான் என் மனத்தை அமைதிப்படுத்த முயன்றாலும், அலையும் எண்ணங்களை விரட்டி அக உலகத்திற்குள் ஊடுருவுவதற்குத் தேவையான சக்தி என்னிடம் குறைவாக உள்ளது,” ஒரு வருகையாளர் குறிப்பிட்டார். “எனது பக்தியில்தான் குறைபாடு இருக்க வெண்டும்.”

"மௌனத்தில் அமர்ந்து பக்தியை உணர முயற்சிப்பது பெரும்பாலும் உங்களை எங்குமே இட்டுச் செல்லாது," பரமஹம்ஸ யோகானந்தர் கூறினார். "அதனால்தான் நான் அறிவியல்பூர்வமான தியான உத்திகளைப் போதிக்கின்றேன். அவைகளைப் பயிற்சி செய்யுங்கள், அதனால் புலன்களின் திசைதிருப்பும் கவர்ச்சிகளிலிருந்தும் மற்றும் எப்போதும் ஓயாத எண்ண ஓட்டங்களிலிருந்தும் மனதைத் துண்டிக்க உங்களால் இயலும்.

"***கிரியா யோக***த்தின் மூலமாக ஒருவனது உணர்வு நிலை ஓர் உயர்ந்த தளத்தில் செயல்படும்; அப்பொழுது மனிதனின் மனத்தில் எல்லையற்ற பரம்பொருளின் மீதான பக்தி இயல்பாகவே எழுகின்றது."

❖ ❖ ❖

ஆத்ம-ஞானத்தின்—அதாவது உங்களுக்குள் இறைவனின் உணர்வுநிலை இருப்பதின்—அடிப்படை நிரூபணம், உண்மையாகவும் நிபந்தனையற்றும் சந்தோஷமாக இருப்பதாகும். நீங்கள் தியானத்தின் மூலம் ஆனந்தத்தை மேன்மேலும் தடையின்றி பெற்றுக் கொண்டிருந்தால், இறைவன் உங்களுக்குள் அவனுடைய இருப்பை வெளிப்படுத்தச் செய்கிறான் என்பதை நீங்கள் அறியக்கூடும்.

❖ ❖ ❖

சில சமயங்களில் உண்மையான பக்தர்கள் கூட, தங்கள் பிரார்த்தனைகளுக்கு இறைவன் பதிலளிப்பதில்லை எனக் கருதுகின்றனர். அவன் மௌனமாக பதிலளிக்கத்தான் செய்கிறான், அவனது விதிமுறைகளின் வாயிலாக; ஆனால் அவன் பக்தனைப் பற்றி முழுமையாக நிச்சயிக்கும் வரை

அவன் வெளிப்படையாகப் பதிலளிக்க மாட்டான்; அவன் பக்தனுடன் பேச மாட்டான். பிரபஞ்ச நாயகன், தான் பேசாத அளவுக்கு மிகவும் பணிவானவன், தான் பேசினால் தன்னை ஏற்கவோ அல்லது மறுக்கவோ உள்ள பக்தனின் சுதந்திர இச்சா சக்தியின் உபயோகத்தில் தான் குறுக்கிடக் கூடும் என்பதால் பேசுவதில்லை. நீங்கள் அவனை அறிந்துவிட்டால், அவனை நேசிப்பீர்கள் என்பதில் எந்த ஐயமும் இல்லை. தடுக்க முடியாதபடி ஈர்ப்பவனை யாரால் தடுக்க இயலும்? ஆனால் அவனை அறிவதற்கு உங்களது நிபந்தனையற்ற அன்பை நீங்கள் நிரூபிக்க வேண்டும். நீங்கள் விசுவாசம் பெற்றிருந்தாக வேண்டும். நீங்கள் பிரார்த்தனை செய்யும் பொழுதே, அவன் உங்களை செவிமடுத்துக் கொண்டிருக்கிறான் என்பதை நீங்கள் அறிந்திருக்க வேண்டும். அப்பொழுது அவன் உங்களுக்குத் தன்னைத் தெரியப்படுத்துவான்.

❖❖❖

இறைவன் உங்களது பிரார்த்தனைகளுக்கு மறுமொழி அளிக்கவில்லையெனில், நீங்கள் மெய்யார்வத்துடன் இல்லை என்பதே காரணமாகும். வறண்ட போலியான பிரார்த்தனைகளை அவனுக்கு நீங்கள் அளித்தால், தெய்வத் தந்தையின் கவனத்தைக் கோருவதற்கு நீங்கள் எதிர்பார்க்க முடியாது. பிரார்த்தனையின் வழியாக இறைவனை அடைய ஒரே வழி விடாப்பிடியுடனும், ஒழுங்குமுறையுடனும் மற்றும் உள்ளார்வத்தின் ஆழத்துடனும் இருத்தல் ஆகும். அச்சம், கவலை, சினம் ஆகிய அனைத்து எதிர்மறைகளிலிருந்தும் உங்களது மனத்தைத் தூய்மையாக்குங்கள். பிறகு அன்பு, சேவை மற்றும் மகிழ்ச்சி நிறைந்த எதிர்பார்ப்பு ஆகிய எண்ணங்களால்

அதை நிரப்புங்கள். உங்களது இதய சன்னிதானத்தில் ஒரே சக்தி, ஒரே ஆனந்தம், ஒரே அமைதி குடிகொண்டிருக்க வேண்டும்—இறைவன்.

இறைத் தேடலில் தனிமனித அம்சம்

இறைத் தேடலில் முழு யோக விஞ்ஞான நிபுணத்துவத்தை விட அதிமுக்கியமான ஒரு தனிமனித அம்சம் உள்ளது. தெய்வத் தந்தை தனது குழந்தைகள் தன்னை மட்டுமே விரும்புகிறார்கள் என்பதையும், அவர்கள் வேறு எதனாலும் திருப்தியுற மாட்டார்கள் என்பதையும் நிச்சயப்படுத்திக் கொள்ள விரும்புகிறான். பக்தனுடைய மனத்தில் தான் முதலிடத்தில் இல்லை என இறைவன் உணர்ந்தால், அவன் விலகி நிற்கிறான். ஆனால் அவனிடம், "ஓ இறைவா, நான் இன்றிரவு உன்னுடன் எவ்வளவு நேரம் இருக்கின்றேனோ அதுவரை நான் தூக்கத்தை இழந்தாலும் பரவாயில்லை," எனக் கூறுபவனிடம் அவன் வருவான். நிச்சயமாக! இந்த மர்மமான உலகத்தின் எண்ணற்ற திரைகளுக்குப் பின்னாலிருந்து படைப்பை ஆட்சி புரிபவன், ஒவ்வொருவருக்கும் பின்னாலிருக்கும் தன்னை வெளிப்படுத்த காட்சியளிப்பான். அவன் தன்னுடைய உண்மையான பக்தர்களுடன் பேசுகிறான், மற்றும் அவர்களுடன் கண்ணாமூச்சி ஆடுகிறான். சில சமயங்களில் ஒருவர் கவலையுடன் இருக்கும் பொழுது ஓர் ஆறுதலளிக்கும் உண்மையை அவன் திடீரென்று வெளியாக்குகிறான். தக்க சமயத்தில் நேரடியான அல்லது மறைமுகமான வழிகளில் அவன் தனது பக்தனின் ஒவ்வொரு விருப்பத்தையும் நிறைவேற்றுகிறான்.

❖❖❖

தன்னைத் தானே கொடுப்பதற்காக இறைவனைத் தூண்டுவதற்கு நிலையான, முடிவில்லாத ஆர்வம் வேண்டும். அவ்விதமான ஆர்வத்தை உங்களுக்கு யாரும் கற்றுக் கொடுக்க முடியாது. நீங்களே அதை வளர்த்துக் கொள்ள வேண்டும். "நீங்கள் ஒரு குதிரையை நீர்நிலைக்கு கொண்டு செல்லலாம், ஆனால் நீங்கள் அதை குடிக்க வைக்க முடியாது." இருந்தாலும் குதிரைக்குத் தாகம் எடுக்கும் பொழுது அது ஆர்வத்துடன் தண்ணீரைத் தேடுகிறது. எனவே இறைவன் மீது உங்களுக்குத் தணியாத தாகம் இருக்கும் பொழுது, நீங்கள் மற்ற எதற்கும்—உலக சோதனைகள் அல்லது சரீர சோதனைகள்—தேவையற்ற முக்கியத்துவம் கொடுக்காமல் இருந்தால் அப்பொழுது அவன் வருவான்.

❖❖❖

இறைவனுடனான வெற்றிக்கு மிகப் பெரிய காரணி அந்த உறுதியான ஆசையைக் கொண்டிருப்பதாகும்.

❖❖❖

இறைவன் நம்முடைய எல்லாப் பிரார்த்தனைகளை யும் கேட்டாலும் அவன் எல்லாச் சமயத்திலும் மறுமொழி கூறுவதில்லை. நம் நிலைமை தன் தாயாரைக் கூப்பிடும் ஒரு குழந்தையைப் போன்றது. ஆனால் தாயார் வரவேண்டியது அவசியம் என்று நினைப்பதில்லை. அவள் குழந்தையை அமைதிப்படுத்த அவனுக்கு விளையாட்டுப் பொருளை அனுப்புகிறாள். ஆனால் தாயாரின் இருப்பைத் தவிர வேறு எதனாலும் அந்தக் குழந்தை அமைதி அடைய மறுக்கும் பொழுது, அவள் வருகிறாள். நீங்கள் கடவுளை அடைய விரும்பினால்,

தாயார் வரும்வரை அழுகின்ற அடம் பிடிக்கும் குழந்தையைப் போல் இருக்க வேண்டும்.

❖❖❖

வெறும் ஒன்றிரண்டு மன ஒலிப்பரப்புகளுக்குப் பிறகு துள்ளிக் குதிக்காதீர்கள். ஆனால் இடைவிடாத தனிப்பட்ட உற்சாகத்துடன் உங்கள் இதயத்தின் என்றும் அதிகரிக்கும் பசியுடன் உணர்வுபூர்வமாக [சங்கல்பிப்பதை] ஓயாது தொடருங்கள்....உங்கள் உடல் முழுவதிலும் என்றும்-அதிகரிக்கின்ற ஆனந்த சிலிர்ப்பு வெடித்துக் கிளம்பு வதை நீங்கள் உணரும் வரையில்.

❖❖❖

உங்கள் இதயத்திலும், உங்கள் உடல் முழுவதிலும் வெடித்துக்கிளம்பும் ஆனந்த சிலிர்ப்பு விரிவடைவதையும் மேலும் அது தியானத்தின் பிறகும் கூட அதிகரித்துத் தொடருவதையும் நீங்கள் உணரும்பொழுது, பக்தி-சுருதி கூடிய உங்களது இதய வானொலியின் வழியாக இறைவன் பதிலளித்து விட்டதற்கான ஒரு நிச்சயமான நிரூபணத்தை நீங்கள் பெற்று விட்டீர்கள்.

❖❖❖

அவனிடத்தில் நீங்கள் அனைத்து இதயங்களின் எல்லா அன்பையும் காண்பீர்கள். நீங்கள் முழு நிறைவைக் காண்பீர்கள். உலகம் உங்களுக்கு அளித்து பின்னர் பறித்துக் கொண்டு, வேதனை அல்லது ஏமாற்றத்தில் உங்களைத் தள்ளுகின்ற ஒவ்வொன்றை யும், அதைவிட மிகச் சிறந்த வழியில், துன்பத்தின் எந்த பின்விளைவுகளும் இல்லாமல் இறைவனிடத்தில் நீங்கள் காண்பீர்கள்.

❖❖❖

அவன் உங்களுக்கு நெருக்கமானவர்களில் மிக நெருக்கமானவன், பிரியமானவர்களில் மிகப் பிரியமான வன். ஒரு கஞ்சன் செல்வத்தை நேசிப்பது போல், ஒரு தீவிரக் காதலன் தன் காதலியை நேசிப்பது போல், நீரில் மூழ்கிக் கொண்டிருக்கும் ஒரு மனிதன் சுவாசத்தை நேசிப்பது போல் அவனை நேசியுங்கள். இறைவனுக்காக நீங்கள் மிக ஆழ்ந்து ஏங்கும் பொழுது அவன் உங்களிடம் வருவான்.

❖❖❖

இதயங்களைத் தேடும் இறைவன் உங்களது உண்மையான அன்பை மட்டும்தான் நாடுகிறான். அவன் ஒரு சிறு குழந்தையைப் போன்றவன்: தனது செல்வம் முழுவதையும் ஒருவர் கொடுக்க விரும்பினாலும் அவனுக்கு அதில் விருப்பமில்லை; "ஓ இறைவா, உன்னை நான் நேசிக்கிறேன்!" எனக் கதறும் இன்னொரு பக்தனின் இதயத்துள் அவன் ஓடோடி வருகிறான்.

❖❖❖

நீங்கள் எல்லாவற்றையும் விட இறைவனைத்தான் விரும்ப வேண்டும் என்று அவன் உங்களிடம் கூற மாட்டான். ஏனெனில் எந்த விதமான "தூண்டலும்" இல்லாமல் உங்களுடைய அன்பு நிபந்தனையின்றி கொடுக்கப்பட வேண்டும் என்று அவன் விரும்புகிறான். இந்தப் பிரபஞ்ச லீலையின் முழு இரகசியமும் இதுதான். நம்மைப் படைத்தவன் நமது அன்புக்காக ஏங்குகிறான். அவன் கேட்காமலேயே நாமாகவே முன்வந்து அதை அளிக்க வேண்டும் என அவன் விரும்புகிறான். இறை வனிடம் இல்லாத ஒரே பொருள் நமது அன்புதான், நாமே அந்த அன்பை அவனுக்கு விரும்பி அளிக்காவிடில்

அவன் அதைப் பெற மாட்டான். எனவே, பாருங்கள், இறைவன் கூட ஏதோ ஒன்றை அடைய வேண்டியுள்ளது: நமது அன்பு. மேலும் நாமும் அதை இறைவனுக்கு வழங்கும் வரை மகிழ்ச்சி அடையவே மாட்டோம்.

❖❖❖

நீங்கள் அனுபவிக்கக் கூடிய மிகச் சிறந்த அன்பு தியானத்தில் இறைவனுடனான தொடர்பில் உள்ளது. ஆன்மாவிற்கும் பரமாத்மாவிற்கும் இடையே உள்ள அன்பு பரிபூரணமானது, அந்த அன்புதான் நீங்கள் அனைவரும் தேடிக் கொண்டிருப்பது. நீங்கள் தியானம் செய்யும் பொழுது அன்பு பெருகுகிறது. இலட்சக் கணக்கான சிலிர்ப்புகள் உங்கள் இதயத்தினூடே செல்கின்றன....நீங்கள் ஆழ்ந்து தியானம் செய்தால், எந்த மனித நாவாலும் விவரிக்க முடியாத ஓர் அன்பு உங்கள் மீது வந்தடையும்; அவனது தெய்வீக அன்பை நீங்கள் அறிவீர்கள், மேலும் அந்தத் தூய அன்பை மற்ற வர்களுக்கும் உங்களால் அளிக்க இயலும்.

❖❖❖

தெய்வீக அன்பின் ஒரு துகளையாவது உங்களால் அனுபவிக்க முடிந்தால், உங்களால் தாங்க முடியாத அளவிற்கு உங்களது ஆனந்தம் மிகவும் மேம்பட்ட தாக—மிகவும் விஞ்சிய ஆற்றல் வாய்ந்ததாக இருக்கும்.

❖❖❖

இறைவனுடன் நாம் ஒத்திசைந்து இருந்தால், நமது உணர்வு எல்லையற்றதாக, தெய்வீகப் பேரிருப்பின் மகா சமுத்திர ஓட்டத்தில் எங்கும் வியாபித்து இருப்பதாக விளங்குகிறது. பரம்பொருள் அறியப்படுகிற பொழுதும்,

நம்மைப் பரம்பொருளாக நாம் அறிகிற பொழுதும், நிலமோ அல்லது கடலோ இல்லை, பூமியோ அல்லது வானமோ இல்லை—அனைத்தும் அவனே. பரம்பொருளில் அனைத்தும் கரைவது என்பது ஒரு வராலும் விவரிக்கவொண்ணாத ஒரு நிலை. ஒரு மகா ஆனந்தம் உணரப்படுகிறது—மகிழ்ச்சி மற்றும் ஞானம் மற்றும் அன்பு ஆகியவற்றின் நிரந்தர முழுமை.

❖❖❖

இறைவனது அன்பு, பரம்பொருளின் அன்பு, அனைத்தையும் தன் வசப்படுத்துகிற அன்பாகும். ஒரு முறை நீங்கள் அதை அனுபவித்தவுடன், முடிவற்ற பிரதேசங்களில் உங்களை அது தொடர்ந்து இட்டுச் செல்லும். உங்கள் இதயத்திலிருந்து அந்த அன்பு என்றுமே விலக்கப்படாது. அது அங்கே சுடர்விட்டு எரியும், மேலும் அதனுடைய அக்னியில் பிறரை உங்களிடம் ஈர்க்கின்ற, உண்மையிலேயே நீங்கள் வேண்டுகிற அல்லது விரும்புகிற எதையும் ஈர்க்கின்ற, பரம்பொருளின் மகத்தான காந்த சக்தியை நீங்கள் காண்பீர்கள்.

எனது அனைத்து கேள்விகளும் மனிதனின் வாயிலாக அல்லாமல் இறைவனின் மூலமாக பதிலளிக்கப் பட்டுவிட்டன என நான் உங்களுக்கு உண்மையாகவே கூறுகின்றேன். அவன் ***உள்ளான்.*** அவன் ***உள்ளான்.*** அவனது சக்திதான் என் மூலமாக உங்களிடத்தில் பேசுகிறது. அவனது அன்பைக் குறித்தே நான் பேசுகி றேன். சிலிர்ப்பின் மேல் சிலிர்ப்பு! மென்மையான தென்றலைப் போல அவனது அன்பு ஆன்மாவின் மேல் தவழுகிறது. இரவும் பகலும், வாரத்திற்குப்

பின் வாரம், வருடத்திற்குப் பின் வருடம், அது அதிகரித்துக் கொண்டே போகிறது—முடிவு எங்கே என நீங்கள் அறிய மாட்டீர்கள். மேலும் அதைத்தான் நீங்கள் தேடிக் கொண்டிருக்கிறீர்கள், நீங்கள் ஒவ்வொருவரும். உங்களுக்கு மனித அன்பு மற்றும் செல்வ வளம் வேண்டும் என்று எண்ணுகிறீர்கள், ஆனால் இவற்றிற்குப் பின்னால் உங்களை அழைத்துக் கொண்டிருப்பது உங்களது தெய்வத் தந்தையே. அவனது அனைத்துக் கொடைகளையும் விட அவன் மகத்தானவன் என நீங்கள் உணர்ந்தால், அவனைக் காண்பீர்கள்.

❖❖❖

ஆண்டவனைத் தெரிந்து கொள்வதற்காக மட்டுமே மனிதன் இந்த பூமிக்கு வந்திருக்கிறான்; அவன் வேறெந்தக் காரணத்திற்காகவும் இங்கு இருக்கவில்லை. இதுதான் இறைவனின் உண்மையான செய்தி. யாரெல்லாம் அவனைத் தேடி அன்பு பாராட்டுகின்றனரோ, அவர்கள் அனைவரிடமும் அவன்—எங்கு வலி இல்லாத, முதுமை இல்லாத, போர் இல்லாத, மரணம் இல்லாத நிரந்தர உத்தரவாதம் மட்டும் உள்ளதோ, அந்த உன்னதப் பெரு வாழ்வைப் பற்றி பேசுகிறான். அந்தப் பெரு வாழ்வில் எதுவும் அழிக்கப்படுவதில்லை. என்றும் சுவை குன்றிடாத வார்த்தைகளுக்கு அப்பாற்பட்ட ஆனந்தம் மட்டுமே உள்ளது—என்றும் புதிய ஆனந்தம்.

அதனால் தான் இறைவனை நாடுவது மேன்மையுள்ளதாகிறது. சிரத்தையுடன் நாடும் அனைவரும் அவனை நிச்சயமாகக் காண்பர். எவர் இறைவனை நேசிக்க விரும்புகிறார்களோ, அவனது இராஜ்யத்தில் நுழைய ஏங்குகிறார்களோ மற்றும் தங்கள் இதயங்களில் மனப்பூர்வமாக அவனை அறிய விழைகிறார்களோ

அவர்கள் அவனைக் காண்பர். அவனுக்காக இரவும் பகலும் என்றென்றும் அதிகரித்துக் கொண்டிருக்கும் அவாவினை நீங்கள் பெற்றிருக்க வேண்டும். முடிவற்ற காலம் முழுவதுமாக உங்களுக்கு அளித்துள்ள தன் வாக்குறுதியை நிறைவேற்றுவதன் மூலம் அவன் உங்கள் அன்பை ஏற்றுக்கொள்வான், அத்துடன் நீங்கள் முடிவற்ற ஆனந்தத்தையும் மகிழ்ச்சியையும் அறிவீர்கள். அனைத்தும் ஒளி, அனைத்தும் ஆனந்தம், அனைத்தும் அமைதி, அனைத்தும் அன்பு, அனைத்தும் அவனே.

பிரார்த்தனைகள் மற்றும் உறுதிமொழிகள்

எனது நிலையான அமைதி பீடத்தின் மீதும், ஆழ்ந்த தியானத்திலிருந்து ஊற்றெடுக்கும் ஆனந்தத்திலும் உன் இருப்பைக் காண எனக்குக் கற்பிப்பாய்.

❖ ❖ ❖

ஒவ்வொரு எண்ணம் மற்றும் செயலாகிய கோயிலில் உன்னை நான் காண்பதற்கு எனக்கு அருள்புரிவாய். அகத்தே உன்னைக் கண்டபின், புறத்தே அனைத்து மனிதர்களிலும், அனைத்து சூழ்நிலைகளிலும் உன்னை நான் காண்பேன்.

ஆசிரியரைப் பற்றி

"பரமஹம்ஸ யோகானந்தரின் வாழ்க்கையில் இறையன்பு மற்றும் மனிதகுல சேவை ஆகிய குறிக்கோள் பரிபூரணமாக வெளிப்பட்டது....தன் வாழ்க்கையின் பெரும் பகுதியை அவர் இந்தியாவிற்கு வெளியே கழித்தாலும் அவர் நம் மாபெரும் மகான்களின் மத்தியில் இடம் பெறுகின்றார். அனைத்து மக்களையும் ஆன்ம யாத்திரை மார்க்கத்திற்கு ஈர்த்தவாறு அவருடைய திருப்பணி என்றும் குறைவின்றி ஒளிமயமாக தொடர்ந்து வளர்கிறது."

— பரமஹம்ஸ யோகானந்தர் மகாசமாதியடைந்த இருபத்து ஐந்தாவது ஆண்டு நிறைவன்று அவரை கௌரவிக்கும் வண்ணம் நினைவுத் தபால்தலையை வெளியிட்ட இந்திய அரசின் புகழாரத்திலிருந்து.

1893, ஜனவரி 5-ல் இந்தியாவில் பிறந்த பரமஹம்ஸ யோகானந்தர் தனது வாழ்க்கையை அனைத்து இனம் மற்றும் மதங்களைச் சார்ந்த மக்களுக்கு அவர்கள் தங்கள் வாழ்க்கையில் மனித ஆன்மாவின் அழகு, உன்னதம் மற்றும் உண்மையான தெய்வீகம் ஆகியவற்றை உணர்ந்தறியவும் மற்றும் அதிக முழுமையாக வெளிப்படுத்தவும் உதவுவதற்கு அர்ப்பணித்தார்.

1915-ல் கல்கத்தா பல்கலைக்கழகத்திலிருந்து பட்டப் படிப்பை முடித்த பிறகு, ஸ்ரீ யோகானந்தர் இந்தியாவின் வணங்கத்தக்க சன்னியாச ஸ்வாமி மரபில் ஒரு சன்னியாசியாக முறையான சங்கல்பங்களை ஏற்றுக் கொண்டார். இரண்டு வருடங்கள் கழித்து அவர் "எப்படி-வாழ்வது" பள்ளியை நிறுவி தனது வாழ்க்கைப் பணியைத் துவங்கினார். இது இந்தியா முழுவதும் பதினேழு கல்வி நிலையங்களாக வளர்ந்துள்ளது. இங்கு பாரம்பரிய கல்விசார்ந்த பாடங்களுடன் சேர்ந்து ஆன்மீக லட்சியங்களில் யோகப் பயிற்சியும், போதனைகளும்

அளிக்கப்படுகின்றன. அவர் 1920-ல் பாஸ்டனில் நடைபெற்ற சர்வதேச சமய மிதவாதிகளின் மகாசபைக்கு இந்திய பிரதிநிதியாக அழைக்கப்பட்டார். மகாசபையில் அவர் ஆற்றிய உரையும், அதனைத் தொடர்ந்து கிழக்குக் கடற்கரை பகுதிகளில் அவர் ஆற்றிய சொற்பொழிவுகளும் ஆர்வத்துடன் வரவேற்கப்பட்டன, மற்றும் 1924-ல் அமெரிக்கா கண்டத்தின் நெடுகிலும் சொற்பொழிவாற்றும் பயணத்தை மேற்கொண்டார்.

அடுத்த முப்பது வருடங்களில் பரமஹம்ஸ யோகானந்தர் கிழக்கின் ஆன்மீக ஞானத்தைப் பற்றி மேற்கில் பெரும் விழிப்பினை ஏற்படுத்துவதற்காகவும், அது போற்றப் படுவதற்காகவும் தொலைநோக்கு வழிகளில் பங்காற்றினார். அவர் 1920-ல் ஸ்தாபித்த சமயசார்பற்ற ஆன்மீக அமைப்பான ஸெல்ஃப்-ரியலைசேஷன் ஃபெலோஷிப்-ன் சர்வதேச தலைமையகத்தை லாஸ் ஏஞ்ஜலீஸ்-ல் நிறுவினார். தனது நூல்கள், விரிவான சொற்பொழிவு பயணங்கள் மற்றும் எண்ணற்ற ஸெல்ஃப்-ரியலைசேஷன் ஃபெலோஷிப் ஆலயங்கள் மற்றும் தியான மையங்களை உருவாக்குதல் ஆகியவற்றின் வாயிலாக சத்தியத்தை நாடுகின்ற ஆயிரக்கணக்கானோரை புராதன யோக விஞ்ஞானம் மற்றும் தத்துவத்திற்கும், அதனுடைய அனைவருக்கும் பொருந்துகின்ற தியான முறைகளுக்கும் அறிமுகப்படுத்தினார்.

இன்று, பரமஹம்ஸ யோகானந்தரால் துவக்கப்பட்ட ஆன்மீக மற்றும் மனிதநேய பணியானது, அவருடைய நெருங்கிய சீடர்களில் ஒருவரும் ஸெல்ஃப்-ரியலைசேஷன் ஃபெலோஷிப்/யோகதா சத்சங்க சொஸைடி ஆஃப் இந்தியா-வின் தலைவியுமான ஸ்ரீ மிருணாளினி மாதாவின் வழிகாட்டுதலின் கீழ் தொடர்ந்து நடைபெறுகிறது. அவரது சொற்பொழிவுகள், நூல்கள் மற்றும் தனிமுறையான உரையாடல்கள் (வீட்டிலிருந்தே படிப்பதற்கான பாடங்களின் ஒரு விரிவான தொகுப்பையும் உள்ளடக்கி) ஆகியவற்றை வெளியிடுவதுடன், சொஸைடியானது உலகம் முழுவதும்

உள்ள அதனுடைய ஆலயங்கள், ஏகாந்தமையங்கள், கேந்திரங்கள்; ஸெல்ஃப்-ரியலைசேஷன் மரபின் சன்னியாச சமூகங்கள்; மற்றும் உலகளாவிய ஒரு பிரார்த்தனைக் குழுவையையும் மேற்பார்வையிடுகின்றது.

ஸ்ரீ யோகானந்தரின் வாழ்க்கை மற்றும் பணியைப் பற்றிய ஒரு கட்டுரையில் டாக்டர் க்வின்ஸி ஹௌ, புராதன மொழிகள் ஜூனியர் பேராசிரியர், ஸ்க்ரிப்ஸ் கல்லூரி எழுதியுள்ளார்: "பரமஹம்ஸ யோகானந்தர் இந்தியாவின் நிலைத்த வாக்குறுதியான இறை அனுபூதியை மட்டுமல்லாமல், வாழ்க்கையில் அனைத்துத் துறைகளிலும் இருக்கும் ஆன்மீக நாட்டம் உள்ளவர்கள், அக்குறிக்கோளை நோக்கி விரைவாக முன்னேற்றம் காண்பதற்கான ஒரு நடைமுறை ஏற்பாட்டையும் மேற்கு நாடுகளுக்குக் கொடுத்துள்ளார். தொடக்கத்தில் மேற்கில், இந்தியாவின் ஆன்மீக பரம்பரைச் செல்வமானது அதன் அதி உன்னத மற்றும் கோட்பாட்டு நிலையில் மட்டுமே பாராட்டப்பட்டது. ஆனால் இன்றோ அது, இறைவனை, மேலுலகில் அல்லாது இங்கேயே, இப்போதே அறிய விரும்பும் அனைவருக்கும் பயிற்சியாகவும் அனுபவமாகவும் எளிதில் அணுகும்படி உள்ளது....ஒருமித்த சிந்தனைக்கான மிக உயர்ந்த வழிமுறைகளை யோகானந்தர் அனைவருக்கும் கைக்கெட்டும் வகையில் வைத்துள்ளார்."

பரமஹம்ஸ யோகானந்தரின் ஒரு யோகியின் சுயசரிதத்தில் (பார்க்க பக்கம்-319) அவரது வாழ்க்கையும் போதனைகளும் விவரிக்கப்பட்டுள்ளன. அவருடைய வாழ்க்கை மற்றும் பணியைப் பற்றிய விருது-வென்ற ஆவணத் திரைப்படம், விழித்தெழு: யோகானந்தரின் வாழ்க்கை, *(AWAKE : The Life of Yogananda)* 2014, அக்டோபரில் வெளியிடப்பட்டது.

பரமஹம்ஸ யோகானந்தர்: வாழ்விலும் சாவிலும் ஒரு யோகி

பரமஹம்ஸ யோகானந்தர், அமெரிக்கா (U.S.A.) வின் கலிஃபோர்னியாவிலுள்ள லாஸ் ஏஞ்ஜலீஸில் 1952 மார்ச் மாதம் 7ந் தேதி, இந்தியத் தூதரான மாண்புமிகு பினய் ஆர். சென் அவர்களைக் கௌரவிப்பதற்காகக் கொடுக்கப்பட்ட விருந்தில் கலந்து கொண்டு தம் சொற்பொழிவை முடித்த பின்னர், மகாசமாதி (ஒரு யோகி முழு உணர்வுடன் கடைசியாக உடற் கூட்டிலிருந்து வெளியேறுதல்) அடைந்தார்.

இம்மாபெரும் உலக ஆசிரியர் வாழ்வில் மட்டுமின்றி சாவிலும் கூட யோக முறை (இறை - அனுபூதிக்கான விஞ்ஞான முறைகள்) யின் மதிப்பை நிரூபித்து விட்டார். அவர் மறைந்து சில வாரங்களுக்குப் பிறகும் அவரது திருமுகம் எந்த மாசுமறுவுமின்றித் தெய்வீகப் பொலிவுடன் திகழ்ந்தது.

லாஸ் ஏஞ்ஜலீஸில் அமைந்திருக்கும் வனப்புல்வெளி நினைவுப் பூங்காவிலுள்ள (Forest Lawn Memorial-Park) அமரர் அறை (இங்குதான் இம்மகானுடைய தேகம் தற்காலிகமாக வைக்கப்பட்டிருக்கின்றது) யின் இயக்குநரான திரு. ஹாரி. டி. ரோவ், ஸெல்ஃப் - ரியலைசேஷன் ஃபெலோஷிப் - பிற்கு ஒரு பிரமாணக் கடிதம் அனுப்பினார். அதிலிருந்து எடுக்கப்பட்ட சில பகுதிகள் பின்வருமாறு:

“பரமஹம்ஸ யோகானந்தரின் மரித்த தேகத்தில் சிதைவினால் தென்படக்கூடிய எந்த அறிகுறியும் இல்லாமலிருப்பது எங்களது அனுபவத்தில் காணாத ஓர் அசாதாரண நிகழ்ச்சி....இறந்து இருபது நாட்களாகியும் அவரது உடலில் எவ்விதமான பௌதீகச் சிதைவும்

காணப்படவில்லை... அவருடைய சருமத்தில் பூஞ்சையின் அறிகுறி எதுவும் தென்படவில்லை. உடல் திசுக்களில் கண்கூடான உலர்தல் எதுவும் ஏற்படவில்லை. ஓர் உடல் இங்ஙனம் பூரண பதன நிலையில் இருப்பது, எங்களுக்குத் தெரிந்த வரையில் இந்த அமரர் அறையின் சரித்திரக் குறிப்புக்களில் இதுவரை காணப்படாத ஈடு இணையற்ற ஒரு சம்பவமாகும்....யோகானந்தரின் தேகத்தைப் பெறும்பொழுது அமரர் அறையின் பணியாளர்கள், பெட்டியின் கண்ணாடி மூடி வழியாக, வழக்கமாகத் தோன்றும் படிப்படியான தேகச் சிதைவின் அறிகுறிகளை எதிர்பார்த்தனர். கண்காணிப்பின் கீழிருந்த அந்த தேகத்தில், நாட்கள் செல்லச் செல்ல, காணக்கூடிய எந்த மாறுதலும் இல்லாமலிருந்ததைக் கண்டு எங்களது வியப்பு அதிகரித்தது. யோகானந்தரின் தேகம், தனிச்சிறப்பிற்குரிய ஒரு மாறுதலற்ற தன்மையைத் தெளிவாகக் காட்டியது....

எந்தச் சமயத்திலும் அவர் தேகத்திலிருந்து சிதைவின் நாற்றம் வீசவேயில்லை....மார்ச் 27-ஆம் நாள் அவருடைய பெட்டியின்மீது வெண்கல மூடியைப் பொருத்துவதற்கு முன்னர், அவரது உடலின் தோற்றம் மார்ச் 7-ஆம் நாள் எப்படி இருந்ததோ அப்படியே இருந்தது. அவர் இறந்த அன்றிரவு எப்படித் தோற்றமளித்தாரோ அவ்வாறே தூய்மையாகவும் சிதைவின் பாதிப்புகளுமின்றி மார்ச் 27- ஆம் நாளன்றும் காணப்பட்டார். மார்ச் 27-ஆம் நாள் அவர் உடல் எந்தச் சிதைவும் அடைந்திருந்ததாகக் கூற எவ்விதக் காரணமும் இல்லை. இக்காரணங்களினால் பரமஹம்ஸ யோகானந்தரின் விஷயமானது எங்கள் அனுபவத்தில் ஈடுஇணையற்ற ஒன்று என்பதை மறுபடியும் அறிவிக் கின்றோம்."

பரமஹம்ஸ யோகானந்தருடைய கிரியா யோகப் போதனைகளைப் பற்றிய கூடுதலான உதவி சாதனங்கள்

யோகதா சத்சங்க சொஸைடி ஆஃப் இந்தியா, இந்தியா மற்றும் நேபாளம் முழுவதும் உள்ள சாதகர்களுக்கு இலவசமாக உதவி புரிவதற்காக அர்ப்பணித்துக் கொண்டுள்ளது. எங்களுடைய பொதுச் சொற்பொழிவுகள், மற்றும் எங்கள் தியான மையங்களில் நடக்கும் வகுப்புகள், தியான மற்றும் மனவெழுச்சியூட்டும் வழிபாடுகள், எங்கள் தியான மையங்கள், கேந்திரங்கள் மற்றும் மண்டலிகளுக்கு அருகில் உள்ள இடங்களில் நடைபெறும் வார இறுதி ஏகாந்த ஆன்மீக பயிற்சிகள் மற்றும் இதர செயல்பாடுகளைப் பற்றிய தகவல்களுக்கு எங்களது இணையதளத்திற்கு அல்லது யோகதா சத்சங்க கிளை மடத்திற்கு வருகை புரிய உங்களை அழைக்கின்றோம்:

www.yssofindia.org

YOGODA SATSANGA SOCIETY OF INDIA

Paramahansa Yogananda Path

Ranchi 834001, Jharkhand

Tel: (0651) 2460071, 2460074, 2461578

YOGODA SATSANGA LESSONS

The *Yogoda Satsanga Lessons* are unique among Paramahansaji's writings in that they give his step-by-step instructions in yoga techniques for God-realization. The simple yet highly effective methods taught in the Lessons enable one to harmonize and recharge the body with life energy; to awaken the unlimited power of the mind; and, above all, to achieve direct, personal experience of God through the *Kriya Yoga* science of meditation.

During his lifetime he travelled extensively, giving lectures and classes in India, the United States, and Europe. Yet he knew that many more than he could teach in person would be drawn to the yoga philosophy and practices. Thus he conceived "a series of weekly studies for the yoga seekers all over the world"—to perpetuate in their original purity, and in written form, the teachings handed down to him by his lineage of gurus.

In addition, the *Yogoda Satsanga Lessons* cover a broad range of other subjects — offering inspiration and practical guidance for living every day in greater harmony with oneself and others, and for coping with the multitude of problems that seem so pressing in today's world. A few of the many topics covered are:

- **Strengthening the Power of Will for All-Round Success**
- **Creating Harmony in Family Life & Marriage**
- **Freeing Yourself From Bad Habits**
- **The Art of Getting Along With Others**
- **Banishing Fear, Worry & Stress**
- **How to Weave God into Your Daily Life**
- **Spiritualizing Business**
- **Life After Death**
- **Finding & Expressing Unconditional Love**
- **How to Build World Unity**
- **Understanding Karma & Reincarnation**
- **Yoga Principles of Rejuvenation & Healing**

After a preliminary period of study and practice, students of the Yogoda Satsanga Lessons may request initiation in the advanced Kriya Yoga meditation technique.

Further information about the *Yogoda Satsanga Lessons* is included in the booklet *Undreamed-of Possibilities*, available on request.

For free introductory booklet,
Undreamed-of Possibilities, please write or call:
YOGODA SATSANGA SOCIETY OF INDIA
Paramahansa Yogananda Path
Ranchi 834001, Jharkhand
Tel: (0651) 2460071, 2460074, 2461578
Also available on our website
www.yssofindia.org

யோகதா சத்சங்கப் பாடங்கள் தமிழ் மொழியில் தயாரானவுடன், அங்கத்தினர்களுக்கு தெரிவிக்கப்படும்.

யோகதா சத்சங்க சொஸைடி ஆஃப் இந்தியா – வின்

இலட்சியங்களும் குறிக்கோள்களும்

வகுத்தவர்

ஸ்ரீ ஸ்ரீ பரமஹம்ஸ யோகானந்தர்,
குருதேவர் மற்றும் ஸ்தாபகர்

ஸ்ரீ ஸ்ரீ மிருணாளினி மாதா, சங்க மாதா மற்றும் தலைவி

இறையனுபவத்தை நேரடியாகத் தனிப்பட்ட முறையில் அடைய உதவும் நிச்சயமான விஞ்ஞான முறைகள் பற்றிய அறிவை உலக நாடுகளிடையே பரப்புதல்.

சொந்த முயற்சியின் மூலம் பரிணாம வளர்ச்சி அடைந்து, மனிதனின் வரம்பிற்குட்பட்ட நிலையற்ற உணர்வை இறை உணர்வாக்குவதுதான் வாழ்க்கையின் நோக்கம் என்பதைப் போதிப்பது, இந்த நோக்கத்திற்காக, இறைத்தொடர்பு கொள்ள வைக்கும் யோகதா ஆலயங்களை நிறுவுவதுடன் மனிதர்களின் இல்லங்களிலும் இதயங்களிலும் இறைவனின் தனித்தனி ஆலயங்களை நிறுவ ஊக்கமளித்தல்.

பகவான் கிருஷ்ணரால் போதிக்கப்பட்ட ஆதி யோக முறைக்கும் இயேசு கிறிஸ்துவினால் போதிக்கப்பட்ட ஆதி கிறிஸ்துவ சமயத்திற்குமிடையே உள்ள முழுமையான இணக்கத்தையும் அடிப்படையான ஒருமையையும் வெளிப்படுத்துதல்; மற்றும் சத்தியத்தின் இந்தக் கொள்கைகளே எல்லா உண்மையான சமயங்களுக்கும் பொதுவான விஞ்ஞான பூர்வமான அடிப்படை என்பதைக் காண்பித்தல்.

உண்மையான எல்லா சமய நம்பிக்கைகளும்

முடிவில் இட்டுச் செல்லும் ஒரே தெய்வீகப் பெருவழியைச் சுட்டிக் காண்பித்தல்; இப்பெருவழி, நாள்தோறும் விஞ்ஞான பூர்வமாக பக்தியுணர்வுடன் இறைவனைத் தியானித்தலாகும்.

மனிதனை, அவனுடைய மூவகைத் துன்பங்களான உடல் நோய், மனக் கவலைகள், ஆன்மீக அறியாமை ஆகியவற்றிலிருந்து விடுவித்தல்.

"எளிய வாழ்க்கை மற்றும் உயர்ந்த சிந்தனை"யை ஊக்குவித்தல்; அனைத்து மக்களிடையேயும் அவர்களது ஒற்றுமையின் நிரந்தர ஆதாரத்தை — கடவுளுடன் உள்ள உறவை — போதிப்பதன் மூலம் சகோதரத்துவ உணர்வைப் பரப்புதல்.

உடலை விட உள்ளம் உயர்வானது, உள்ளத்தை விட ஆன்மா உயர்வானது என்பதை எடுத்துக் காட்டுதல்.

நன்மை மூலமாகத் தீமையையும், மகிழ்ச்சியின் மூலமாகத் துயரத்தையும், அன்பின் மூலமாகக் கொடுமை யையும், ஞானத்தின் மூலமாக அஞ்ஞானத்தையும் வெல்லுதல்.

சமயம், விஞ்ஞானம் இரண்டையும் அவற்றின் அடிப்படைச் சித்தாந்தங்களின் ஒற்றுமையைப் புரிந்து கொள்வதன் மூலம் ஒன்றுபடுத்துதல்.

மேலை நாடுகள் மற்றும் கீழை நாடுகளுக்கிடையே கலாச்சாரம் மற்றும் ஆன்மீக அறிவை ஆதரித்தல், மேலும் அவற்றின் உத்தம தனித்தன்மை பொருந்திய குணங்களைப் பரிமாற்றம் செய்து கொள்ளுதல்

மனித இனத்தைத் தன்னுடைய பெரிய ஆன்மாவாகக் கருதி சேவை செய்தல்.

யோகதா சத்சங்க சொஸைடி

ஆஃப் இந்தியா-வினால் பிரசுரிக்கப்பட்டது

ஒரு யோகியின் சுயசரிதம்

அருளியவர் பரமஹம்ஸ யோகானந்தர்

“நூற்றாண்டின் மிகச் சிறந்த நூறு ஆன்மீக நூல்களில் ஒன்று” எனத் தேர்ந்தெடுக்கப்பட்டு, பாராட்டைப் பெற்றுள்ள இந்த சுயசரிதம், நம் காலத்திய உன்னத ஆன்மீக குருமார்களில் ஒருவருடைய கவர்ந்திழுக்கும் சொல்லோ வியத்தை வழங்குகின்றது. பரமஹம்ஸ யோகானந்தர் நடுவுநிலைமையுடனும், சொல்லாற்றலுடனும், புத்தி கூர்மை யுடனும், தன் வாழ்க்கையின் ஆர்வமூட்டும் நிகழ்ச்சி களை—அவருடைய குறிப்பிடத்தக்க குழந்தைப் பருவ அனுபவங்கள், அவருடைய இளவயதில் ஞான ஒளி பெற்ற குருவை இந்தியா முழுவதிலும் தேடுகின்ற பொழுது, பல மகான்கள் மற்றும் முனிவர்களுடன் ஏற்பட்ட சந்திப்புகள், வணக்கத்திற்குரிய யோக குருவின் ஆசிரமத்தில் பத்து வருடப் பயிற்சி, மேலும் அமெரிக்காவில் அவர் வாழ்ந்து போதித்த முப்பது வருடங்கள் ஆகியவற்றை விளக்குகின்றார். மகாத்மா காந்தி, இரவீந்திரநாத் தாகூர், லூதர் பர்பாங்க், அருட்காயங்களைத் தாங்கும் கத்தோலிக்க அன்னை தெரஸே நொய்மன், மற்றும் கிழக்கையும் மேற்கையும் சார்ந்த பல புகழ்பெற்ற ஆன்மீகவாதிகளுடனான அவருடைய சந்திப்புகளையும் கூட குறிப்பிடுகின்றார்.

ஒரு யோகியின் சுயசரிதம், அபூர்வமான வாழ்க்கை யைப் பற்றி அழகாக எழுதப்பட்ட விவரத்தையும், புராதன யோக விஞ்ஞானம் மற்றும் காலத்தால்-கௌர விக்கப்பட்ட தியான மரபு பற்றிய அறிவாழமிக்க அறிமு கத்தையும் ஒருங்கே கொண்டதாகும். ஆசிரியர், அன்றாட

வாழ்க்கையின் சாதாரண நிகழ்வுகள் மற்றும் அதிசயங்கள் எனப் பொதுவாகக் குறிப்பிடப்படும் அசாதாரண நிகழ்வுகள் ஆகிய இரண்டிற்கும் பின்னாலுள்ள சூட்சுமமான, ஆனால் திட்டவட்டமான விதிமுறைகளைத் தெள்ளத்தெளிவாக விளக்குகின்றார். கருத்தைக் கவரும் அவருடைய வாழ்க்கைக் கதை இவ்வாறாக, மனித வாழ்க்கையின் இறுதியான புதிர்களை ஊடுருவும் மறக்க முடியாத பார்வைக்கு பின்னணியாக அமைகின்றது.

ஒரு நவீன ஆன்மீக இலக்கியமாகக் கருதப்படுகின்ற இப்புத்தகம் நாற்பத்தி மூன்று மொழிகளில் மொழி பெயர்க்கப்பட்டுள்ளது மேலும் கல்லூரிகளிலும் பல்கலைக் கழகங்களிலும் பாடப்புத்தகமாகவும் கலந்தாய்வு பணிக் காகவும் பரவலாகப் பயன்படுத்தப்படுகின்றது. முதன் முதலில் வெளியிடப்பட்டதிலிருந்து அறுபது வருடங் களுக்கும் மேலாக நிரந்தரமாக மிகச் சிறந்த விற்பனையைக் கொண்டுள்ள ***ஒரு யோகியின் சுயசரிதம்*** உலகைச் சுற்றிலும் உள்ள லட்சக்கணக்கான வாசகர்களின் இதயங்களினுள் செல்லும் தன் பாதையைக் கண்டுள்ளது.

"ஓர் அரிய தொகுப்பு."

—நியூ யார்க் டைம்ஸ்

"உள்ளத்தைக் கவர்கின்ற தெளிவான குறிப்புரைகள் கூடிய புத்தகம்."

—நியூஸ்வீக்

"ஆங்கிலத்திலோ அல்லது பிற எந்த ஐரோப்பிய மொழிகளிலோ யோகம் பற்றிய இது போன்ற படைப்பு இதற்கு முன்னர் இருந்ததே இல்லை."

—கொலம்பியா யூனிவர்சிடி பிரஸ்

Books by Paramahansa Yogananda

- ஒரு யோகியின் சுயசரிதம்
- மனிதனின் நிரந்தரத் தேடல்
- வெற்றியின் விதிமுறை
- இறைவனிடம் நீங்கள்
- ஆன்மீக நாட்குறிப்பு பேசுவது எப்படி
- பரமஹம்ஸ யோகானந்தரின் அருள் மொழிகள்
- The Divine Romance
- Journey to Self-realization
- The Science of Religion
- Words of Cosmic Chants
- In the Sanctuary of the Soul
- Whispers from Eternity
- Inner Peace
- Metaphysical Meditations
- Scientific Healing Affirmations
- Autobiography of a Yogi (MP3 CD) read by Sir Ben Kingsley
- God Talks with Arjuna: The Bhagavad Gita *(A New Translation and Commentary)*
- The Second Coming of Christ: The Resurrection of the Christ Within You—*A Revelatory Commentary on the Original Teachings of Jesus*

Other Publications From Yogoda Satsanga Society of India

- The Holy Science *by Sri Sri Swami Sri Yukteswar Giri*
- அன்பு மட்டுமே *எழுதியருளியவர் ஸ்ரீ ஸ்ரீ தயா மாதா*
- God Alone: The Life and Letters of a Saint *by Sri Gyanamata*
- Paramahansa Yogananda: In Memoriam-*Personal Accounts of the Master's Final Days*
- Rajasi Janakananda-A Great Western Yogi
- "Mejda": The Family and the Early Life of Sri Sri Paramahansa Yogananda – *by Sri Sananda Lal Ghosh*
- Two Frogs in Trouble
- Yogoda Satsanga Magazine

Some of the above-mentioned books are also published in Bengali, Gujarati, Hindi, Kannada, Malayalam, Marathi, Nepali, Odia, Punjabi, Sanskrit, Tamil, Telugu and Urdu. For a complete list of books and audio-video recordings write to Yogoda Satsanga Society of India at the address given below. Also available are black-and-white and colour pictures of Sri Sri Paramahansa Yogananda.

Available at your local bookstore or from:

Yogoda Satsanga Society of India

Paramahansa Yogananda Path, Ranchi 834 001, Jharkhand

Tel: (0651), 2460071, 2460074, 2461578

www.yssbooks.org

சொல்லகராதி

அகந்தை. நான் என்ற பாவனை, சமஸ்கிருதத்தில் *அகங்காரம்* ("நான் செய்கின்றேன்" என்று பொருள்படும்), இருமைக்கு மூல காரணம் அல்லது மனிதனுக்கும் அவனைப் படைத்தவனுக்கும் இடையே தோற்றமளிக்கின்ற பிரிவு. அகந்தை மனிதர்களை மாயையின் பிடியில் ஆழ்த்துகிறது. அதனால் ஆன்மா, மாயையில் தேக-உணர்வு நிலையின் வரம்புகளுடன் அடையாளப்படுத்திக் கொண்டு, கர்த்தா ஒருவனேயான இறைவனுடன் அதன் ஒருமையை மறந்து விடுகின்றது. (பார்க்க ஆன்மா.)

அவதாரம். தெய்வீகப் பிறவி. சமஸ்கிருதச் சொல்லான அவதார் என்பதிலிருந்து; அதன் மூலச் சொற்கள் அவ, "கீழே" மற்றும் த்ரி "செல்லுதல்." பரம்பொருளுடன் ஒன்றிணைந்து, பின்பு மனித இனத்திற்கு உதவுவதற்காக பூவுலகத்திற்குத் திரும்பி வரும் ஒருவர் அவதாரம் என அழைக்கப்படுகின்றார்.

ஆத்ம-அனுபூதி. ஆத்ம-அனுபூதியை பரமஹம்ஸ யோகானந்தர் பின்வருமாறு வரையறுத்துள்ளார்: "ஆத்ம-அனுபூதி என்பது—உடலிலும், மனத்திலும், ஆன்மாவிலும்—இறைவனின் சர்வ வியாபகத் தன்மையுடன் நாம் ஒன்றாகி இருக்கிறோம் என்பதையும்; அது நம்மிடம் வருவதற்காக நாம் பிரார்த்திக்க வேண்டியதில்லை என்பதையும்; நாம் அதனருகிலேயே எப்பொழுதும் இருக்கின்றோம் என்பது மட்டுமின்றி, இறைவனின் சர்வ வியாபகம் நம்முடைய சர்வ வியாபகமே என்பதையும்; நாம் எப்பொழுதும் போலவே இப்பொழுதும் அதே அளவு அவனுடைய ஒரு பகுதியாகவே விளங்குகின்றோம் என்பதையும் அறிதலாகும். நாம் செய்ய வேண்டியதெல்லாம் நம்முடைய அறிதலை மேம்படுத்திக் கொள்ளுதலாகும்."

ஆன்மா (Self). மனித தனித்தன்மை அல்லது அகந்தையாகிய சாதாரணமான 'நான்'-லிருந்து வேறுபடுத்தப்பட்டதாக உள்ள மனிதனின் தெய்வீக சாராம்சமாகிய ஆத்மன் அல்லது ஜீவனைக் குறிப்பிடப் பயன்படுகிறது. என்றும்-உள்ள, என்றும்-விழித்துள்ள, என்றும்-புதிய ஆனந்தம் ஆகிய அடிப்படைத் தன்மைகளைக் கொண்ட மெய்ப் பொருள் தனிப்படுத்தப்பட்டதுதான் ஆன்மா ஆகும். ஆன்மா அல்லது ஜீவாத்மா அன்பு, அமைதி, தைரியம், கருணை மற்றும் அனைத்து இதர தெய்வீகப் பண்புகளுக் கான மனிதனின் அக மூலாதாரமாகும்.

ஆன்மீகக் கண். புருவங்களுக்கு இடையே கூடஸ்த (கிறிஸ்து) மையத்தில் (ஆக்ஞா சக்கரம்) உள்ள உள்ளுணர்வு மற்றும் எங்கும் நிறைந்த புலனுணர்வு படைத்த ஒற்றைக் கண்; இறுதியான இறை உணர்வு நிலைக்குள் புகுவதற்கான நுழைவாயில். இயேசு, “உன் கண் ஒன்றாயிருந்தால், உன் சரீரம் முழுவதும் வெளிச்சமாயிருக்கும்....ஆகையால் உன்னிலுள்ள வெளிச்சம் இருளாகாதபடிக்கு எச்சரிக் கையாயிரு.” ***(லூக்கா*** 11:34-35) என்று கூறியபொழுது ஆன்மீகக் கண்ணின் மூலமாக உணரப்படுகின்ற தெய்வீக ஒளியைக் குறிப்பிட்டார்.

உயர்உணர்வுநிலை. ஆன்மாவின் பரிசுத்தமான, உள்ளுணர் வான, அனைத்தையும்-காணும், என்றும்-ஆனந்தம் நிறைந்த உணர்வுநிலையாகும். சில சமயங்களில் தியானத் தில் அனுபவிக்கப்படும் இறைத் தொடர்பின் எல்லா பல்வேறு நிலைகளையும் பொதுவாகக் குறிப்பிடுவதற்கு பயன்படுகிறது. ஆனால் ஒருவர் “நான்” என்னும் அகந்தை உணர்வைக் கடந்து மேம்பட்டு, தன்னை இறைவனின் வடிவத்தில் படைக்கப்பட்டுள்ள ஆன்மா என்று உணர்கின்ற முதலாவது நிலையை விசேஷமாகக் குறிப்பிடுகிறது. அதன் பின்னர், அனுபூதியின் உயர்ந்த

நிலைகளான ***கூடஸ்த சைதன்யம்*** மற்றும் பிரபஞ்ச உணர்வுநிலை ஆகியவை தொடர்கின்றன.

ஓம். அனைத்துப் பொருட்களையும் படைத்து, பராமரிக்கும் இறைத் தத்துவத்தின் தன்மையைக் குறிக்கும் சமஸ்கிருத மூலச் சொல் அல்லது பீஜ ஒலி; பிரபஞ்ச அலையதிர்வு. வேதங்களின் ***ஓங்காரம்***, திபெத்தியர்களின் ***ஹூம்*** என்ற புனிதச் சொல்லாகவும்; முஸ்லிம்களின் ***ஆமின்***; எகிப்தியர், கிரேக்கர், ரோமானியர், யூதர் மற்றும் கிறிஸ்துவர்களின் ***ஆமென்*** என்ற புனிதச் சொல்லாகவும் ஆயிற்று. படைக்கப்பட்ட எல்லாப் பொருட்களும் ***ஓம்*** அல்லது ***ஆமென்***, வார்த்தை அல்லது பரிசுத்த ஆவியாகிய பிரபஞ்ச அலையதிர்வு சக்தியிலிருந்து தோன்றுகின்றன. "ஆதியிலே வார்த்தை இருந்தது. அந்த வார்த்தை தேவனிடத்திலிருந்தது. அந்த வார்த்தை தேவனாயிருந்தது.... சகலமும் அவர் மூலமாய் உண்டாயிற்று [வார்த்தை அல்லது ***ஓம்***]; உண்டான தொன்றும் அவராலேயல்லாமல் உண்டாகவில்லை" (***யோவான்*** 1:1,3. பைபிள்).

ஹீப்ரு மொழியில் ***ஆமென்*** என்பதன் கருத்து ***நிச்சயம், விசுவாசம்*** என்பதாகும். "உண்மையும் சத்தியமும் உள்ள சாட்சியும், தேவனுடைய சிருஷ்டிக்கு ஆதியுமாயிருக்கிற ஆமென் என்பவர் சொல்லுவதாவது" (***வெளிப்படுத்தின விசேஷம்*** 3:14, பைபிள்). இயங்கிக் கொண்டிருக்கும் ஒரு மோட்டாரின் அதிர்வினால் உண்டாக்கப்படும் ஓசையைப் போன்று, எங்கும் நிறைந்துள்ள ஒலியாகிய ***ஓம்*** எனும் நாதம், அதிர்வுறும் சக்தியினால் படைப்பிலுள்ள சகல ஜீவராசிகளையும், ஒவ்வொரு அணுவையும் தாங்கி நிற்கின்ற "பிரபஞ்ச மோட்டார்" இயங்கிக் கொண்டிருப்பதற்கு விசுவாசமாக சாட்சியம் அளிக்கின்றது. ***யோகதா சத்சங்கப் பாடங்களில்***, பரமஹம்ஸ யோகானந்தர், தியான உத்திகளை கற்றுத் தருகின்றார்.

இதைப் பயிற்சி செய்வது, இறைவனின் நேரடி அனுபவத்தை ***ஓம்*** அல்லது பரிசுத்த ஆவியாகத் தருகிறது. கண்ணுக்குப் புலப்படாத இறை சக்தியுடனான அந்த ஆனந்தமயமான தொடர்பு (பரிசுத்த ஆவியாகிய தேற்றரவாளன்—***யோவான்*** 14:26, பைபிள்) தான் பிரார்த்தனையின் உண்மையான விஞ்ஞான ரீதியான அடிப்படை.

கர்மா / கர்மவினை. இப்பிறவியிலோ அல்லது முந்திய பிறவி களிலோ செய்த வினையின் பயன்கள். சமஸ்கிருதத் திலிருந்து ***க்ரி***, செய்தல். சமநிலைப்படுத்தும் கர்மவினை விதி, செயலும் எதிர்ச் செயலும், காரணமும் காரியமும், விதைப்பதும் அறுப்பதும் என்பதாகும். ஒவ்வொரு மனிதனும் இயற்கையான அறவழியில் செல்லும்பொழுது அவனுடைய எண்ணங்களாலும், செயல்களாலும் அவனுடைய விதியை அவனே நிர்ணயிப்பவனாகின்றான். ஒரு வட்டம் மாற்றமுடியாதபடி தன்னிலேயே முழுமை யாவது போல், அவன் எவ்வித சக்திகளைத் தனக்குத் தானே விவேகத்துடனோ அல்லது விவேகமின்றியோ செயல்படுத்தி உள்ளானோ, அவை தொடங்கிய இடமான அவனிடமே திரும்பி வந்து சேர வேண்டும். நீதியின் சட்டமாக இருப்பது கர்மவினையே என்று புரிந்து கொள்வதானது, மனித மனம் கடவுளிடமோ அல்லது மனிதனிடமோ சினந்து கொள்வதிலிருந்து விடுதலையடைய உதவுகிறது. ஒரு மனிதனின் கர்மவினை, நிறைவேற்றப்படும் வரை அல்லது ஆன்மீகரீதியாக மேம்படும் வரை, பிறவிதோறும் அவனைத் தொடர்ந்து வருகிறது. (பார்க்க மறுபிறவி.)

கிரியா யோகம். பல்லாயிரம் ஆண்டுகளுக்கு முன்பு பாரதத்தில் தோன்றிய ஒரு புனித ஆன்மீக விஞ்ஞானம். இது உள்ளடக்கியுள்ள சில குறிப்பிட்ட தியான உத்திகளை

ஈடுபாட்டுடன் செய்யும் பயிற்சி நேரடியான, தனிப்பட்ட இறை அனுபவத்திற்கு இட்டுச் செல்லும். இராஜ ("அரச" அல்லது "முழுமையான") ***யோகத்தின்*** ஓர் அம்சமான ***கிரியா யோகம்***, பகவத் கீதையில் பகவான் கிருஷ்ணனாலும், ***யோக சூத்திர***ங்களில் பதஞ்சலி யினாலும் மிக உயர்வாகப் புகழப்பட்டுள்ளது. இந்த யுகத்தில் ***கிரியா யோகம்*** மகாவதார பாபாஜியினால் புத்துயிர் அளிக்கப்பட்டது. மேலும் அவர், இந்தப் புனித விஞ் ஞானம் உலக முழுவதும் கிடைக்கப் பெறுவதற்காகவும், மற்றும் எதிர்கால சந்ததியினருக்காக இது தூய வடிவில் அழியாமல் காப்பதை உறுதி செய்வதற்காக ஒரு சொஸை டியை நிறுவுவதற்காகவும் பரமஹம்ஸ யோகானந்ததரைத் தேர்ந்தெடுத்தார். ***கிரியா யோகம், ஒரு யோகியின் சுயசரிதத்தின்*** 26-வது அத்தியாயத்தில் விவரிக்கப் பட்டுள்ளது. மற்றும் இது யோகதா சத்சங்கப் பாடங்களைப் பயின்று சில குறிப்பிட்ட ஆன்மீகத் தேவைகளை பூர்த்தி செய்யும் சாதகர்களுக்கு போதிக்கப்படுகின்றது.

கிருஷ்ணன். பார்க்க பகவான் கிருஷ்ணன்.

கிறிஸ்து உணர்வுநிலை. "கிறிஸ்து" அல்லது "கிறிஸ்து உணர்வுநிலை" என்பது படைப்பு முழுமையும் பரவி, நிலைபெற்று நிலவும் இறைவனின் வெளிப்படுத்தப்பட்ட உணர்வுநிலையாகும். கிறிஸ்துவ சாத்திரத்தில் அது "ஒரே பேறான குமாரன்," என்று அழைக்கப்படுகிறது; பிதாவான இறைவனின் படைப்பில் ஒரே ஒரு தூய பிரதிபலிப்பு ஆகும். ஹிந்து சாத்திரங்களில் அது ***கூடஸ்த சைதன்யம்*** என்று அழைக்கப்படும், படைப்பில் பரம்பொருளின் சர்வ வியாபக பிரபஞ்ச அறிவுத்திறம் ஆகும். அது கிருஷ்ணன், இயேசு மேலும் மற்ற அவதாரங்களால் வெளிப்படுத்தப்பட்ட பிரபஞ்ச உணர்வுநிலை, இறைவனுடன் ஒன்றாகிய தன்மையாகும். உயர்ந்த

மகான்களும், யோகியரும் அதை படைப்பின் ஒவ்வொரு துகளிலும் உள்ள அறிவுத்திறத்துடன் தங்களுடைய உணர்வு ஒன்றிவிட்ட ***சமாதி*** நிலை தியானம் என்று அறிவர்; முழு பிரபஞ்சத்தையும் அவர்களுடைய சொந்த உடலாகவே அவர்கள் உணர்வர்.

கூடஸ்த (கிறிஸ்து) மையம். தேகத்தில் மனஒருமுகப்படுதல் மற்றும் இச்சா சக்தியின் மையம், புருவங்களுக்கு இடையே உள்ளது. கூடஸ்த சைதன்யம் / கிறிஸ்து உணர்வுநிலை மற்றும் ஆன்மீகக் கண்ணின் இருப்பிடம்.

குரு. ஆன்மீக ஆசான். *குரு* என்னும் வார்த்தை, வெறுமனே எந்த ஆசிரியரையோ அல்லது விரிவுரை யாளரையோ குறிப்பிடுவதற்காக பெரும்பாலும் தவறா கவே பயன்படுத்தப்பட்டாலும், ஓர் உண்மையான இறையொளி பெற்ற குரு, தன்னையே வென்ற அவரது சாதனையில் பரம்பொருளின் சர்வ வியாபகத்துடன் தன் அடையாளத்தை உணர்ந்து விட்டவர் ஆவார். இப்படிப்பட்ட ஒருவரே, சாதகரை அவருடைய அல்லது அவளுடைய இறை ஞானத்தை நோக்கிய அகப் பயணத்தில் வழிநடத்த ஒப்பற்ற தகுதி படைத்தவராவார்.

சமாதி. ஆனந்த பரவச நிலை; உயர் உணர்வுநிலை அனுபவம்; இறுதியாக, சர்வ-வியாபக ஒப்பற்ற மெய்ம்மையாகிய இறைவனுடன் ஒன்றுதல். (பார்க்க உயர்உணர்வுநிலை மற்றும் யோகம்.)

சூட்சும உலகம். ஸ்தூல சடப்பொருள் உலகத்திற்கு பின்னால், ஒளி மற்றும் சக்தியின் நுட்பமான சூட்சும உலகமும், காரண அல்லது கருத்தாலான எண்ண உலகமும் உள்ளன. ஸ்தூல தளத்தில் உள்ள ஒவ்வொரு பொருளும், ஒவ்வொரு அதிர்வலையும் தத்தமது சூட்சும ஒத்த பகுதியைக் கொண்டுள்ளன. ஏனெனில் சூட்சும

பிரபஞ்சத்தில் (சுவர்க்கம்) நம் ஸ்தூல பிரபஞ்சத்தின் "மூலப் படிவம்" உள்ளது. மரணத்தின் போது, ஒவ்வொரு மனிதனும், தன்னுடைய ஸ்தூல கூட்டிலிருந்து விடுவிக்கப் பட்டாலும் கூட, ஒளியாலான சூட்சும சரீரத்தினாலும்; (தான் நீத்துவிட்டு வந்த பூவுலக வடிவ தோற்றத்திற்கு ஒப்பானது) மற்றும் எண்ணத்தாலான காரண சரீரத்தினாலும் உடுத்தப்பட்டுள்ளான். அவன் சூட்சும உலகத்தின் பல அதிர்வலைப் பிரதேசங்களில் ஒன்றிற்கு ("என் பிதாவின் வீட்டில் அனேக வாசஸ்தலங்கள் உண்டு."—***யோவான்*** 14:2, பைபிள்), அந்த சூட்சும பிரதேசத்தில் இன்னும் அதிக விடுதலைக்கான தன் ஆன்மீகப் பரிணாம வளர்ச்சியைத் தொடர்வதற்காக உயர்ந்து செல்கின்றான். அவன், கர்மவினைப்படி முன்கூட்டியே தீர்மானிக்கப்பட்ட காலத்திற்கு, ஸ்தூல மறுபிறவி எடுக்கும் வரை அங்கு தங்கி இருக்கின்றான்.

தியானம். இறைவன் மீது ஒருமுகப்படுதல். கவனத்தை உள்முகப்படுத்தி, இறைவனின் ஏதாவது ஓர் அம்சத்தின் மீது அதைக் குவிப்பதற்கான எந்த உத்தியின் பயிற்சி யையும் பொதுவாகக் குறிப்பிடுவதற்கு இப்பதம் பயன்படுத் தப்படுகிறது. குறிப்பாகக் கூறப்போனால், இப்படிப்பட்ட உத்திகளை வெற்றிகரமாகப் பயிற்சி செய்வதன் பலனாக கிடைக்கப் பெறும் முடிவான விளைவைக் குறிக்கின்றது. அகமுகப் பார்வை மூலம் இறைவனைப் பற்றிய நேரடியான அனுபவம். இது பதஞ்சலி முனிவரால் விவரிக்கப்பட்ட அஷ்டாங்க யோகத்தின் ஏழாவது படி ***(தியானம்)*** ஆகும். வெளிப்புற உலகின் புலன் நுகர்வுகளினால் உள்ளுக்குள் முற்றிலும் குழப்பமுறாமல் உள்ள அந்த நிலைகுத்திய ஒருமுகப்பாட்டை ஒருவர் பெற்று விட்ட பின்னர் மட்டுமே அடையப்படும் நிலை. மிகவும் ஆழ்ந்த தியானத் தில் ஒருவர், யோக மார்க்கத்தின் எட்டாவது நிலையை

அனுபவிக்கின்றார்: சமாதி, இறைத் தொடர்பு, இறை வனுடனான ஒன்றியத் தன்மை. (பார்க்க ***யோகம்.)***

தெய்வத் தாய். படைப்பில் செயல்திறமுடைய இறைவனின் அம்சம்; அதாவது பராசக்தி அல்லது அறிவெல்லைக்கு அப்பாலுள்ள படைப்பாளனுடைய சக்தி. தெய்வீகத்தின் இந்த அம்சத்திற்கான மற்ற பதங்கள் இயற்கை அல்லது ***பிரக்ருதி***, ஓம், பரிசுத்த ஆவி, பிரபஞ்ச அறிவாற்றல் வாய்ந்த அதிர்வலை. இத்துடன் இறைவனின் அன்பு மற்றும் கருணைப் பண்புகளின் உருவமாக, அன்னையாக உள்ள இறைவனின் தனிப்பட்ட அம்சம்.

இறைவன் இயற்கைக்கு உள்ளும், அப்பாலும் உள்ள, உருவமுள்ள மற்றும் உருவமற்ற ஆகிய இரண்டுமான வன் என ஹிந்து சாத்திரங்கள் போதிக்கின்றன. அவனை முழுமுதற் பொருளாகவும், அவனுடைய வெளிப்படுத்தப்பட்டுள்ள நிரந்தர குணங்களான அன்பு, அறிவு, ஆனந்தம், ஒளி ஆகியவற்றில் ஒன்றாகவும்; அல்லது தெய்வத் தந்தை, தெய்வத் தாய், தெய்வீக நண்பன் ஆகிய கருத்தின்படியோ நாடலாம்.

பகவான் கிருஷ்ணன். கிறிஸ்துவ சகாப்தத்தின் யுகங்களுக்கு முன்பு, இந்தியாவில் வாழ்ந்த ஓர் அவதாரம். ஹிந்து சாத்திரங்களில் ***கிருஷ்ண*** என்பதற்குக் கொடுக்கப்பட்ட பல பொருட்களில் ஒன்று "எல்லாமறிந்த பரம்பொருள்" என்பதாகும். இவ்வாறு, ***கிருஷ்ணன், கிறிஸ்து*** என்பதைப் போல, அவதாரத்தின் ஆன்மீக முக்கியத்துவத்தை—இறை வனுடன் அவருடைய ஒன்றான தன்மையைக் குறிக்கும் ஆன்மீகப் பட்டப் பெயர் ஆகும். பகவான் என்னும் பட்டப் பெயர் "ஆண்டவன்" எனப் பொருள்படும்.

பகவத் கீதை. "பகவானின் கீதம்." மகாபாரத இதிகாசத் திலிருந்து பதினெட்டு அத்தியாயங்களைக் கொண்ட ஒரு புராதன இந்திய சாத்திரம். குருக்ஷேத்திரத்தில் நிகழ்ந்த

சரித்திரப் பெருமை வாய்ந்த போருக்கு முந்தைய தினம், அவதாரமாகிய கிருஷ்ண பகவானுக்கும், அவரது சீடரான அர்ஜுனனுக்கும் இடையே உரையாடல் வடிவத்தில் அளிக்கப்பட்டுள்ள கீதை, யோக விஞ்ஞானத்தைப் (இறைவனுடன் ஒன்றிணைதல்) பற்றிய ஓர் ஆழ்ந்த ஆராய்ச்சி நூலாகும்; மற்றும் தினசரி வாழ்க்கையில் சந்தோஷத்தையும், வெற்றியையும் பெறுவதற்கான காலத்தை விஞ்சிய அறநெறி நூலாகும். இந்த உலகப் பொதுமறையைப் பற்றி மகாத்மா காந்தி எழுதியுள்ளார்: "கீதையின் மீது தியானம் செய்வோர் புத்துணர்ச்சியூட்டும் ஆனந்தத்தையும், புதிய கருத்துக்களையும் அதிலிருந்து தினசரி பெறுவர். கீதையினால் விடுவிக்கப்பட முடியாத ஆன்மீகச் சிக்கல் ஒன்றுகூட இல்லை."

இப் புத்தகத்தில் உள்ள மூலப் பாடம் மற்றும் அடிக்குறிப்புகளில் கொடுக்கப்பட்டுள்ள பகவத் கீதை மேற்கோள்கள், பரமஹம்ஸ யோகானந்தர் சில சமயங்களில் சமஸ்கிருதத்திலிருந்து சொல்லின் நேரான பொருளையும், சில சமயங்களில் பொழிப்புரையையும் விளக்கிய அவருடைய மொழிபெயர்ப்பிலிருந்து எடுக்கப்பட்டவை ஆகும்.

பரமஹம்ஸர். இறைவனுடன் இடையறாத தொடர்புடைய மிக உயர்ந்த நிலையை எய்திய ஒருவரைக் குறிப்பிடுகின்ற ஓர் ஆன்மீகப் பட்டம். தகுதி பெற்றுள்ள ஒரு சீடருக்கு ஓர் உண்மையான குரு வினால் மட்டுமே இது வழங்கப்படும். ஸ்வாமி ஸ்ரீ யுக்தேஸ்வர், தனது அன்பிற்குரிய சீடர் யோகானந்தருக்கு 1935 ல் இந்தப் பட்டத்தை வழங்கினார். ***பரமஹம்ஸ*** என்பது "மிக உயர்ந்த அன்னம்" எனப் பொருள்படும். ஹிந்து சாத்திரங்களில் ***ஹம்ஸ*** அல்லது அன்னம், ஆன்மீக விவேகத்தை அடையாளமாகக் குறிக்கின்றது.

பிராணன். உயிர்ச் சக்தி அல்லது உயிர் ஆற்றல். அறிவு பூர்வமானது, அணு சக்தியை விட நுட்பமானது; ஸ்தூல பிரபஞ்சத்தின் உயிர்-தத்துவம் மற்றும் சூட்சும உலகத்தின் மூலப் பொருள். ஸ்தூல உலகில் இரண்டு வகையான ***பிராணன்*** உள்ளது: (1) பிரபஞ்சத்தில் எங்கும் வியாபித்து, அனைத்துப் பொருட்களையும் நிர்மாணித்து மற்றும் தாங்கிக் கொண்டிருக்கின்ற பிரபஞ்ச அதிர்வலை சக்தி; (2) ஒவ்வொரு மனித தேகத்திலும் பரவி, தாங்கிக் கொண்டிருக்கின்ற தனிப்பட்ட ***பிராணன்*** அல்லது சக்தி.

பிரபஞ்ச உணர்வுநிலை. தனிமுதல். படைப்பிற்கு அப்பாலுள்ள பரம்பொருள். அதிர்வலை படைப்பின் உள்ளேயும், அப்பாலும் ஆகிய இரண்டிலும் உள்ள இறைவனுடன் ஒன்றாகிய தன்மையான ***சமாதி***-தியான நிலையும் கூட.

மகாவதார பாபாஜி. 1861-ல் லாஹிரி மகாசயருக்கு ***கிரியா யோகத்தை*** உபதேசித்த மரணமற்ற ***மகா அவதாரம்.*** இதன் மூலம், பல நூற்றாண்டுகளாக இழக்கப்பட்டிருந்த ஆன்மீக விஞ்ஞானத்தை உலகிற்கு மீட்டுக் கொடுத்தார். அவருடைய வாழ்க்கை மற்றும் ஆன்மீகப் பணி பற்றிய இன்னும் அதிக தகவல் ***ஒரு யோகியின் சுயசரிதத்தில்*** கொடுக்கப்பட்டுள்ளது. (பார்க்க அவதாரம்.)

மறு பிறவி. மானுடர் பரிணாம விதியினால் கட்டாயப்படுத்தப்பட்டு, படிப்படியாக உயர்ந்த பிறவிகளில்—தவறான செயல்களாலும் ஆசைகளாலும், தாமதிக்கப் பட்டும் ஆன்மீகப் பெரு முயற்சியினால் வளர்ச்சி அடைந்தும், ஆத்ம-ஞானமும் இறை-ஐக்கியமும் அடையப்படும் வரை—மீண்டும் மீண்டும் மறு பிறவி எடுக்கின்றார்கள் என்ற கோட்பாடு. இங்ஙனமாக அழியும் மனித உணர்வுநிலையின் வரம்புகள் மற்றும் குறைபாடுகளின் எல்லையைத் தாண்டி ஆன்மா, வலுக்கட்டாயமான மறுபிறவியிலிருந்து என்றென்றை

க்குமாக விடுதலைப் பெறுகின்றது. “ஜெயங்கொள்ளுகிற வனெவனோ அவனை என் தேவனுடைய ஆலயத்திலே தூணாக்குவேன், அதினின்று அவன் ஒருக்காலும் நீங்குவதில்லை” ***(வெளிப்படுத்தின விசேஷம்*** 3:12, பைபிள்).

மறு பிறவி என்ற கருத்து கிழக்கத்திய தத்துவத்திற்கு மட்டுமே தனிப்பட்டது அல்ல. அது பண்டைக்கால நாகரீகங்களிலும் வாழ்வின் அடிப்படை உண்மையாகக் கருதப்பட்டது. ஆரம்பக்கால கிறிஸ்துவ திருச்சபையும் ஏற்றுக் கொண்ட மறுபிறவி தத்துவம், மறைநூல் ஞானி (Gnostics) யராலும் மற்றும் அலெக்ஸாண்ட்ரியா-வின் க்ளிமெண்ட், ஓரிஜன் மற்றும் புனிதர் ஜெரோம் ஆகியோர் உட்பட எண்ணற்ற திருச்சபை பாதிரிகளாலும் விளக்கப்பட்டது. ஆனால் கி.பி. 553-ல் கான்ஸ்டான்டிநோபிளின் இரண்டாவது சபையில் இந்தத் தத்துவம் திருச்சபை போதனைகளிலிருந்து அதிகார பூர்வமாக நீக்கப்பட்டது. வாழ்க்கையின் வெளித் தோற்ற த்தில் காணப்படும் சமநிலை இன்மைக்கு கர்மவினை விதி மற்றும் மறுபிறவி கோட்பாட்டில் ஒரு மேம்பட்ட மற்றும் நம்பிக்கையூட்டும் விளக்கம் இருப்பதைக் கண்டு, பல மேற்கத்திய சிந்தனையாளர்கள் இன்று அதை ஏற்றுக் கொள்ள ஆரம்பித்திருக்கின்றனர்.

மாயை. படைப்பின் கட்டமைப்பிலேயே உள்ளார்ந்து அமைந்துள்ள ஏமாறச் செய்யும் மாய ஆற்றல். இதன் மூலம் ஒன்று பலவாகத் தோற்றமளிக்கும் மாயையானது சார்புத்தன்மை, எதிர்மாறு, மாறுபட்ட தன்மை, இருமைத் தன்மை, எதிரெதிர் நிலைகள் ஆகிய தத்துவமாகும். பழைய ஏற்பாட்டின் தீர்க்கதரிசிகள் குறிப்பிடும் “சாத்தான்” (ஹீப்ரு மொழியில் அதன் பொருள், “பகைவன்”); மேலும் “கொலை பாதகன்” மற்றும் “பொய்யன்.” ஏனென்

றால் “அவன் சத்தியத்திலே நிலைநிற்கவில்லை” என கிறிஸ்து சித்திரம் போல வருணித்த “பிசாசு” (***யோவான்*** 8:44, பைபிள்).

பரமஹம்ஸ யோகானந்தர் எழுதியுள்ளார்:

“*மாயா* என்னும் சமஸ்கிருதச் சொல்லின் பொருள் ‘அளவெடுப்பவர்’; படைப்பில் உள்ள இந்த மாய சக்தி மூலம் அளவிட முடியாதவற்றிலும், பிரிக்க முடியாதவற்றிலும், அளவுகளும் பிரிவுகளும் வெளிப் படையாக அமைந்துள்ளன. ***மாயை*** தானே இயற்கை யாகும்—கண்களுக்குத் தோற்றமளிக்கின்ற வெளி உலகங்கள், தெய்வீகமான நிரந்தரத் தன்மைக்கு மாறுபாடான வகையில் என்றுமே நிலையில்லாமல் மாறுதல் அடைந்து கொண்டே இருப்பவையாகும்.

“இறைவனின் திட்டத்திலும் திருவிளையாடலிலும் ***(லீலை)***, ***மாயை*** அல்லது சாத்தானின் ஒரே வேலை என்னவெனில், மனிதனை ஆத்மார்த்தத்திலிருந்து லௌகீக விஷயங்களுக்கும், உண்மையிலிருந்து பொய்ம்மைக்கும் திசைதிருப்புவது தான். ‘பிசாசானவன் ஆதி முதல் பாவஞ்செய்கின்றான். பிசாசினுடைய கிரியைகளை அழிக்கும் படிக்கே தேவனுடைய குமாரன் வெளிப்பட்டான்’ (*I* ***யோவான்*** 3: 8). மனிதனின் சொந்த இருப்பிலேயே வெளிப்படும் கூடஸ்த சைதன்யம் (கிறிஸ்து உணர்வு) சுலபமாக பொய்த் தோற்றங்களை, அதாவது ‘பிசாசின் கிரியைகளை’ அழித்து விடுகிறது.

“***மாயை*** இயற்கையிலுள்ள அறியாமை என்னும் திரையாகும். ஒவ்வொரு மனிதனும் அதன் பின்னா லுள்ள படைப்பவனை, மாறுதலற்ற மாற்ற முடியாதவனை, சாசுவத மெய்ப் பொருளானவனைக் காண்பதற்காக அகற்ற வேண்டிய திரையாகும்.

"மனிதன் சடப்பொருள் மற்றும் உணர்வுநிலை ஆகிய இரண்டையும் ஒரு மாயக் கனவு உலகில் படைக்க முடியும்; எனவே பரம்பொருள் ***மாயையின்*** சக்தியை உபயோகித்து மனிதனுக்கு 'வாழ்வு' எனும் கனவு-உலகை அல்லது உணர்வுநிலையுடனான இருப்பை—இது கனவு நிலையில் மனிதனுடைய அனுபவங்களைப் போன்று.... அதன் சாரத்திலேயே பொய்யானது (ஏனெனில் நிலையில் லாதது, என்றும் மாறிக் கொண்டிருப்பது), உருவாக் கியுள்ளது என்பதை அறிந்து கொள்வது அவனுக்கு கடினமாக இருக்க முடியாது. மனிதன், தன்னுடைய அழியும் தன்மையில் இருமைகளையும், எதிர்மாறு களையும்—வாழ்வு மற்றும் சாவு, ஆரோக்கியம் மற்றும் நோய், இன்பம் மற்றும் துன்பம் ஆகியவற்றை கனவு காண்கின்றான்; ஆனால் அவன் ஆன்ம உணர்வுநிலையில் விழித்தெழும் பொழுது அனைத்து இருமைகளும் மறைந்து விடுகின்றன. மேலும் தன்னை நிரந்தரமானவனா கவும், ஆனந்தமயமான பரம்பொருளாகவும் அவன் அறிகின்றான்.

லாஹிரி மகாசயர். லாஹிரி என்பது, ஷ்யாமா சரண் லாஹிரியின் குடும்பப் பெயராகும் (1828–1895). ***மகாசயர்*** என்பது "பரந்த-மனமுடையவர்" எனப் பொருள்படும் சமயரீதியான சமஸ்கிருத பட்டப்பெயர். லாஹிரி மகாசயர் மகாவதார பாபாஜியின் சீடரும், ஸ்வாமி ஸ்ரீ யுக்தேஸ்வருடைய (பரமஹம்ஸ யோகானந்தரின் குரு) குருவுமாவார். ஏறக்குறைய மறைந்துவிட்டிருந்த புராதன ***கிரியாயோக*** விஞ்ஞானத்தை பாபாஜி வெளிப்படுத்தியது இந்த சீடரான லாஹிரி மகாசயருக்குத்தான். நவீன இந்தியாவில் யோகத்தின் மறு மலர்ச்சியின் ஒரு யுக தனிச்சிறப்புடையவராக விளங்கிய அவர், தன்னிடம் வந்த எண்ணற்ற சாதகர்களுக்கு சாதி, மத, பேதமின்றி

அறிவுரையும் அருளாசியும் வழங்கினார். இவர் இறை-அனுபூதி அடைந்து அற்புதமான ஆற்றல்கள் பெற்றிருந்த குரு மட்டுமின்றி, தொழில் பொறுப்புகளுடன் கூடிய இல்லறத்தானாகவும் இருந்தார். இவர் நவீன உலகத்திற்கு, புறக் கடமைகளின் நேர்மையான நிறை வேற்றத்துடன் தியானத்தை இணைப்பதன் மூலம் எவ்வாறு ஓர் இலட்சிய சமநிலை வாழ்க்கையை சாதிக்க இயலும் என்பதை மெய்ப்பித்துக் காட்டினார். லாஹிரி மகாசயரின் வாழ்க்கை ஒரு ***யோகியின் சுயசரிதத்தில்*** விவரிக்கப்பட்டுள்ளது.

யோகம். சமஸ்கிருதத்திலிருந்து ***யுஜ்*** "ஒன்றிணைதல்." யோகம் என்பது தனிப்பட்ட ஆன்மா, பரம்பொருளுடன் ஒன்றிணைவது எனப் பொருள்படும்; அத்துடன் கூட இந்த இலக்கை அடைவதற்கான செயல் முறைகளையும் குறிக்கும்.பலவகையானயோகமுறைகள்உள்ளன;ஸெல்ஃப்-ரியலைசேஷன் ஃபெலோஷிப்-பினால் போதிக்கப் படுவது பகவத் கீதையில் பகவான் கிருஷ்ணனால் போதிக்கப்பட்ட இராஜ யோகம், "ராஜ" அல்லது "முழுமையான" யோகம். யோகத்தைப் பற்றிய முதன்மை யான புராதன விளக்கவுரையாளரான பதஞ்சலி முனிவர், ஒரு ***இராஜ யோகி, சமாதி*** அல்லது இறைவனுட னான ஒன்றுதலை அடைகின்ற எட்டு திட்டவட்டமான வழிகளை வரையறுத்துள்ளார். அவை (1) ***யமம்***, ஒழுக்கக் கோட்பாடு; (2) ***நியமம்***, சமய அனுஷ்டானங்கள்; (3) ***ஆசனம்***, தேகத்தின் அமைதியற்ற தன்மையை அசைவற்றிருக்கச் செய்வதற்கான சரியான தேகநிலை; 4) ***பிராணாயாமம்***, பிராணத்தை அதாவது சூட்சும உயிரோட்டங்களைக் கட்டுப்படுத்துதல்; (5) ***பிரத்யாஹாரம்***, உள்முகப்படுத்துதல்; (6) தாரணை, ஒருமுகப்படுதல்; (7) தியானம்; மற்றும் (8) சமாதி, உயர் உணர்வுநிலை.

யோகி. யோகத்தைப் பயிற்சி செய்பவர். அவர் அல்லது அவள் திருமணம் செய்தவராகவோ அல்லது திருமணம் செய்யாதவராகவோ, உலகப் பொறுப்புகள் கொண்டவராகவோ அல்லது சம்பிரதாய மதரீதியான கட்டுப்பாடுகளை ஏற்றுக் கொண்டவராகவோ இருக்கலாம்.

யோகதா சத்சங்க சொஸைடி ஆஃப் இந்தியா. இந்தியாவில் ஸ்ரீ ஸ்ரீ பரமஹம்ஸ யோகானந்தருடைய சொஸைடி அறியப்படுகின்ற பெயர். இந்த சொஸைடி 1917-ல் பரமஹம்ஸ யோகானந்தரால் நிறுவப்பட்டது. இதன் தலைமையகமான யோகதா சத்சங்க மடம், கொல்கத்தா விற்கு அருகாமையிலுள்ள தக்ஷிணேஸ் வரத்தில் கங்கைக் கரையில் அமைந்துள்ளது. யோகதா சத்சங்க சொஸைடிக்கு ஜார்கண்ட், ராஞ்சியில் ஒரு கிளை மடமும், உத்தரகாண்ட், துவாரஹாட்டிலும் உத்தரபிரதேசம், நொய்டாவிலும் கிளை ஆசிரமங்களும் உள்ளன. யோகதா சத்சங்க சொஸைடி, இந்தியா முழுவதும் 200-க்கும் மேற்பட்ட நகரங்கள், பட்டணங்கள் மற்றும் கிராமங்களில் தியான மையங்களைப் பெற்றுள்ளது. இவற்றுடன் கூட, YSS பள்ளிக் கூடங்கள், கல்லூரிகள், மருத்துவமனைகள் ஆகியவற்றை நடத்தி வருகின்றது. இந்தியா முழுவதும் தகுதி வாய்ந்த மாணவர்களுக்கு கல்வி உதவித் தொகையையும் மற்றும் அனாதை இல்லங்களுக்கும் தொழு நோயாளியர் குடியிருப்பு பகுதிகளுக்கும் உதவியையும் அளிக்கிறது; மேலும் இயற்கைப் பேரிடர்களினால் தாக்கப்படுபவர் களுக்கு நிவாரணத்தையும் அளிக்கிறது. பரமஹம்ஸ யோகானந்தரால் உருவாக்கப்பட்ட "யோகதா" என்ற சொல், யோகாவிலிருந்து "ஐக்கியம், இணக்கம், சமநிலை" என்பதையும்; தா, "கொடுக்கின்ற அது" என்பதையும் குறிக்கும். "சத்சங்கம்" என்பது சத், சத்தியம் மற்றும்

சங்கம், தோழமை என்று அமையப் பெற்றுள்ளது. மேற்கத்தியவர்களுக்காக, ஸ்ரீ யோகானந்தர் இந்த இந்தியப் பெயரை "ஸெல்ஃப்-ரியலைசேஷன் ஃபெலோஷிப்" என மொழிபெயர்த்தார்.

இந்த சொஸைடி, பரமஹம்ஸ யோகானந்தரின் நூல்கள், சொற்பொழிவுகள் மற்றும் தனி முறையான உரையாடல்கள்—வீட்டில் படிப்பதற்கான அவரது விரிவான வரிசைப்படுத்தப்பட்ட ***யோகதா சத்சங்கப் பாடங்கள்*** உட்பட—ஆகியவற்றை வெளியிடுகின்றது; அவரது போதனைகளைப் பற்றிய ஆடியோ மற்றும் வீடியோ பதிவுகளை வெளியிடுகின்றது; அதனுடைய ஆசிரமங்கள், கேந்திரங்கள் மற்றும் தியான மையங்கள் மற்றும் யோகதா சத்சங்க மரபைச் சார்ந்த சன்னியாச குழுமங்கள் ஆகியவற்றை மேற்பார்வை செய்கிறது. இந்திய உபகண்டம் முழுவதும் உள்ள நகரங்களில் சொற்பொழிவுகளையும், தொடர் வகுப்புகளையும் நடத்து கின்றது; மேலும் உடல், மனம் மற்றும் ஆன்மீக உதவியை நாடுவோருக்காகவும், உலக அமைதி மற்றும் இணக்கத்திற்கு பிரார்த்தனை செய்வதற்காகவும் அர்ப்பணித்துக் கொண்ட குழுக்களும், தனிநபர்களும் சேர்ந்த ஓர் அமைப்பான உலகளாவிய பிரார்த்தனை குழுவை ஒருங்கிணைக்கின்றது.

யோகதா சத்சங்க / ஸெல்ஃப்-ரியலைசேஷன் பாடங்கள். வீட்டில் படிப்பதற்காக ஸ்ரீ ஸ்ரீ பரமஹம்ஸ யோகானந்தரின் போதனைகள் ஒரு விரிவான வரிசைப்படுத்தப்பட்ட பாடங்களாகத் தொகுக்கப்பட்டுள்ளன. மேலும் உலக முழுவதும் சத்தியத்தை உண்மையாக நாடுவோருக்கு கிடைக்கப் பெறுமாறு செய்யப்பட்டுள்ளன. இப்பாடங்கள், பரமஹம்ஸ யோகானந்தரால் போதிக்கப்பட்ட யோக தியான

உத்திகளை, ***கிரியா யோகத்***திற்கான சில தேவைகளைப் பூர்த்தி செய்பவர்களுக்கும் சேர்த்து உள்ளடக்கி உள்ளன. இப் ***பாடங்களைப்*** பற்றிய தகவல் யோகதா சத்சங்க சொஸைடி ஆஃப் இந்தியா/ஸெல்ப்-ரியலைசேஷன் ஃபெலோஷிப்-பிடம் கேட்டுக் கொள்வதற்கிணங்க கிடைக்கப் பெறும்.

ஸ்வாமி ஸ்ரீ யுக்தேஸ்வர். (1865 – 1936). நவீன இந்தியாவின் கிறிஸ்துவைப் போன்ற ஒரு மகான்; பரமஹம்ஸ யோகானந்தரின் குருதேவர்; கிறிஸ்துவ மற்றும் இந்து சாத்திரங்களின் அடிப்படை ஒற்றுமையைப் பற்றிய விளக்க நூலான *The Holy Science* –ஐ எழுதியருளியவர். பரமஹம்ஸ யோகானந்தருடைய ***ஒரு யோகியின் சுயசரிதத்தில்*** அவருடைய வாழ்க்கை விவரிக்கப்பட்டிருக்கிறது.

ஸெல்ஃப்-ரியலைசேஷன் ஃபெலோஷிப். ஆன்மீகத் தத்துவங்களையும், ***கிரியா யோக தியான*** உத்திகளையும் உலகமெங்கும் பரப்புவதற்காக ஸ்ரீ ஸ்ரீ பரமஹம்ஸ யோகானந்தரால் 1920–ல் அமெரிக்க ஐக்கிய அரசில் நிறுவப்பட்ட (1917–ல் யோகதா சத்சங்க சொஸைடி ஆஃப் இந்தியா எனவும்) சொஸைடி. ஸெல்ஃப்-ரியலைசேஷன் ஃபெலோஷிப் என்ற பெயர் குறிப்பிடும் பொருளை பரமஹம்ஸ யோகானந்தர் விளக்கியுள்ளார்: “ஆத்ம-அனுபூதியின் மூலமாக இறைவனுடன் தோழமை, மற்றும் உண்மையைத் தேடும் அனைத்து ஆன்மாக்களுடனும் நட்புறவு.”

ஸெல்ஃப்-ரியலைக்ஷேன் ஃபெலோஷிப் பாடங்கள். பார்க்க யோகதா சத்சங்க/ஸெல்ஃப்-ரியலைசேஷன் ஃபெலோஷிப் பாடங்கள்.

சொல் அட்டவணை